காதுகள்

காதுகள்

எம்.வி.வெங்கட்ராம் (1920 – 2000)

மணிக்கொடி எழுத்தாளரான எம்.வி.வி. கும்பகோணத்தில் பிறந்தார். தந்தை வெங்கடாசலம், தாயார் சரஸ்வதி. பி.ஏ. (பொருளாதாரம்) மற்றும் ஹிந்தியில் விஷாரத் படித்தார். 'சிட்டுக்குருவி' என்ற முதல் சிறுகதை அவரது 16ஆம் வயதில் *மணிக்கொடி*யில் வெளியாயிற்று. அப்போது அவர் கல்லூரியில் முதல் வருடம் படித்துக்கொண்டிருந்தார்.

அதன் பிறகு தொடர்ந்து கதைகள், நாவல்கள், குறுநாவல்கள், ஓரங்க நாடகங்கள், கவிதைகள், கட்டுரைகள் முதலியன எழுதினார். பிரபல பத்திரிகைகளிலும் சிற்றிதழ்களிலும் அவை வெளிவந்தன.

1948இல் *தேனீ* என்ற இலக்கிய இதழைத் தொடங்கி நடத்தினார். தமிழின் சிறந்த எழுத்தாளர்கள் அனைவரும் அதற்குப் பங்களித்தனர். *பாலம்* என்ற தமிழ் இலக்கிய இதழுக்கும் எம்.வி.வி. கௌரவ ஆசிரியராகப் பணியாற்றினார். 'காதுகள்' என்ற அவரது நாவல் அதில் தொடராக வெளியாயிற்று.

சொந்தப் படைப்புகள் தவிர ஆங்கிலத்திலிருந்தும் ஹிந்தியிலிருந்தும் நிறைய மொழிபெயர்த்திருக்கிறார். இந்தியாவின் புகழ்பெற்ற மனிதர்கள் பற்றிய வாழ்க்கை வரலாறுகள் பலவற்றைக் குழந்தைகளுக்காக எழுதி யிருக்கிறார். இவருடைய நூல்கள் இருநூறுக்கு மேல் இருக்கும்.

1993இல் சாகித்திய அகாதெமி விருது பெற்றார்.

எம்.வி. வெங்கட்ராம்

காதுகள்

காலச்சுவடு பதிப்பகம்

அன்பார்ந்த வாசகருக்கு,

வணக்கம்.

காலச்சுவடு நூலை வாங்கியமைக்கு நன்றி.

நூலின் உள்ளடக்கம், உருவாக்கம், அட்டைப்படம் இன்ன பிற அம்சங்கள் பற்றிய உங்கள் கருத்துகளையும் ஆலோசனைகளையும் காலச்சுவடு வரவேற்கிறது. தகவல், எழுத்து, வாக்கியப் பிழைகள் தென்பட்டால் அவசியம் தெரிவித்து உதவுங்கள். நூல் தயாரிப்பில் கடும் குறைபாடு இருப்பின் மாற்றுப் பிரதி உங்களுக்குக் கிடைக்கக் காலச்சுவடு ஏற்பாடு செய்யும்.

மின்னஞ்சல்: publisher@kalachuvadu.com

காலச்சுவடு நாகர்கோவில் அலுவலகத்திற்குக் கடிதம் அனுப்பலாம்.

தங்கள்
எஸ்.ஆர். சுந்தரம் (கண்ணன்)
பதிப்பாளர் – நிர்வாக இயக்குநர்

காதுகள் ❖ நாவல் ❖ ஆசிரியர்: எம்.வி. வெங்கட்ராம் ❖ © எம்.வி. ஜெயகுமார் ❖ முதல் பதிப்பு: ஏப்ரல் 1992 ❖ காலச்சுவடு முதல் பதிப்பு: டிசம்பர் 2014, பதின்மூன்றாம் பதிப்பு: மே 2025 ❖ வெளியீடு: காலச்சுவடு பப்ளிகேஷன்ஸ் (பி) லிட்., 669 கே. பி. சாலை, நாகர்கோவில் 629001

kaatukaL ❖ Novel ❖ Author: M.V. Venkatram ❖ © M.V. Jayakumar ❖ Language: Tamil ❖ First Edition: April 1992 ❖ Kalachuvadu First Edition: December 2014, Thirteenth Edition: May 2025 ❖ Size: Demy 1 x 8 ❖ Paper: 18.6 kg maplitho ❖ Pages: 160

Published by Kalachuvadu Publications Pvt. Ltd., 669 K.P. Road, Nagercoil 629001, India ❖ Phone: 91-4652-278525 ❖ e-mail: publications@kalachuvadu.com ❖ Printed at Mani Offset, Chennai 600077

ISBN: 978-93-84641-09-2

05/2025/S.No. 643, kcp 5744, 18.6 (13) 9ss

முன்னுரை

1968 தொடங்கி பிரகாஷும் நானும் அந்தப் பயணத்தை மேற்கொண்டோம். இலக்கியாசிரியர் களை அவர்களின் படைப்புகளின் மனிதர்கள் வாழ்ந்த பிரதேசங்கள், வீடுகள் முதலானவற்றைத் தரிசிப்பது என்று ஆரம்பித்தோம். யமுனா வாழ்ந்த வீட்டைக் கண்டுபிடித்தோம். மேல் தளம் குட்டையான மராட்டியர் பாணி வீடு அது. தெருவில் இருந்து மேல் நோக்கிய படிகள். யமுனா கோலம் போட்டபோது தி.ஜா. சொன்ன சில அடையாளங்களைக் கொண்டு கண்டுபிடித்தோம். யமுனாவின் பக்கத்து வீட்டு இலக்கிய ரசிகர் தந்த ஒப்புதல் வேறு எங்களிடம் இருந்தது. கும்பகோணம் தஞ்சாவூர் என்று எங்கள் பயணம் நீண்டது. தஞ் சாவூரில்தான் இருந்தது கோணலாய் நாய்க்கர் இருந்த கம்பி அழி போட்ட வீடு. எதற்குத்தான் தவம் என்கிற விவஸ்தை வேண்டாமா என்று கேட்ட அந்தப் பெண்மணியின் வீடும் கூட கீழ வாசலை ஒட்டித்தான் இருந்தது.

1965 முதல் ஒரு கறாரப் பாடத் திட்டம் போல, நவீன எழுத்தாளர்களின் படைப்புகளை நான் பயிலத் தொடங்கி இருந்தேன். க.நா.சு.வின் ‘பசி’தான் முதல் படைப்பு என்று நினைக்கிறேன். அப்புறம் ஜானகிராமன் தொடங்கி ஸ்வாமிநாத ஆத்ரேயன் வரை வாசிப்பு. பல நாட்கள் தொடர்ந்து படித்தலைப் பற்றிப் பேச்சு, விமர்சனம். அப்புறம் அபிப்பிராயங்களை மூட்டை கட்டிக்கொண்டு படைப்பாளர்களைக் காணச் செல்லுதல்.

இப்படியாகத்தான் எம்.வி.வெங்கட்ராமனையும் பார்க்கச் சென்றோம். பழங்காலத்து வீடு. திண்ணை யில் எம்.வி.வி. எங்களுக்காகக் காத்திருந்தார். பிரகாஷுக்காக என்று சொல்வதே சரி. எனக்கு அவரைச் சந்திக்கும் முதல் நிகழ்ச்சி அது. வெள்ளைச் சட்டை. வேட்டி. காலை மடக்கிச்

சம்மணம் போட்டு அமர்ந்திருந்தார். புத்தபிட்சு சட்டை போட்டு அமர்ந்த மாதிரி. செழுமையான உடம்பு. செழுமையில், மனம் நிறைந்து ததும்புவதுபோல விகாசம் காட்டும் முகம். ஒரு கூடை மல்லிகைக்குள் இருந்து முகம் காட்டுகிற மாதிரி. அவர் புன்னகை சினேக பாவம் கொண்டது மாத்திரம் அல்ல. துக்கத்தை அண்டவிடாத வைரம் பாய்ந்த புன்னகை அது. ரத்தச் சிவப்பான அவர் வெற்றிலை இதழ்கள் மட்டும் சிரிப்பதில்லை. கண்களாலும் உடம்பாலும் சிரிக்கும் லட்சண முகம் அவருக்கு. முதல் பார்வையில் எம்.வி.வி. எனக்குள் வந்து உட்கார்ந்து கொண்டார். சூரியன் தகிக்கும் முன் இருக்கும் வைகறைக் காலையின் முகம் அவருக்கு. இதற்குக் காரணம் உண்டு. உள்ளுக்குள் அவரிடம் இருள் இல்லை. எனவே அவர் விழுவது இல்லை.

அன்று காலை பதினோரு மணிபோல அவர் வீட்டில் நாங்கள் இருந்தோம். இரவு உணவுக்குப் பிறகு, எம்.வி.வி. எங்களுடன் வந்து எங்களைத் தஞ்சாவூருக்கு பஸ் ஏற்றிவிட்டார். அதன் பிறகு, என்னையும் அவரையும் இணைக்க வேறு எதுவும் வேண்டி இருக்கவில்லை. எனக்கு வாய்த்த அதிர்ஷ்டம், எம்.வி.வி. ஆனந்தம் கொண்ட சந்தர்ப்பத்திலும் மகத்தான நஷ்டத்தை அனுபவித்த அன்றும் அவருடன் நான் இருந்திருக்கிறேன். அவர் வாழ்நாள் முழுக்க ஒரு எம்.வி.வி.யாக இருந்தார்.

❍

அன்று விடை பெறும்போது அவர் சுமார் 500 பக்கம் கொண்ட கெட்டி அட்டை போட்ட நோட்டுப் புத்தகம் ஒன்றைத் தந்தார். படித்து அபிப்பிராயம் சொல்லச் சொன்னார். அந்த நோட்டில், கோட்டுக்குள் அடங்கிய அழகிய கையெழுத்தில் 'வியாசர் படைத்த பெண்மணிகள்' கதைகளில் பல இருந்தன. நான் முதலில் படிக்க நேர்ந்தவை அக்கதைகளே ஆகும். எம்.வி.வி.யின் ஆகிருதியை அக்கதைகளே சொல்லத் தக்கவை. அந்தப் படைப்பு விகசிப்பில் பூற்று நாவலாக முற்றிக் கனிந்தது. அதுவே 'நித்ய கன்னி'. பாரதம் உருவாக்கிய நவீன வசனப் படைப்புகளில், நிகரற்றப் படைப்பு அது. கடந்த 50 ஆண்டுகளில் இந்தியாவின் பாரதம் சார்ந்த படைப்புகளில் பலவற்றை நான் கடந்து வந்திருக்கிறேன். 'நித்ய கன்னி'க்கு நிகரான படைப்பு உக்ரத்தை நான் எதிலும் காணவில்லை. ஜானகிராமனின் வியப்பு உண்மையானது. இரண்டு பெரும் படைப்பாளிகள் படைப்பு ஆகர்ஷத்தில் இப்படித் தான் கவரப்பட்டார்கள். 'மோகமுள்'ளில் அதன் காரணமாகவே எம்.வி.வி. ஒரு பாத்திரமாகவும் எழுதப்படுகிறார் தி.ஜா.வால்.

❍

தி.ஜானகிராமன், கரிச்சான் குஞ்சு, எம்.வி.வி. மூன்று பேரும் பல ஒற்றுமைகளை உடைய, ஒரு மையத்திலிருந்து

உருவாகிப் பரந்த வெளிக்கு வந்து, மேகமாகவே பரந்த படைப்பாளிகள். இளமைக்கால நண்பர்கள். காவிரியின் மைந்தர்கள் என்றாலும் பொருந்தும். இம் மூவருமே கிழக்கைச் சேர்ந்தவர்கள். தமிழர்களுக்குக் காவிரியும் தாமிரபரணியும் வைகையுமே கிழக்குகள். ஆற்றங்கரைக் காரர்களாகிய இவர்கள் மூவருமே ஒரு திக்காளர்கள்.

ஜானகிராமன் நீரை முகந்து கருத்து மேகமாகத் திரண்டு எப்போது வேண்டுமானாலும் பொழியத் தயாரான கார் ஆவார். கதை மட்டுமல்லாமல் மொழிபெயர்ப்பும் இவர் சாதனையில் அடக்கம். ஜானகிராமன் பற்றிய முக்கிய புரிதல் ஒன்று. அவர் எழுதிய காவிரியும் தஞ்சையும் அவர் காலத்தது அல்ல. வாழ்க்கையும், அதன் மேல் மேவி நிற்கும் அத்தனை ஜாலங்களும் வர்ணங்களும் பாவனைகளும் அவர் காலத்தது அல்ல. அவர் முன்னோர்கள் காலத்தது. ஒருவகையில் அவர் உருவாக்கிய 'காவிரியம்', அவரது நிகழ் காலத்து வெறுமையின் மேல் கட்டப்பட்ட திடப் புனைவு. அதே நேரம், அதைத் தி.ஜா. உருவாக்கியதானாலும் தஞ்சாவூர்ச் சீர்மையதுதான் என்று உறுதியாகவும் கூறலாம்.

கரிச்சான் குஞ்சு, வேத வித்து. பெரும் படிப்பாளி. சமஸ்கிருதம் அல்லாமல் தமிழிலும் அவரது வித்துவம் பெரிது. உபநிஷத்துகளில் பல முக்கிய உபநிஷத்துகளை நான் அவரிடம் பாடம் கேட்டுள்ளேன். மாபெரும் தத்துவ தரிசியை, அவருக்கு ஆகாத வேலையைக் கொடுத்து வீணாக்கி விட்டது காலம். அவர் மொழியாக்கம் செய்தவை, தத்துவம் சார்ந்தவை ஆனாலும், அவரிடம் சொல்ல ஐயாயிரம் பக்கங்கள் புத்தம் புதிதாய் இருக்கவே செய்தன. 'பசித்த மானுடம்'போல ஐம்பது நாவல்கள் அவரிடம் இருந்தன. அவைகளை அவர் எழுதும் நிலையில் அவர் வாழ்க்கை அவரை வைக்கவில்லை. தன் நண்பர்கள் பறக்கும் உயரத்தில் பரவசத்துடன் அவர் பார்த்துக்கொண்டு காலம் கழித்தார். உண்மையில் அவர் உயரம் அவருடைய இரண்டு நண்பர்களுக்கு தெரியும். அவருக்கும் தெரியும். காலம், சாட்சி இல்லாமல் எதையும் ஏற்பதில்லையே.

எம்.வி.வி. இந்திய ஞான மரபின் சரியான வாரிசாகத் தன்னை நிறுவிக்கொண்டார். அவரை உருவாக்கியது மதம் அல்ல. மாறாக ஆன்மீக உணர்வுகள். மதம், கருத்தைத் திரளாக்கி இரு கையிலும் சிறகு விரிப்பது. ஆன்மீகம், உள்ளுக்குள் இருப்பதையே உணர்வுக்குக் கொண்டு வந்து மேல் நோக்கி உயர்வது. எம்.வி.வி. இந்த ரகமான உபாசகர்.

தன் 16 வயதில் மணிக்கொடியில் கதையின் பிரசுரத்தைப் பார்த்தார் அவர். 'நித்ய கன்னி' பல எழுத்தாளர்களின்

வெளிப்படையான பாராட்டைப் பெற்றது. திருமண பந்தமும், அதன்மேல் ஏற்றி வைக்கப்பட்ட புனிதத்தையும் மறுத்த 'வேள்வித் தீ' அவருக்கு மரியாதைக்குரிய இடத்தை நல்கியது. 'வேள்வித் தீ'க்குப் பிறகு, அடுத்த தலைமுறை எழுத்தாளர்கள் அவரைக் கவனிக்கத் தொடங்கினார்கள்.

தன் வாழ்க்கையின் சுமார் 20 ஆண்டுகால அனுபவத்தைக் 'காதுகள்' என்ற பெயரில் எழுதினார். இந்த நாவலின் கதாநாயகன் மகாலிங்கம் அவர்தான். மகாலிங்கத்தின் மத்திய வயதில் (36,37) அவன் உள்ளிருந்தும் வெட்ட வெளியிலிருந்தும் பல ஓசைகளை, குரல்களை அவன் காதுகளுக்குள் கேட்க நேர்கிறது. கெட்ட வார்த்தைகள்கூட அவருக்குள் கேட்டன. வெங்கட்ராமன் வாழ்க்கையில் வாய்திறந்து அட்டகாசமாகச் சிரித்தவர் இல்லை. வசைச் சொல்லைப் பெய்தவரும் இல்லை. அப்படி நினைப்பவரும் இல்லை.

எம்.வி.வி. இதை, 'அது' தனக்கு வைக்கும் பரிட்சையாக எடுத்துக்கொண்டார். 'அது' என்பதை அவர் பல சமயங்களில் குரு என்பார். சில சமயங்களில் முருகன் என்பார். ஆனால், தன் உடம்பு, தெய்வத்துக்கும் அருவருப்பு தரும் உருவங்கள், கெட்ட ஆவிகள் ஆகியவைகளின் போராட்ட ஸ்தலமாக மாறி இருக்கிறதை அவர் ஒரு சாட்சியாக இருந்து கவனிக்கத் தொடங்கினார். தன்னைத் தான் கவனித்து, தன்னைத் தான் கேட்டு, தன்னைத் தான் உணர்ந்து, எழுதப்பட்டிருக்கிறது இந்த நாவல். வேறுவகையில் சொன்னால், எம்.வி.வி.யின் உடல் ஒரு குருக்ஷேத்ரமாக வடிவமைக்கப்படுகிறது. இரண்டு அணியினர் போரிடுகிறார்கள். அவர் தெய்வத்தைச் சார்ந்து நிற்கிறார். நன்மைக்கும் தீமைக்குமான போரில், தெய்வம்கூடச் சுலபமாக ஜெயிக்க முடிவதில்லை. குருக்ஷேத்ரப் போரில் அதிகமாக இழந்தவனும் கிருஷ்ணனாகத்தானே இருக்கிறான். ஆனாலும் தன் குரு, அந்தக் கெட்டவைகளை வெற்றி கொள்வார் என்று நம்புகிறார் மகாலிங்கமாகிய வெங்கட்ராமன். அந்த நம்பிக்கைதான் நாவலின் பக்கங்கள்.

இதை எம்.வி.வி. தன் வாழ்க்கை வரலாற்று நாவல் என்கிறார். விமர்சகர்கள் சிலர் இது மேஜிக்கல் ரியலிச நாவல் என்கிறார்கள். மனநல மருத்துவக்காரர்கள் இது ஒரு ஆடிட்ரி ஹாலுயூசினேஷன் சார்ந்த நாவல் என்கிறார்கள்.

தமிழ் நாவல் சரிதத்தில் இது ஒரு முக்கியமான, வாசிக்கப் பட வேண்டிய நாவல் என்பது ஒரு நிச்சயமான உண்மை.

திருவல்லிக்கேணி **பிரபஞ்சன்**
25.12.2014

வேதநாராயணப் பெருமாள் கோயில் வாயிலின் மூன்று படிகள் ஏறி நாலாவது படிமீது கால்வைத்தபோது மகாலிங்கத்துக்கு ஒரு பெரிய சந்தேகம் வந்துவிட்டது. 'எனக்கே சகிக்க முடியாத ஆபாசம் எனக்குள் சேர்ந்திருக்கிறது. இதைச் சுமந்துகொண்டு உள்ளே போனால் கோயில் தோஷப்பட்டு விடுமோ?' என்று தயங்கியபடி அவன் வலது காலை மூன்றாவது படிக்கே மீட்டுக்கொண்டான். நிமிர்ந்தபோது, வெகுதொலைவில், விளக்குச் சுடருக்கு அப்பால், ஒளிக்கலங்கலில் மறைந்து நின்று பெருமாள் கவலை மிகக் கொண்டவராய்த் தன்னைப் பார்த்துக் கொண்டு இருப்பதைக் கண்டான்.

'நான் உள்ளே வந்து விடுவேனோ என்று பெருமாள் பயப்படுகிறார் போலும்; சிங்கப்பற்களும் உருட்டு விழிகளுமாய் இரண்டு கோபக்காரர்களைக் காவலுக்கு நிறுத்தி வைத்திருக்கிறாரே!' என்று சொல்லிச் சிரித்துக் கொண்டான். அவருக்கும் அவனுக்கு இடையில் இருந்த கொடிக்கம்பமும் அவரை அவனுக்குக் காட்டாமல் மறைத்துவிட முயன்றது.

இரண்டு தேவியருடன் கர்ப்பக்கிருகத்தின் கதகதப்பில் இருப்பவருக்கு யார் வருகிறார்கள் என்று கவனிக்க நேரம் கிடைக்குமா? கர்ப்பக்கிருகம் என்றதும், நிணமும் நீரும் ரத்தமும் நாறும் சினை முட்டைக்குள் தலைகீழாய்க் கட்டித் தொங்கவிடப் பட்டது போல் கருப்பப்பையிலுள்ள சிசுவைப் பாடப் புத்தகங்களில் சித்தரித்திருக்கிறார்கள் அல்லவா? அது அவன் நினைவுக்கு வந்தது; அருவருப்பாக இருந்தது.

'நான் அசுத்தமாக இருக்கிறேன், கோயிலுக்குள் போகக்கூடாது' என்று எண்ணி, இரண்டாவது

படிக்கு அவன் இடது காலை இறக்கியதும் அவனுக்குள் மீண்டும் தயக்கம் தலையெடுத்தது.

'ஆலயத்தரிசனத்துக்கு அகத்தூய்மையும் புறத்தூய்மையும் தேவை என்கிறார்கள். நீராடித் தூய ஆடை கட்டிக் கொண்டு வந்திருக்கிறேன். என் அகத்தில் சேர்ந்துள்ள அசுத்தத்துக்கு நானா பொறுப்பு? அசுத்தத்தை அகற்றுவதற்காகத்தானே ஆலயம்? என் பெண்ணைக் காப்பாற்று என்று தெய்வத்திடம் முறையிடவும் எனக்குத் தகுதி இல்லையா? நான் ஏன் கோயிலுக்குள் போகக் கூடாது?' என்று மேல்படியில் வலது காலை வைத்தான்.

இந்தக் கோயிலைத்தான் பிர்மன் கோயில் என்கிறார்கள். எல்லாவற்றையும் படைக்கிற பிர்மாவைப் படைத்தவர் வேத நாராயணப் பெருமாள். தந்தை பெயர் பின்தங்கித் தனயன் பெயர் பிரபலம் ஆகிவிட்டது. படைப்பாளிக்கு மிகுதியான சந்நிதிகளும் வழிபாடும் கூடாது போலும்; பிர்மாவுக்கு அருமையாக இந்தக் கோயிலில் ஒரு சந்நிதி இருப்பதால், அவர் பெயரால் கோயில் புகழ்பெற்றது.

படைப்புத் தொழில் என்பதே ஆபாசம் தானா? எனக்குள் ஆபாசங்களுக்கே ஆபாசமான ஓர் உலகம் சிருஷ்டிக்கப்படுகிறதே, அதற்கும் இறுதிப்பொறுப்பு இந்தப் பிர்மாதானே? இவரையே நேரில் கேட்கலாமே!—என்று மனத்தைத் திடப்படுத்திக் கொண்டு படியேற முயன்றதும், யாரோ கால்களை விலங்குபோல் கட்டிக்கொண்டு 'போகாதே, போகாதே' என்று தடுப்பதாய் அவனுக்குத் தோன்றியது. மேலே ஏறவும் மனம் திடப்படவில்லை, கீழே இறங்கவும் மனம் வரவில்லை.

சேற்றில் விழுந்த குருடன், கைப்பிடித்து அழைத்துச் செல்லும் வழிகாட்டிக்காகத் தவிப்பதுபோல், மூன்றாவது படிமீது மகாலிங்கம் மலைத்து நின்றான்.

○

இவனுக்குத் தன்னைப்பற்றி என்ன தெரியுமோ அதைவிட அதிகமாக எனக்கு இவனைப் பற்றித் தெரியும்; நான் இவனை எந்நேரமும் கவனித்தபடி இருக்கிறேன்; ஆனால், இவன் என்ன நினைக்கிறான், என்ன செய்கிறான் என்பது புரியாமல் நானே மயங்கிய சந்தர்ப்பங்கள் பல உண்டு.

மகாலிங்கம் பெரிய அறிஞன் என்றோ, பெரும்பக்தன் என்றோ அல்லது மகாயோகி என்றோ நான் ஒருநாளும் கணித்ததில்லை. தெய்வநம்பிக்கை இவனைத் தொத்திக் கொண்ட பரம்பரை வியாதி. சிறுவயதிலேயே அது வேரோடி

வளரும் வகையில் வித்திட்டு, தண்ணீர் பாய்ச்சி, உரமிட்டு வளர்த்தவர்கள் இவனுடைய தாயும் தக்பபனாரும்தான், அவர்களுக்கு எழுதப்படிக்கத் தெரியாது; ஆகையால். தெய்வ நம்பிக்கை ஒன்றையே முதல்பலமாகவும் மூலபலமாகவும் நம்பி வாழ்க்கையை நடத்தினார்கள். அந்த நம்பிக்கையும் சிக்கல் இல்லாத மிகமிக எளிமையானது.

அம்மா கருக்கலில் எழுந்திருப்பாள்; கடுங்குளிரானாலும் நீராடுவாள்; அவளுடைய மஞ்சள் பூச்சும், குங்குமப் பொட்டும் சுமங்கலிகள் பலருக்கு வழிகாட்டியாக அமைந்தன. சுவாமி படத்தைக் கும்பிட்டுவிட்டுக் குடும்பப்பணியைத் தொடங்குவாள். மாலையில் ராமசாமி கோயிலுக்கோ, கும்பேசுவரன் கோயிலுக்கோ, அல்லது கால க்ஷேபத்துக்கோ போகத் தவறமாட்டாள். மகாலிங்கம் அம்மா பிள்ளை; அவளுடைய சேலை முந்தானையைப் பிடித்துக் கொண்டு பின் தொடருவான். கோயிலும் காலக்ஷேபமும் இவனுக்கு சிறு வயதில் அவ்வளவாகப் பிடிக்காது; ஆனால் அம்மாவோடு ஒட்டிக் கொண்டதால் இவன் அவற்றை ஏற்க வேண்டியதாயிற்று.

அப்பா முதலில் விழித்துக்கொள்வாரா, அம்மா விழித்துக் கொள்வாளா என்று கூறமுடியாது. அவரும் காலையில் நீராடிவிட்டு, நெற்றியில் திருமண் இட்டுக்கொண்டு பூசையும் வழிபாடும் ஆரம்பிப்பார். பூசைவிதிகளோ, நாமாவளியோ கூட அவருக்குத் தெரியாது. தஞ்சாவூர் மாடல் வெண்ணெய் உண்ணும் கண்ணன், பட்டாபிஷேக ராமன், தாயார்சகிதம் திருப்பதி பெருமாள் – இந்த மூன்று படங்களும் முதன்மையாக இருக்க மற்ற பல தெய்வங்களின் சித்திரங்கள் சுற்றியிருக்க, அப்பா நீண்ட நேரம் பூசை செய்வார்.

அவர் நாள் முழுவதும் பூசையில் இருந்தாலும் மகாலிங்கம் வருத்தப்பட்டிருக்கமாட்டான்; ஆனால் கற்பூர ஆரத்திக்குப் பிறகுதான் வீட்டில் எல்லாரும் சாப்பிட வேண்டும் என்று அவர் சட்டம் போட்டிருந்தார்; மகாலிங்கம் செல்லப்பிள்ளைதான். ஆயினும் அவனும் சட்டத்தை மீறி நடக்க முடியாது; மீறினால் கடுமையான தண்டனை கிடைக்கும். வயிற்றில் பகாசுரன் எங்கே எங்கே என்று கத்திக்கொண்டே இருக்க, முகத்தைச் சுளித்துக்கொண்டு இவன், 'எப்போது அப்பா பூசையை முடித்துத் தொலைப்பார்' என்று முணுமுணுத்துக்கொண்டிருப்பான்; கற்பூர ஆரத்தி ஆனதும் அப்பா தருகிற துளசி, பூவன்பழத்துண்டை வாயில் போட்டபடியே சமையல் அறைக்குத் தாவுவான். அப்பாவின் தெய்வப்பித்து இந்தத் தினசரி காலைத் தொல்லையோடு நிற்கவில்லை. அவர் பிழைப்புக்காகவும் வாரிசுக்கு சொத்துவைக்க

வேண்டும் என்பதற்காகவும் வியாபாரம் செய்துவந்தார். லாபம் சம்பாதிக்க நயமாக வாங்குவது, அருமையாக விற்பது, பொய்சொல்வது, கூலியைக் குறைப்பது போன்ற வேலைகளைக் கவனிக்க வீட்டில் சில குமாஸ்தாக்கள் இருப்பார்கள். மின்சார வெளிச்சம் வராத அக்காலத்தில் இரவு எட்டு மணி அளவில் கடைகட்டி விடுவார்கள். கடை கட்டுவதற்கு முன் இவனுக்கு ஒரு தொல்லை; வீட்டோடு இருந்த வியாபாரம்; கடை கட்டுவதற்கு முன்பு அப்பா, அம்மா, மகாலிங்கம் மற்றும் அச்சமயம் வீட்டில் இருக்க நேர்ந்தோர் எல்லாரும் கடையில் கூடுவார்கள்; ஒரு குமாஸ்தா பக்த விஜயம் புத்தகத்தை வைத்துக்கொண்டு, ராமதாசர், கபீர், புரந்தரதாசர், மீராபாய் போன்ற பக்தர்களில் ஒருவரின் வரலாற்றைப் படிப்பார்: பல தடவை கேட்ட வரலாறுகள்; எனினும் புதிதாய்க் கேட்பவர்கள் போல் அம்மாவும் அப்பாவும் கண்ணீர் ததும்பக் கேட்டுக் கொண்டிருப்பார்கள். மகாலிங்கத்துக்கும் கண்ணீர் வரும்; 'இந்த சனியன் பிடித்த மனுஷன் வேகமாய்ப் படிக்கக்கூடாதா?' என்கிற கோபக் கண்ணீர். கதை முடிந்த பிறகுதான் சோறு கிடைக்கும். சிலசமயம் அப்பா உற்சாகமாய், 'மாலி, இன்றைக்கு நீ படி' என்று ஆணையிடுவார். அவ்வளவுதான்; புத்தகம் எடுக்கும்போதே கைகள் நடுங்கும்; அழுகை வரும்; தொண்டை கட்டிக் கொள்ளும்; எழுத்துக் கூட்டிப் படிக்கிறவன்போல், மெதுவாய்ப் படிப்பான். 'உரத்துப் படிடா!' என்று அப்பாவோ, அம்மாவோ தூண்டியபடி இருப்பார்கள்; வழக்கத்தைவிட அரைமணி தாமதமாகச் சாப்பிட வேண்டியிருக்கும்.

பகவான் இந்தச் சிறுவனை மேலும் பல வழிகளில் சோதனை செய்தார். அப்பா முதலில் ஜன்மநட்சத்திரப் பஜனை என்று ஆரம்பித்தார். அது வாராந்தர – சனிக்கிழமை தோறும் – பஜனையாகியது. பத்துப் பன்னிரண்டு பாகவதர்கள் வருவார்கள்; இப்போதுபோல் அப்போது பாகவதர் பஞ்சம் இல்லை. இரவு ஏழு மணிக்கே பஜனை தொடங்கி, ஒன்பது ஒன்பதரைக்கு முடிந்து விடும். பிறகு புளியோதரை, தயிர் சாதம், சுண்டல், மசால் வடை இப்படி விநியோகம் நடக்கும். பாகவதர்களோடு, மகாலிங்கத்தின் நண்பர்களும் சேர்ந்து கொள்வார்கள். இவனுக்கும் பஜனை சுவாரசியப்பட்டது; ஆனால், அதையும் கெடுத்துவிட்டார் அப்பா.

அவருக்கு எழுதப் படிக்கத் தெரியாது; சங்கீதஞானம் கிடையாது; பாடவும் வராது. அவருடைய ஞானம் முழுவதும் செவி வழியே சம்பாதித்ததுதான். தம்மைப் போல், தம் ஒரே மகனும் இருந்துவிடக்கூடாது என்று விரும்பினார். இவனுக்குத் தியாகராஜர், தீட்சிதர், புரந்தரதாசர் கீர்த்தனைகள்

சிலவற்றையாவது கற்றுக் கொடுத்து விடவேண்டும் என்று ஆசைப்பட்டார்; பாகவதர்களோடு சேர்ந்து பாடினால் சுளுவாக சங்கீதம் வந்துவிடும் என்று எண்ணினார். பாகவதர்களும் அவரோடு ஒத்துழைக்கத் தயாராக இருந்தார்கள். முதல் கட்டமாக, ஹார்மோனியப் பெட்டியை இவனிடம் கொடுத்து, சுருதி போடச் சொன்னார்கள். பாகவதர்களின் அணியோடு சேர்ந்து உட்காரவே அவனுக்குப் பிடிக்கவில்லை. அப்பாவுக்குப் பயந்து அந்தப் பொறுப்பை ஒருவாறு நிறைவேற்றி வந்தான். நண்பர்களோடு அரட்டை அடித்தபடி பஜனை கேட்பதால் உண்டாகும் மகிழ்ச்சி பறிபோயிற்று. இரண்டு மூன்று பஜனை களில் ஒத்துழைத்தான்; அப்புறம், ஹார்மோனியத்தை இழுத்த படி, தூங்கி விழலானான். பாகவதர்கள் அவனுக்கு விடுதலை கொடுத்தார்கள்.

அப்பா விடுவதாக இல்லை. பாகவதர்களோடு சேர்ந்து பாடுமாறு அடுத்த உத்தரவு பிறப்பித்தார். இவன் அவர்களோடு சேர்ந்து உட்காருவான். உதடுகளைச் சேர்த்துத் தைத்து விட்டாற்போல் வாயைக் கெட்டியாக மூடிக்கொள்வான். அப்பா கெஞ்சுவார், பாகவதர்கள் கெஞ்சுவார்கள், பிறகு அப்பாவுக்கு கோபம் வந்து விடும்; வாயில் வந்தபடி திட்டுவார்; தலை குனிந்து கொண்டு அழுவானே தவிர வாயிலிருந்து பாட்டு வராது. பாகவதர்களுக்கு அவனிடம் இரக்கம் உண்டாகி, இந்தச் சோதனையிலிருந்தும் இவனைக் காப்பாற்றி, தோழர்களோடு விளையாடுகிற இவனுடைய உரிமையை மீட்டுக் கொடுத்தார்கள்.

சங்கீதம் கற்கக்கூடிய அந்த நல்ல வாய்ப்பைப் பயன்படுத்திக் கொள்ளாதது பற்றி இப்போது இவனுக்கு வருத்தமாக இருக்கிறது; பாகவதர்கள் எல்லோரும் சங்கீதஞானம் உள்ளவர்கள்; சிலர் மிகத்தேர்ந்த வித்வான்கள். இவன் சற்று ஒத்துழைந்திருந்தாலும் எளிதாக இசையறிவு ஈட்டிக் கொண்டிருக்கலாம்.

இவனுக்கு சுவாமி பேரிலோ, பாட்டு பேரிலோ வெறுப்பு இருந்ததாய்ச் சொல்ல முடியாது. விழாக்கள், விரதங்கள் என்று விதம்விதமான பலகாரங்களுக்குக் காரணமாகிற சுவாமியை எந்தச் சிறுவனாவது கோபித்துக் கொள்வானா? கிட்டப்பா, சுந்தராம்பாள், சுப்பய்யா பாகவதர், கன்னையா, சீனிவாசபிள்ளை முதலிய நாடகப் பாடகர்கள் போலவும், மகாராஜபுரம், அரியக்குடி, முசிறி முதலிய சங்கீத வித்வான்களைப் போலவும் பாடவேண்டும் என்கிற ஆசை இவனுக்கு நிறையவே இருந்தது. பின் ஏன் பாட்டு கற்கும் வாய்ப்பை இழந்தான்?

இவனுடைய இயல்பில் அமைந்துவிட்ட ஒரு முடிச்சுதான் முக்கியமான காரணம்: பெண்களுக்கே ஒவ்வாத அளவு

இவனுக்கு சங்கோச குணம் அதிகமாக இருந்தது. குடும்பத்தினர், நண்பர்கள், தெரிந்தவர்கள் என்கிற ஒரு வட்டத்துக்குள் தாராளமாய்ப் பேசிப் பழகுவான். அதைத் தாண்டி வெளியில் வரமாட்டான். அந்நியர்களாக இரண்டு ஆண்பிள்ளைகளைக் கண்டாலோ, பேச நேர்ந்தாலோ, கூசிக்குறுகுவான்; இரண்டு பெண்களைப் பார்த்துவிட்டால் வாமனன் ஆகிவிடுவான்; நாலு பேர் சேர்ந்தாற்போல் எதிர்ப்பட்டுவிட்டால் அவனுக்குப் பின்னால் ஒளிந்து கொள்வான், அல்லது எதிர்த் திசையில் ஓடி மறைவான். வீட்டில் வியாபார ஸ்தலத்தில் உட்கார்ந்தால், நாலு பேரைச் சந்திக்க நேரும் என்று பயந்து சமையல் அறையில் பெண்களோடு இருப்பான்.

இவனுடைய இந்தப் பலவீனத்தை மாற்ற வேண்டும் என்று அப்பா மிகவும் முயற்சி செய்தார். கடையில் ஆள் தேவைப்படும்போது இவன் இருக்கமாட்டான், 'எங்கே அந்தப் பெண்டுகள் செட்டி?' என்று கர்ச்சிப்பார்; உள்ளே இருந்து இவன் ஓடி வருவான்; நாலு பெரிய திட்டுத் திட்டிவிட்டு, பத்துரூபாய் நோட்டு ஒன்றைத் தூக்கிக் கொடுத்து, 'சில்லறை மாற்றிக் கொண்டு வா?' இல்லை என்று வரக்கூடாது? என்று அதட்டி அனுப்புவார்.

அந்தத் தெருவில் பெரும்பாலான வீடுகள் வியாபாரி களுடையவை; வீடுகளில்தான் கடைகள்; ஓரிடத்தில் சில்லறை கிடைக்காவிட்டாலும் இன்னோரிடத்தில் கட்டாயம் கிடைத்துவிடும். ஆனால், அந்த வீடுகளில் சென்று சில்லறை கேட்பது – கடன் கேட்பதையும் யாசகம் கேட்பதையும் போல் – ஓர் இழிசெயலாக இவனுக்குத் தோன்றும். எந்த வீட்டு வாசலையும் தாண்டிப் போகமாட்டான்; திண்ணையில் ஏறி ஜன்னல் வழியாக ஒவ்வொரு கடையிலும் யார், யார் இருக்கிறார்கள் என்று பார்த்துக் கொள்வான். வீட்டுக்குத் திரும்பி அப்பாவிடம் பத்துரூபாய் நோட்டைச் சேதப்படுத்தாமல் கொடுத்து, 'எங்கேயும் சில்லறை கிடைக்கவில்லை' என்று தெரிவிப்பான்.

பிள்ளையாண்டானின் குணநலனைத் தெரிந்துவைத்திருந்த அவர், எந்தக் கடையில் யார் இருந்தார்கள் என்று குறுக்கு விசாரணை செய்வார். எந்தத் திசைநோக்கி யார் எப்படி உட்கார்ந்திருந்தார்கள், என்ன செய்து கொண்டு இருந்தார்கள் என்கிற புள்ளி விவரங்களை இவன் அடுக்கிக் காட்டுவான். இந்தப் பதில் அவருக்குத் திருப்தி தராது; பத்து ரூபாய்க்குச் சில்லறையும் தேவை. ஆகையால், 'பாபுவை அனுப்புகிறேன்; அவன் சில்லறை கொண்டு வந்தால் உன்னை என்ன செய்கிறேன்

பார்?' என்று மிரட்டுவார்; ஐந்தாவது நிமிடம், அண்டை வீட்டிலிருந்து பத்து ஒரு ரூபாய் நாணயங்களோடு பாபு வருவான். அப்பாவுக்கு அசாத்தியக் கோபம் வரும்; அவனை அடிக்கமாட்டார்; அ முதல் ஃ வரை திட்டித் தீர்ப்பார். அவருக்குத்தான் தொண்டைச் சேதம். இவன் தலைகுனிந்து படித்துக்கொண்டோ எழுதிக் கொண்டோ இருந்து விடுவான். ரயில்வே லயனுக்குப் பக்கத்தில் வசிப்பவனுக்கு ரயில் சத்தம் பழகிப் போகிறது அல்லவா? அது மாதிரி, அப்பாவின் சத்தம் இவனுக்குப் பழகிவிட்டது.

இந்தக் கூச்சம் இவன் ஜன்மத்தோடு பிறந்தது, எதனால் அடித்தாலும் போகாது என்று அப்பாமட்டும் அல்ல, நானும் முடிவு செய்துவிட்டேன். இதனால், வாழ்க்கையின் ஒவ்வொரு துறையிலும் இவனுக்குப் பல சங்கடங்கள் உண்டாயின; பலதோல்விகளுக்கும் இது காரணம் ஆயிற்று. இவனுக்கே தன் கூச்சத்தின் பெருமை நன்றாகத் தெரியும்; அதை உதற வேண்டும் என்று பலமுறை உறுதி செய்துகொள்வான். ஆனால், செயல்படும்போது, இவனையும் ஏமாற்றிவிட்டுக் கூச்சபுத்தி காரியத்தைக் கெடுத்துவிடும். அது இவனுடைய கட்டையோடு தான் போகும் போலும்.

அப்பா தம் மகனைப்பற்றிக் கண்ட கனவுகளில், இவனைப் படிப்பாளி ஆக்க வேண்டும் என்பதும் ஒன்று; இதை இவன் ஓரளவு நிறைவேற்றி அவரை மகிழ்வித்தான்; பள்ளியில் முதல் ஐந்தாறு மாணவர்களில் இவன் ஒருவன்; ஆசிரியர் களும் இவனிடம் பிரியமாக இருந்தார்கள். ஏழு, எட்டாவது வகுப்புகளில் படிக்கும்போது, பள்ளிப் புத்தகங்களைத் தவிர, தமிழ் நாவல்களையும் பத்திரிகைகளையும் நிறையப் படிக்கத் தொடங்கினான். அப்போது ஆரணி குப்புசாமி முதலியார், வடுவூர் துரைசாமி அய்யங்கார், கோதைநாயகி அம்மாள், ரங்கராஜு ஆகியோரின் நாவல்கள் தான் கிடைக்கும். முதலியாரின் தழுவல் நாவல்கள் இவனைக் கவர்ந்தன. அவரைப் போல் ஒரு துப்பறியும் நாவல் எழுத வேண்டும் என்று இவனுக்கு ஆர்வம் உண்டாயிற்று; பல பக்கங்களும் எழுதினான். அதை முடிப்பதற்குள் இவன் கவனம் பத்திரிகைகள் பக்கம் திரும்பியது. கலைமகள், ஆனந்தவிகடன், பிரசண்டவிகடன், விநோதன், அமிர்தகுண போதினி, தமிழரசு, மணிக்கொடி முதலிய மிகச் சில ஏடுகளே அப்போது வெளிவந்து கொண்டிருந்தன. ஆனந்தவிகடன் தான் மிகவும் பிரபலமாய் இருந்த காலம்; 50,000, 65,000, 75,000 பிரதிகள் என்று விகடனின் விற்பனை வளர்ச்சி, அதன் அட்டையிலேயே பொறித்திருக்கும். இவன் எல்லாப் பத்திரிகைகளையும் பெற்றோரிடம் பொய்

சொல்லியோ கடன் வாங்கியோ அல்லது சில்லறையாகத் திருடியோ வாங்கிப் படித்துவிடுவான். துப்பறியும் நாவல் எழுதும் ஆர்வம் அடங்கி, பத்திரிகைகளுக்குக் கதைகள் எழுத வேண்டும் என்ற பைத்தியம் இவனைப் பிடித்தது. எந்நேரமும் ஏதாவது யோசித்தபடி இருப்பான்; கட்டுக்கட்டாக எழுதி, அப்போது இருந்த சில பத்திரிகைகளுக்கு அனுப்புவான்; அவையும் கட்டுகட்டாகத் திரும்பி வரும், இதனால் பள்ளிப் படிப்பு கொஞ்சம் பின்வாங்கியது; முதல் ஐந்தாறு மாணவர் வரிசையில் இருந்தவன் – பத்து, பதினொன்றில் விழுந்தான் ஆயினும் இவன் படிப்பதையும் எழுதுவதையும் தொடர்ந்தான். பையன் பெரியசிந்தனையாளன் என்று தகப்பனாரும் பெருமைப்பட்டுக் கொண்டிருந்தார்.

கல்லூரியில் சேர்ந்த முதல் ஆண்டு, இவனுடைய முதல் கதை மணிக்கொடியிலும், இரண்டாவது கதை ஆனந்தவிகடனிலும் அடுத்து பல கதைகள் மணிக்கொடியிலும் வெளிவந்தன. இதனால், பணலாபம் இல்லாவிட்டாலும், எழுத்தார்வம் இவனை முழு நேர மாணவனாக இருக்க விடவில்லை. கல்லூரியில் சேர்ந்த பிறகு இவனுக்கு உலக இலக்கியமும் அறிமுகம் ஆயிற்று. 'இட்டுக் கட்டுவதே' கதை என்ற அளவோடு இருந்த இவனுடைய நோக்கு விரிவு பெற்றது. பெரும் பகுதி நேரத்தை இலக்கியப் படிப்பிலும் விசாரத்திலும் ஈடுபடுத்தியதால் இவன் இண்டர்மீடியட் தேர்வில் தோற்று, ஓராண்டுக் காலம் வீட்டோடு இருக்க வேண்டியதாயிற்று.

அப்பா முன்போல் இவனை சாமி கும்பிடச் சொல்லித் தொந்தரவு செய்வதில்லை. அறிவாளியான பிள்ளைக்குத் தெரியாததா என்ற நம்பிக்கை அவருக்கு இவனிடம் இருந்தது. நெற்றிக்குத் திருமண் இட்டுக் கொள்ளாவிட்டாலும் இவன் சாந்துப் பொட்டோ குங்குமமோ திருநீறோ இட்டுக் கொள்வதை யும் அவ்வப்போது கோயிலுக்குப் போவதையும் கண்டு அவர் திருப்தி அடைந்துவிட்டார்.

இந்தக் கட்டத்தில் ராமகிருஷ்ண பரமஹம்ஸர், விவேகானந்தர், அரவிந்தர், ரமணர் முதலிய மகாத்மாக்களின் நூல்களை இவன் நிறையப் படித்தான். உலகச் சமய மகா நாட்டில் ஹிந்து மதத்தின் வித்தாரத்தைச் சொல்லி அமெரிக்க மக்களை வியக்கவைத்த பிரம்மசாரியின் எழுத்துகள் இவனுடைய மனத்தில் ஆழ்ந்த பாதிப்பை ஏற்படுத்தின. 'நான் பிரம்மசாரியாக இருப்பேன்' என்று உறுதி செய்து கொண்டான். அவ்வப்போது காலையிலோ இரவிலோ ராமநாமத் தியானத்தில் இருப்பான். ஆனால், இவை எல்லாம் இவனுடைய தெய்வ

நம்பிக்கைக்குக் கட்டுக்கோப்பான ஓர் உருவம் கொடுக்கவில்லை; உணர்ச்சிவசப்பட்ட செயல்களாகவே அவை இருந்தன.

இவன் பிரம்மசாரியாக இருக்க முடிவுசெய்த அதே சமயம், இவனுக்குக் கல்யாணம் செய்துவைக்க அப்பா தீர்மானித்தார். இவனைக் கலந்துகொள்ளாமலே பல ஜாதகங் களையும் பார்க்கலானார். அவரே ஒரு பெண்ணைத் தேர்ந்து இவனிடம் கூறினார். இவனுக்கு அச்சமயம் பதினெட்டு வயதுதான்; படிப்பு முடியட்டும் என்று கல்யாணத்தைத் தவிர்க்க விரும்பினான். ஆனால், பெரியவருக்கு இவனுடைய மனப்போக்கு புரிந்துவிட்டது. இப்போதெல்லாம் அவர் இவனை அதட்டுவதில்லை. இவனுடைய புத்திசாலித் தனத்துக்கு மதிப்புக் கொடுத்து, ‘நீ எந்தப் பெண் வேண்டும் என்றாலும் எனக்குச் சம்மதம். வேறு சாதிப்பெண்ணாக இருந்தாலும் சரி’ என்று அவர் கெஞ்சினார். வைதிக மனப்பான்மையில் மிகவும் ஊறிய அவர் தன்மீதுள்ள பாசத்தால் கலப்பு மணத்துக்கும் தயாராவதைக் காண இவனுக்கு வியப்பாக இருந்தது; பிரம்மசரிய உறுதி ஆடிவிட்டது. ‘நீ ஒரே பிள்ளை; உன்னோடு நம்வம்சம் நின்றுவிடக் கூடாது,’ என்று கூறும்போது அவருடைய கண்கள் கலங்கி யிருந்தன: ‘நீ எந்தப் பெண்ணையாவது விரும்பினால் தயங்காமல் சொல்லு. முடித்து வைக்கிறேன்’ என்றார்.

தான் ஒரு பெண்ணைக் காதலிப்பதால்தான் மணம் புரிய மறுப்பதாக அப்பா கற்பனை செய்து கொண்டதை இவன் புரிந்து கொண்டான்.

இவன் காதல் கதைகளும் பிரிவாற்றாமை பற்றி வசன கவிதைகளும் எழுதினான்; சில பத்திரிகைகளிலும் அவை வெளிவந்தன; பெண்களை அழகான சொற்களால் வருணித்துப் பார்த்தான். ஆனால், இவனுக்குப் பெண் என்றால் என்ன, செக்ஸ் என்பது என்ன என்கிற விவரமே தெரியாது. ஆண்கள் பெண்களைக் கெடுக்கிறார்களா, பெண்கள் ஆண்களை கெடுக்கிறார்களா என்று கேட்டால், இப்படியும் சொல்லலாம், அப்படியும் சொல்லலாம் என்றுதான் விடை கூறமுடியும். இவனைப் பொறுத்தமட்டில், வெகுவாக சாகசங்கள் செய்தும் பெண்களால் இவனை வெல்ல முடியவில்லை. இவன் பெண்களை வெறுத்துவிட்டான் என்று இதற்குப் பொருள் அல்ல. மற்ற இளைஞர்களைப் போல் இவனும் காதல் கனவுகள் கண்டுகொண்டுதான் இருந்தான். அழகான பெண்களைப் பார்த்தாலே உள்ளம் சிலிர்க்கும்; கதைகளும் கவிதைகளும் எழுதுவதற்கான எழுச்சி ஏற்படும்.

ஆனால், பெண்களோடு கண் கலந்தாலே, இவனுக்குக் கூச்சமாக இருக்கும்; தலை குனிந்துகொள்வான். யாராவது நெருங்கிவிட்டால் உடம்பு நடுங்கத் தொடங்கும்; பேசிவிட்டால் இவனுக்கு வேர்த்துக் கொட்டிப் பிதற்ற ஆரம்பிப்பான். இந்த சங்கோச புத்திதான் பல பெண்களின் படையெடுப்பிலிருந்து இவனைக் காக்கும் கவசமாக இன்றும் இருக்கிறது.

இந்த லட்சணமுள்ள தன்னைக் காதலனாகத் தகப்பனார் எப்படிக் கற்பித்துக் கொண்டார் என்பது இவனுக்குப் புரியவில்லை; ஒருவேளை அவர் தம்மைப் பிரதிபலித்தாரோ என்னவோ? அவருடைய நயமான சொற்களும், கண்ணீரும் இவனை முற்றிலும் கரைத்து விட்டன; பிரம்மசரிய விரதம் மறந்து போய் விட்டது. நான் எந்தப் பெண்ணையும் விரும்பவில்லை. உங்களுக்குப் பிடிக்கிற பெண்ணை முடிவு செய்யுங்கள் என்று திருமணத்துக்கு ஒப்புதல் தெரிவித்தான். தந்தையின் மனம் குளிர்ந்தது; தான் தேர்ந்துள்ள பெண்ணைக் குறிப்பிட்டு 'அழகாக; பெட்டி போல் அடக்கமாக இருப்பாள். வீட்டு வேலைகள் எல்லாம் நறுவிசாகச் செய்வாள். பெண்ணை நீயும் பார்த்துவிடு' என்றார். 'நான் பார்க்கவில்லை. நீங்கள் பார்த்து முடிவு செய்தால் சரி' என்று ஒரு முக்கியமான பொறுப்பை உதறிவிட்டான்.

ஐந்து நாள் திருமணம் ஆடம்பரமாக நடந்தது. மணப் பந்தலில்தான் இவன் மணமகளைப் பார்த்தான். திகைப்பாக இருந்தது. அப்பாவின் பார்வைக்கு அழகாகத் தெரிந்த பொருள் இவனுடைய பார்வைக்கு அப்படித் தெரியவில்லை. இவனுக்கு ஏமாற்றமாக இருந்தது. ஆயினும் தாலி கட்டின கணமே 'இவள் எளியவள்; இவளை உயர்ந்தவள் ஆக்க வேண்டும்' என்கிற அகம்பாவமான ஈடுபாடு இவனுக்கு அவளிடம் உண்டாகிவிட்டது.

திருமணம் இவனுடைய வாழ்க்கையில் பெரிய திருப்புமுனை ஆயிற்று, ஒரு லட்சியத்தோடு வாழ்வதற்கே வாழ்க்கை என்பது இவனுடைய இளமையின் நம்பிக்கை. பிரம்மசரியம் பூண்டு, ஆன்மீக முன்னேற்றம் கண்டு, விவேகானந்தரைப்போல் ஹிந்து சமயப் பிரச்சாரம் செய்வது என்ற லட்சியத்தை வகுக்கும்போதே, தந்தையார் அதைக்குலைத்து ஒரு பெண்ணைத் தலையில் கட்டிவிட்டார். சமய இலக்கியத்தில் போதுமான பயிற்சியும் இல்லாததால், இந்த லட்சியம் வெறும் பேராசையாக முடிந்தது. தமிழ் இலக்கிய உலகில் ஒரு உயர்ந்த இடம் பிடிக்க வேண்டும் என்பது இவனுடைய அடுத்த லட்சியம்; இங்கு இவனுக்கு ஓரளவு வெற்றி கிட்டியது; ஆனால், அந்த வெற்றி இவன் எதிர்பார்த்த

காலத்தில் கிட்டவில்லை; பலவகைத் துன்பங்களைச் சுவைத்து, அவற்றை இலக்கியப் படைப்புகள் ஆக்கின பிறகு வாசகர்கள் இவனை ஒரு படைப்பாளியாகக் கண்டுகொண்டார்கள். இந்த லட்சியத்திற்காகவும் இவன் முழுமையாகத் தன்னை அர்ப்பணித்துக்கொள்ள முடியவில்லை.

மணமாகும் வரை, இவனுக்குப் பொறுப்பு ஒன்றும் இல்லாமல், லட்சியக் கனவில் வாழ்ந்துவந்தான்; இவனுடைய கனவில் எல்லாரும் கால்களால் நடந்தார்கள். ஆனால் யதார்த்த உலகத்தில் பலர் தலையாலும், இன்னும் பலர் கைகளாலும் நடப்பதைக் காண இவனுக்கு ஒரே ஆச்சரியமாக இருந்தது. இந்த உலகத்தின் சொல்-பொருள்-அகராதியும் விசித்திரமாக இருந்தது; இந்த அகராதி நல்லவன் என்பதற்கு முட்டாள் என்றும், கடவுள் என்பதற்குப் பணம் என்றும், மதம் என்பதற்குப் பிறரை வீழ்த்தப் பயன்படும் கூர்மையான ஆயுதம் என்றும் பொருள் கூறியதைப் பார்த்து இவன் திகைத்துப் போனான்.

முதலில் இவனுடைய தகப்பனாரின் பொருளாதார வீழ்ச்சியில் அல்லல்கள் ஆரம்பம் ஆயின. வயதான அவர் படிக்கத் தெரியாததால் தானோ என்னவோ, வியாபாரத்தில் தில்லுமுல்லுகள் செய்யத் தெரியவில்லை. கேள்வியறிவு மட்டும் பெற்ற அவர் புராண இதிகாசங்கள் எது நல்லது என்று சொல்கின்றனவோ அதை மட்டும் செய்ய முனைந்தார். ஒரே பிள்ளைக்குச் சொத்து சேர்த்துவைக்க எண்ணி அவர் சொன்ன பொய்களும் ஜாக்கிரதையாக இல்லை. ஆகையால் மற்றவர்கள் அவரைச் சுலபமாக ஏமாற்ற முடிந்தது. கணக்குப் புத்தகம் ஆதாயம் காட்டினாலும், உண்மையில் நஷ்டம்தான் கண்டார். ஒருமுறை ஆண்டு முடிவில் ஐந்தொகை எடுத்துப் பார்த்தபோது, கையில் இருந்த ஆஸ்தி மதிப்பைவிட கொடுக்க வேண்டிய பொறுப்பு சற்று அதிகமாக இருந்தது; அவ்வளவுதான், அப்பாவுக்கு ஒரே திகிலாகிவிட்டது. 'எனக்குக் கடன் வந்துவிட்டது' என்று இரவெல்லாம் தூக்கமில்லாமல் அம்மாவையும் எழுப்பிக் கண்ணீர் விடலானார். நிலைமை உண்மையாக அவ்வளவு மோசமில்லை; அவரே கொஞ்சம் நிதானமாகத் தொழில் செய்திருந்தால், பள்ளத்தை மூடியிருக்கலாம். அதற்குரிய தைரியம் அப்பாவுக்கு இல்லை. கடன் கொடுத்தவர்களை ஏமாற்றுவதற்கு இப்போதுபோல் அப்போதும் பலவழிகள் இருந்தன; அப்போதும் நீதிமன்றங்கள் பிரதிவாதிகளின் கோர்ட்டுகளே. கையில் இருக்கும் சொத்துபத்துகளை விற்று ரொக்கம் ஆக்கிக்கொண்டு, இரவோடு இரவாகக் காரைக்காலுக்கோ பாண்டிச்சேரிக்கோ ஓடி ஒளிந்து கொண்டு, கடன் கொடுத்தவர்களுக்கு 'நாமம்' போடுகிறவர்கள் அப்போதும் இருந்தார்கள். பலரிடம்

கடனுக்குச் சரக்கு வாங்கி விற்பனை செய்து ரொக்கம் ஆக்கிக் கொண்டு, அந்தப் பலத்தின் தைரியத்தில் 'மஞ்சள் கடுதாசி' (இன்சால் வென்சி) கொடுத்துவிட்டு, 'உங்கள் எல்லாரையும் ஒரு கை பார்க்கிறேன்; கோர்ட்டுக்கு வாருங்கள்!' என்று கடன் கொடுத்தவர்களுக்கு 'சவால்' விடுவோரும் இருந்தார்கள். அப்பாவுக்கு இந்த லௌகிகம் தெரியாமல் இல்லை; ஆனால், அதை அவர் கையாள விரும்பவில்லை. கடன்காரர்களை ஏமாற்றினால் பெரும் பாவம் தன்னை மட்டும் அல்ல, தன் ஒரே பிள்ளையையும் பெரிதும் பாதிக்கும் என்று அவர் உறுதியாக நம்பினார். ஆகையால், தம்மை நம்பிக்கடன் கொடுத்தவர்களிடம் நேரில் சென்று, 'எனக்குக் கடன் வந்துவிட்டது. நீங்கள் கொஞ்சம் பொறுத்துக்கொள்ள வேண்டும்' என்று காந்தீய மொழியில் கேட்டுக் கொண்டார். ஆனால், கடன் கொடுத்தவர்களில் ஒவ்வொருவரும் தன் பாக்கியை வசூலித்துக் கொண்டு விடவேண்டும் என்று அவசரப்பட்டார்கள். இந்தக் கெடுபிடியில் குழம்பிய அப்பா மீது சிவில், கிரிமினல் வழக்குகளை ஒருவன் தொடர்ந்தான். அவருக்கு வழக்கு நுணுக்கங்கள் தெரியாது; ஒரே பிள்ளைக்குச் சொத்து ஒன்றும் மிஞ்சாது என்கிற வேதனையும் சேர்ந்து அவரைப் பக்கவாத நோயாளியாகப் படுக்கையில் போட்டுவிட்டது. இந்த நோய்க்கே உரிய முறையில் அவர் புத்தி சுவாதீனம் இழந்து சிறு குழந்தைபோல் அழுவதும் சிரிப்பதுமாய்த் தம் சொந்த விவகாரங்களையும் கவலைகளையும் முற்றிலும் மறந்து விட்டார். கடவுளே துணை என்று நம்பியவருக்கு அவர் கொடுத்த அருமையான மறதி மருந்து இது என்று இவன் வேதனையுடன் அடிக்கடி நினைத்தான்.

பொருளாதார வீழ்ச்சியின் விளைவாகக் குடும்பத்தில் மேலும் பலசிக்கல்கள் எழுந்தன. பொழுது விடிந்ததும் அம்மா வக்கீல் வீட்டுக்குப் போக வேண்டியிருந்தது. வீட்டு வேலைகளை இவனுடைய மனைவி காமாட்சி கவனித்துக் கொண்டாள்; இவன் கல்லூரிக்குப் போய்விடுவான். காமாட்சியின் தாயார் பெண்ணைப் பார்க்க அடிக்கடி வருவாள்; மகள் இந்தக் கேவலமான வாழ்க்கை வாழக் கூடாது என்று அவளுக்குத் தோன்றிவிட்டது. ஒரு குழந்தையின் கவனத்தை வேண்டும் நோயாளி மாமனாருக்கு பணிவிடை செய்யவும் சமையல் வேலை செய்யவுமா பெண் மணம் புரிகிறாள்? காமாட்சிக்கு அப்போது பதினைந்து வயது முடிந்திருந்தது; தாயாரின் போதனைக்குச் செவி கொடுத்தாள். ஒருநாள், கல்லூரியிலிருந்து திரும்பிய மகாலிங்கம், மாமியார், அம்மாவின் எதிர்ப்பையும் பொருட்படுத்தாமல் மகளை வீட்டுக்கு இழுத்துச் சென்று விட்டதை அறிந்தான்.

இவனுடைய மாமியார் வீடும் அதே தெருதான். மத்தியஸ்தர்கள் மூலம் அழைத்தும், நேரில் சென்று கூப்பிட்டும், காமாட்சியை அனுப்ப மறுத்துவிட்டார்கள். தனிக்குடித்தனம் வைத்தால்தான், மகள் கணவனோடு வாழ்வாள் என்று மாமியார் முடிவு சொல்லிவிட்டாள். பெற்றோரை அநாதைகளாக்க இவன் விரும்பாததால் அந்த நிபந்தனையை ஏற்கவில்லை.

பொருளாதார நெருக்கடியை விட இந்த நிகழ்ச்சி இவனை மிகவும் பாதித்துவிட்டது. மனம் ஊனப்பட்டது. உடலின் தேவைக்கும் மனத்தின் புழுக்கத்துக்கும் வடிகாலாக இருந்தவள் காமாட்சி. புத்தகப் புழுவாக இருந்த இவனுக்கு அலை அலையாக வந்த அவலங்களால் ஒரு விரக்தி உண்டாயிற்று. கடவுளை நம்புவது அறிவீனம் என்ற முடிவுக்கு வந்தான். நண்பர்களால் உய்யலாம் என்ற எண்ணம் வலுப்பட்டது; ஏனெனில், சில நண்பர்கள் அப்போது இவனுக்கு நல்ல துணையாக இருந்தார்கள். ஏதாவது புத்தகம் வாங்கினால் முன்பு 'ஓம்' என்று எழுதுவான்; 'இப்போது கடவுளை நம்பாதே, நண்பனை நம்பு' என்று எழுதலானான்.

இரண்டாவது உலகப்போர் கடுமையாக நடந்து கொண்டிருந்த காலம் அது. தகப்பனார் காலமாகிவிட்டதால், இவனும் தாயாரும்தான் வீட்டில் இருந்தார்கள், அவளுக்கு இவனிடம் பயம்; தன்னை அகதியாக விட்டு மனைவியோடு போய்விடுவானோ என்று. ஆகையால், கையிலுள்ள பணத்தையும் நகைகளையும் அவள் தன் கைவசம் வைத்துக் கொண்டாள். ஒவ்வொரு சிறு தேவைக்கும் இவன் அம்மாவின் முகம் பார்க்க நேர்ந்தது. இவனுக்குப் பணம் சம்பாதிக்க வேண்டும் என்ற முனைப்பு இதுவரை ஏற்படவில்லை; மனைவி தாய் வீட்டில் பதுங்கிவிடவே, இவனுக்கு பணம் பற்றின கவனமே அற்று விட்டது. தாயாரை எதிர்பார்க்கிற நிலைமை வந்த பிறகுதான் பிறரைச் சார்ந்து வாழாமல், தன் கால்பலத்தில் நிற்க வேண்டும் என்கிற உணர்வு இவனுக்கு வந்தது, பட்டதாரி ஆகிவிட்டான்; இரண்டாம் உலகப்போர் தீவிரமாக நடந்து வந்த சமயம்; வேலைக்கு அப்ளிகேஷன் போட்டான். பதினைந்து நாட்களில், புணேயில் வேலையில் சேரும்படி உத்தரவு வந்தது.

அங்கே சுமார் இரண்டரை ஆண்டுகள் பணியாற்றியபோதும் இவனுக்கு மன அமைதி கிட்டவில்லை. சூழ்நிலை மாறுதலும் நண்பர்கள் கூட்டமும் மகிழ்ச்சி அளித்தன. தேவையான வருமானமும் இருந்தது. ஆனால், மனத்தில் அவமானவுணர்ச்சி முள்ளாய்க் குத்திக் கொண்டிருந்தது. கடவுளே ஓடிவிட்ட பிறகு, அதைப்பற்றிய லட்சியம் எப்படி இருக்கும்? வாழ்க்கை

நதியின் ஆழம் காணமுடியாமல் நீரோட்டத்தோடு போவது போலிருந்தது. எழுத்தின் பக்கம் கவனத்தைத் திருப்ப முயன்றான். சில கதைகள் வெளியாயின. அதிகமாக எழுதினால் அதை வெளியிட வழி இல்லை. நாமே ஒரு பத்திரிகை தொடங்கினால் என்ன என்ற எண்ணம் வலுத்தது.

உத்தியோகத்தை உதறிவிட்டு ஊருக்குத் திரும்பினான். இவன் திரும்ப வேண்டும் என்ற நல்ல காலம் காத்திருந்தாற் போலிருந்தது. காமாட்சி தாயோடு சண்டை போட்டுக்கொண்டு கணவனிடம் தானாக வந்து சேர்ந்தாள். அதே சமயம், வியாபாரத்தில் சிறிது நாட்டம் இல்லாதவனை இரண்டு நண்பர்கள் வற்புறுத்திக் கூட்டாளி ஆக்கிக்கொண்டார்கள். கூட்டுவியாபாரம் ஒரு வருடம் நீடித்தது. பிறகு இவனே சொந்தத்தில் தொழில் தொடங்கினான். எப்படி நடந்தது என்று விவரிக்க முடியாதபடி, இவனுடைய திட்டம் முயற்சி எல்லாவற்றையும் மீறி, வியாபாரம் லட்சக் கணக்கில் பெருகியது.

இந்தக் காலகட்டத்தில், இவன் முன்னைவிட அதிகமாக எழுதினான். சொந்தப்பத்திரிகை என்ற கனவை இவனுடைய நண்பரும் ஸீனியருமான ஒரு பத்திரிகை ஆசிரியர் அழித்துவிட்டார். 'இது உங்கள் பத்திரிகைதானே? மற்றொரு பத்திரிகை எதற்கு?' என்று இவனை உற்சாகப்படுத்தி, இவனுடைய எழுத்துக்குத் தம் பத்திரிகையில் முதன்மை கொடுத்தார். இப்போதும் இவன் நாத்திகனே; ஆனால், இவனுடைய எழுத்துகளில் அது அதிகம் பிரதிபலிக்கவில்லை; நேர்மாறாக, இவன் கையாண்ட கதைக்கருக்கள் பெரும்பாலும் இதிகாசங்களிலிருந்து எடுக்கப் பட்டவை என்பதுதான் விந்தை; நாத்திகனான இவன் எழுதிய இதிகாசக் கதைகளே வாசகர்களைக் கவர்ந்தன.

வாழ்க்கையில் ஒரு வழியாக நிலைத்து விட்டாற்போல் ஒரு பிரமை உருவாயிற்று. வியாபாரம் பசபசவென்று தழைத்தது. சுமார் நாலு வருட செக்ஸ் தாபத்தையும் சேர்த்துத் தீர்த்துக் கொள்ள விரும்புகிறவன் போல் மனைவியை உலுக்கியதில் குழந்தைகள் உதிர்ந்தன. 'மூட்' இருக்கும்போது நிதானமாக எழுதினான். பகலில் வியாபார அலுவல்கள்; மாலையில் நண்பர்கள் புடைசூழக் கோயிலுக்குப் போவான். வலம் வரவும் கும்பிடவும் அல்ல; வழக்கமாக அங்கே வரும் அழகிகளின் நோக்காலும் நகையாலும் வளம்பெற்றுப் பருத்து வந்தான்.

இந்தச் சமயத்தில், ஓர் இரவு; இவனுக்கு ஒரு சிறிய கனவு வந்தது; கும்பேசுவரர் கோயில்; நுழைவாயிலில், வடதிசையில் பரிவார தேவதையாகக் கிழக்குநோக்கி நிற்கும் தண்டாயுதபாணியின் சந்நிதி. அவருக்கு வலது பக்கச் சுவர் மேல்

சாய்ந்தபடி நிற்கிறார் ஒரு சாமியார். தோளுக்குக் கீழே புரளும் குழல், மார்பைத் தழுவும் கருமையான தாடி, அரையில் காவி வேட்டி, மார்பைப் போர்த்தி காவிப் போர்வை (இந்தச் சாமியார் உருவம் இப்போதும் தனக்கு நினைவிருப்பதாகவும், தான் ஓர் ஓவியனாக இருந்தால் அவ்வுருவைத் தீட்டிவிட முடியும் என்றும் இவன் கூறுவான்). இவன் சந்நிதியில் வருகிறான். நெற்றியில் திருநீறும் குங்குமமும், முழுக்கைச் சட்டையும் இடுப்பில் சுற்றிய அங்கவஸ்திரமுமாய், மிகுந்த சிரத்தையோடு கூப்பிய கரங்களுடன் வருகிற இவனை: சாமியார் கண் கொட்டாமல் பார்த்தபடி நிற்கிறார். இவன் அருகில் வந்ததும் மிகமிக ஆழ்ந்த பெருமூச்சு கழித்தவாறு நிமிருகிறார். (அந்தப் பெருமூச்சு ஒலி, பல ஆண்டுகளுக்குப் பிறகு இப்போதும் தனக்கு நினைவிருப்பதாய் இவன் சொல்லுவான்)

சாமியார் பேசவில்லை. மெள்ள நடந்து, இவனுக்கு இடதுபுறம் நின்று, வலக்கரத்தால் இவனுடைய தோளைத் தழுவுகிறார். அந்தக் கணமே, அவ்விருவரையும் சுற்றி ஆணும் பெண்ணுமாய் ஏழு குழந்தைகள் தோன்றிக் கைகோத்துக் கொண்டு கும்மி அடிப்பதுபோல் ஆடிக் குதிக்கிறார்கள்.

சில விநாடிக் கனவு, விழித்துக் கொண்டான். கனவு மனத்தில் செம்மையாகப் பதிந்திருந்தது; விழிப்பில் அது மீண்டும் காட்சி ஆயிற்று. 'வேடிக்கையான கனவு!' என்று சொல்லிக் கொண்டு, சற்றுநேரத்தில் தூங்கிப் போனான்.

இவனுடைய வாழ்க்கையில் சிறுவயது முதலே கனவுகளுக்கு ஆழ்ந்த பங்கு உண்டு. அவற்றைக் கோர்வையாகப் பார்த்தால் அவை வரப்போவதைக் குறிப்பதாகவோ, நிகழ்வதை விளக்குவதாகவோ அல்லது நிகழ்ந்ததைப் பிரதிபலிப்பதாகவோ இருப்பதாய் எனக்குத் தோன்றுகிறது. வழக்கப்படி இந்தக் கனவுக்கு என்ன பொருள் என்று எனக்கு அப்போது பிடிபடவில்லை. ஆனால், கனவுக்குப் பிறகு இவனுடைய நடத்தையில் நேர்ந்த மாறுதல் logicalஆக – தர்க்க நீதியாக இருப்பதாய் எனக்குத் தெரியவில்லை. எனக்குத் தெரியவில்லை என்பதால் நிகழ்ந்த நிகழ்ச்சியின் உண்மையை மறுக்க முடியுமா?

மறுநாள் காலையில் மனைவி வீடு மெழுகுவதைக் கண்டு 'என்ன விசேஷம்?' என்று இவன் கேட்க, இன்று கிருத்திகை; 'அதைப்பற்றி உங்களுக்கு என்ன?' என்று அவள் விடைகூற, 'ஓ, கிருத்திகையா? சுவாமி மலைக்குப் போய் வருகிறேன் இன்றுமுதல் நான் கிருத்திகை விரதம்,' என்று இவன் அறிக்கை இட்டதைக் கேட்க, வீட்டுக்காரிக்கு ஒரே திகைப்பு. நேற்று இரவு படுக்கும்வரை அவளுடைய நம்பிக்கையை ஏளனம் செய்து

வந்தவன் காலையில் புதியவனாய்க் கண் விழித்தது எப்படி என்று அவளுக்கு மகிழ்ச்சியான வியப்பு. 'என்ன இப்படி?' என்று அவள் கேட்டதற்கு, 'இனி இப்படித்தான்' என்றுதான் இவனால் பதில்கூற முடிந்தது. தன்னிடம் வந்துள்ள மாறுதலுக்கான காரணத்தை இவன் அவளுக்கு விளக்கவில்லை; ஏன் எனில், அப்படி ஒரு காரணம் இருப்பதாய் இவனுக்கே தெரியாது.

இவனுக்குச் சொப்பன சித்தி கிட்டிவிட்டதாக நான் சொல்லவில்லை. இவ்வாறு தெய்வ நம்பிக்கை புதுப்பிக்கப்பட்ட பிறகும் இவன் பூஜை என்றோ, தியானம் என்றோ ஆழ்ந்து விடவும் இல்லை. வியாபாரத்தில் கவனம் செலுத்திப் பணம் பண்ணுவதிலும் நாட்டின் ஜனத்தொகையை அதிகரிப்பதிலும் தான் இவனுடைய நாட்டம் இருந்தது. இரண்டாக இருந்த குழந்தைகளின் எண்ணிக்கை ஐந்தாக உயர்ந்தது.

குடும்பபாரம் மிகுந்த இந்த நிலையில், வியாபாரம் சரியத் தொடங்கியது. ஆரம்பகாலத்தில் இவனுடைய புத்திபலத்தின் துணையை எதிர்பாராமலே தொழில் கட்டுக்கோப்பாக வளர்ந்தது போலவே, இப்போது இவனுடைய புத்திசாலித்தனமான திட்டங்களால் அது கட்டுக்கோப்பாகத் தோல்வி கண்டது. முன்பு, முன்பின் அறிமுகம் இல்லாதவர்கள்கூட ஓடிவந்து உதவித் தொழிலை வளர்த்தார்கள்; இப்போது ஆருயிர் நண்பர்கள் என்று இவன் யாரை எல்லாம் நம்பினானோ அவர்களே இவன் வீழ்வதற்காகக் குழிபறித்தார்கள். இவனைக் கீழேதள்ளி மிதிக்க வேண்டும் என்றே மனிதர்களும் மனிதர் அல்லாதவர்களும் சூழ்ச்சி செய்வதாய்த் தோன்றியது.

தொழில் சோர்ந்த இச்சமயத்தில் இவனுக்குப் பரம்பொருள் நாட்டம் அதிகம் ஆயிற்று. வியாபாரத்தில் இழந்த நிம்மதியை, வழிபாட்டில் தேடத்தொடங்கினான் என்றுகூடக் கூறலாம். அதிகாலையில் நாலுமணிக்கு நீராடிவிட்டு ஷடாக்ஷரத் தியானத்தில் இருப்பான்; இரவிலும் பெரும்பகுதி அப்படியே கழியும். பகல் முழுவதும் கந்தர் அநுபூதியைக் கூறி வழிபடும் முருகப் பெருமானையே குருநாதராக வரித்துக் கொண்டான். மனிதர் யாரையும் குருவாக ஏற்பதில்லை என்ற சங்கற்பம் தானாக இவனுக்கு உதித்தது.

ஆனால், வியாபாரத்தைச் சூழ்ந்த, குழப்பம் வழிபாட்டையும் பீடித்தது. தொடர்ந்து, இவனுடைய நடத்தையிலும் ஒரு மாறுதல் ஏற்பட்டது. எந்தக் காரியத்தைச் செய்யத் தொடங்கினாலும் ஒரு தயக்கம், தடுமாற்றம், குழப்பம். ஒன்றைச் செய்ய எண்ணிப் புறப்பட்டு, வேறு ஏதாவது செய்துவிட்டுத் திரும்புவான். புதுத்தெருவில் தேடவேண்டிய

ஆளைப் பழைய தெருவில் தேடுவான். இன்று செய்யவேண்டிய வேலையை நேற்று செய்துவிட்டதாகவோ நாளை செய்யப் போவதாகவோ எண்ணிக்கொள்வான். காரும் பஸ்ஸூம் லாரியும் எமகிங்கரர்களாய் ஓடுவதைக் கவனியாமல், யோசனை செய்தபடி நடுத்தெருவில் குறுக்கும் நெடுக்குமாய் நடமாடுவான். பொறுமைசாலியாக இருந்தவன் ஆத்திரக்காரன் ஆனான். 'ஒருநாள் பைத்தியம் பிடிக்கப் போகிறது, இடுப்பு வேட்டியைக் கிழித்து எறிந்து கல்லெறி செய்யப் போகிறேன்' என்று பலமாதங்களாய்க் கவலைப்பட்டுக் கொண்டு இருக்கிறான்.

இவனுடைய இந்தத் தடுமாற்றத்துக்கு மூலகாரணம் காதுகளே என்று எனக்குத் தோன்றுகிறது.

○

எல்லோருக்கும் இருப்பது போலவே மகாலிங்கத்துக்கும் இரண்டு காதுகள் இருக்கின்றன. முறம்போல் விரிந்த யானைக் காதுகளோ, நீளமான கழுதைக் காதுகளோ, கோணிச் சுருண்ட தேவாங்குக் காதுகளோ அல்ல. தலைக்குப் பாந்தமான அழகிய காதுகள். வீட்டுக்குச் செல்லப் பிள்ளையான அவனுடைய குழந்தைப்பிராயத்தில் இந்தச் செவிகளை வைரக் கடுக்கன்கள் போட்டுக் கௌரவித்தார்கள். கேட்க வேண்டியதைக் கேட்டுக் கொண்டு தெய்வமே என்று கிடக்கும் சாதுக் காதுகளாய்த்தான் அவை தோற்றம் தருகின்றன. ஆனால், சில ஆண்டுகளுக்கு முன்னால் அவை உலகத்தில் எங்கும் கேட்கவும் கிடைக்காத அதிசயமாகப் பெரும் புரட்சி செய்யலாயின.

செவிகள் புரட்சி செய்யும் என்று யாராவது கற்பனை செய்வார்களா? மகாலிங்கமும் முதலில் அப்படி எண்ணவில்லை. ஒரு நல்ல நாளாய்ப் பார்த்துக்கொண்டு இடதுகாது விசில் அடிப்பதுபோல் 'ஒய்ய்ய்ங் ஒய்ய்ய்ங்' என்று சத்தம் எழுப்பியது. சில மாதங்களுக்குப் பிறகு வலதுகாது அதற்கு எதிரொலி கொடுத்தது. நாடகக் கொட்டகையில் தரைக்காரர்கள் விசில் அடிப்பதுபோல் இரண்டு செவிகளும் போட்டி போட்டுக்கொண்டு ஒய்வு ஒழிவு இல்லாமல் ஒய்ய்ங்காரம் எழுப்பியபடி இருந்தன.

செவிகள் செவிடுபடுவதாய் மகாலிங்கம் நினைத்துக் கொண்டான். தாய்வழியில் பரம்பரையாக இந்த நோய் உண்டு. வாய்வுக் கோளாறு என்றார்கள். பெருங்காயம் கரைத்த நீரைக் காதுகளில் விட்டார்கள்; வெதவெதப்பாகக் காய்ச்சிய எண்ணெய் விட்டார்கள்; ஹைட்ரஜன் பராக்சைட் ஊற்றிக் காதுகளைச் சுத்தம் செய்துகொண்டான். இந்தக் கைப்பாகங்களுக்கு எல்லாம் செவிகள் மசியவில்லை. அவை போட்ட சத்தத்தால் பிறர்

பேசுவதைச் சற்றுச் சிரமப்பட்டுக் கேட்க வேண்டியதாயிற்று. அவனுக்குக் காதுமந்தம் என்பது பிரபலமாகி எல்லோரும் அவனோடு சற்று உரத்தே பேசலானார்கள். செவிடனாய் வாழப் பழக வேண்டியதுதான் என்று அவன் வருத்தத்தோடு எண்ணிக் கொண்டான்.

சிறிது காலம் சென்றபின், காதுகள் எழுப்புவது ஓய்ங்காரம் அல்ல, ஓஓஓங்காரம் என்று அவனுக்குத் தோன்றியது. தன் தியானமும் வழிபாடும் முற்றிக் கனிந்ததால் மூலாதாரத்தில் சுருண்டு உறங்கிக் கிடந்த குண்டலினி சக்தி விழித்து எழுந்ததன் விளைவாக மூல ஒலிவெளிப்பாடு கொள்கிறதோ என்று ஒரு சபலம்கூட அவனுக்கு உண்டாயிற்று. இது பேராசையான மனப்பிராந்தி என்று அந்த எண்ணத்தை ஒதுக்கினான். அவன் ஒதுக்குவதென்ன, பலவித சப்த ஜாலங்களைக் காட்டிக் காதுகளே அவனுடைய மனப் பிராந்தியை ஒழித்துவிட்டன. 'ஃபம்ஃபம்' என்று சங்கு ஊதுவது போலவும், 'ஃடாங்ஃடாங்'கென்று கோயில் மணிமுழங்குவது போலவும், 'ஜ்ஜோஹ்' என்று அலைகள் ஓலமிடுவது போலவும் 'ஞிணிங் ஞிணிங்' என்று பூஜை மணி ஒலிப்பது போலவும் 'ஃடம் ஃடம்' என்று தமுக்கு அடிப்பது போலவும் சத்தங்களின் பலசாயல்களைக் காட்டின காதுகள். இந்தச் சத்த பேதங்கள் எல்லாம் தன் செவிட்டுத்தன்மை வலுப்பதன் முன்னோடி என்று அவன் முடிவு செய்து கொண்டான். எந்த நேரத்தில் என்ன சத்தம் கிளம்பும் என்று தெரியாத இந்த நிலையில், பிறர் பேசுவதைக் கேட்பதற்கு அவன் மிகவும் கஷ்டப்பட வேண்டியிருந்தது. எல்லோரும் அவனிடம் முன்னைவிட உரத்துப் பேசத் தொடங்கினார்கள்.

எல்லையில் எதிரிகளின் படை நிற்கையில் உள்நாட்டில் பூசல் கிளப்பும் கலகக்காரர்கள் போல், பசுமையாக இருந்த தொழில் வாடிவதங்குகிற நேரம் பார்த்துக் காதுகள் கலகக்கொடி உயர்த்தியுள்ளன என்று அவன் இப்போதும் கருதவில்லை; அது ஏதோ ஒரு சின்னக் கலவரம் என்று அலட்சியம் செய்துவிட்டான். எப்போதும் அவனுக்கு மனோதிடம் மிகுதி; வியாபாரம் சேதப்பட்டாலும் முற்றிலும் அழிந்து விடவில்லை. பணப்புழக்கம் குறைந்தாலும் பஞ்சம் ஏற்படவில்லை. வியாபாரத்தைத் திருத்திவிட முடியும் என்ற நம்பிக்கை இன்னும் அவனுக்கு இருந்தது. வீட்டில் செலவுகள் வழக்கம்போல் ஆடம்பரமாக நடந்தன. நூறு வந்தாலும் செலவாயிற்று, ஆயிரம் வந்தாலும் செலவாயிற்று. தொழிலை நேராக்க அவன் போட்ட திட்டங்கள் தோல்வியே கண்டாலும் அவன் மேலும் திட்டமிட்டானே தவிர ஒடுங்கிவிடவில்லை. வறுமை தன்னையும் குடும்பத்தையும் அள்ளித்தின்ன வருவதை அவன் புரிந்து கொள்ளவில்லை;

ஒரு தோல்வியைக் கம்பீரமாக ஏற்பதும் அடுத்த தோல்வியை டம்பாச்சாரியாகச் சந்திக்க முனைவதும் அவனுக்குப் பழக்கம் ஆகிவிட்டது. தைரியம் இருந்தாலும் கவலை உள்ளுக்குள் அரித்துக்கொண்டிருந்தது.

கூட்டத்தில் கரைந்து முட்டி மோதிக்கொண்டு போவதில் அவனுக்கு எப்போதுமே ஆனந்தம். அன்று பங்குனி உத்திரம். மகாமகக் குளத்தில், கும்பேசுவர சுவாமி, மின்சார அலங்காரம் செய்யப்பட்ட தெப்பத்தில் உல்லாசமாகப் பவனிவந்து கொண்டிருந்தார்; வாணங்களாலும் வெடிகளாலும் ஆகாயமே அலங்கரிக்கப்பட்டது. குளத்தைச் சுற்றிக் கூட்டம் வழிந்தது. மகாலிங்கம் கூட்டத்தில் இடித்துத் தள்ளிக்கொண்டு சுவாமி தரிசனத்தை முடித்துக்கொண்டு அவன் வீட்டுக்குத் திரும்பிய போது இரவு ஒருமணிக்கு மேல் ஆகிவிட்டது. அசதியால் மெய் மறந்து தூங்கிவிட்டான்.

தூங்கிய சிறிது நேரத்தில் அவன் ஒரு கனவு கண்டான். அவனுடைய நண்பன் ஒருவன் அவனை விடப் பணக்காரனாக இருந்தவன்; எல்லாவற்றையும் இழந்துவிட்டு, அடுத்த வேளைச் சோற்றுக்கு என்ன செய்வது என்று கலங்கிக் கொண்டிருந்தவன். அவனுக்கு இரண்டு பெண்கள்; இருவருமே கல்யாணத்துக்கு நிற்பவர்கள்; நல்ல அழகிகள்; இருவரிலும் மூத்த பெண் பேரழகி.

கனவில் மணப்பந்தல் தெரிந்தது; அந்தப் பேரழகியின் கழுத்தில் ஓர் ஆணழகன் மாலை சூட்டுவது தெரிந்தது. மாலை சூட்டும் காட்சி முடிந்ததும், மணவாளனும் மணமகளும், கழுத்தும் மார்பும் மூடச்சூட்டிய மாலைகளுடன், மிக உவகையுடன் சிரித்த வண்ணம் ஒரு பெரிய மாளிகையில் கிருகப்பிரவேசம் செய்யும் காட்சியோடு கனவு முடிந்தது.

மகாலிங்கத்திற்கு விழிப்பு வந்தது. கனவும் நினைவு வந்தது. 'கன்னிப் பெண் கலியாணப் பெண்ணாகிறாளே கனவில்! ஒரு வேளை இந்தப் பெண்ணுக்கு இப்படி ராஜகுமாரன் போல் ஒரு மாப்பிள்ளை வரப் போகிறானோ!' என்று நினைத்துக் கொண்டான் (ஆறு மாதங்களுக்கு அப்பால் அப்படித்தான் நிகழ்ந்தது). இந்த விளக்கம் அவனுக்குச் சமாதானம் தரவில்லை; நண்பனின் பெண்ணுக்குப் பெரிய இடத்து மாப்பிள்ளை கிடைக்கப்போகிறான் என்கிற செய்தி மகாலிங்கத்தில் கனவில் ஏன் வரவேண்டும்? இந்த ஆனந்தத் தம்பதி யாரைக் குறிப்பிடுகிறது?

'முருகனும் தேவயானையும் தான் இப்படி எனக்குக் காட்சி தந்திருக்கிறார்கள்; குருநாதர் வந்துவிட்டார்; இனி எனக்கு

விமோசனம் பிறந்துவிடும்' என்று எண்ணிக்கொண்டே அவன் தூங்கிவிட்டான்.

மீண்டும் ஒரு சொப்பனத்துக்கு அவன் சாட்சி ஆகிறான்.

அவன் இருந்த தெருவில் ஒரு கறுப்புப் பெண் வருகிறாள்.

இந்தக் கறுப்புப் பெண் மகாலிங்கத்துக்கு நாலைந்து வருடங்களுக்கு முன் அறிமுகமானவள். பக்கத்துத் தெருக்காரியான அவள் அவன் வீட்டுக்கு அவ்வப்போது வருவாள். அவளுடைய கலியாணத்திலும் அவன் கலந்து கொண்டான். அவனுடைய வயதில் பாதிதான் இருக்கும்; அவனுடைய ரசிகை என்று சொல்லிக் கொள்வாள்.

முதல் இரவன்றே அவளுக்கு ஹிஸ்டீரியா வந்துவிட்டது. பிறந்த வீட்டுக்குத் திரும்பினாள். அப்புறம், பெற்றோர் அவளைப் புக்ககத்துக்குக் கொண்டுபோய் விடுவதும், இரண்டு மூன்று நாளில் அவள் ஹிஸ்டீரியா என்றுகொண்டு திரும்புவதும் வழக்கம் ஆயிற்று. கன்னிப் பெண்ணாக இருந்தபோது எப்போதாவதுதான் மகாலிங்கத்தின் வீட்டுக்கு வருவாள்; கலியாணம் ஆகிவிட்ட சுதந்திரத்துடன் இப்போது அவள் அடிக்கடி வரத் தொடங்கினாள்.

மகாலிங்கத்திடமும் காமாட்சியிடமும் மாமியாரின் கொடுமையாலும் கணவனின் அசட்டுப் புத்தியாலும் தனக்கு புக்ககம் போகவே பிடிக்கவில்லை என்று சொல்லி அவர்களுடைய இரக்கத்தை ஈட்டிக்கொண்டாள். அவன் தனியாக இருந்தபோது, கணவன் ஒரு நபும்சகன் என்றும், அவனுடைய கொணஷ்டையான செய்கைகளைத் தன்னால் சகிக்க முடியவில்லை என்றும் அவனைப் பார்த்தாலே தனக்குப் பயமாகி ஹிஸ்டீரியா வந்துவிடுகிறது என்றும் அவள் கண்ணீர் பெருக்கியபடி கூறினாள். மகாலிங்கத்துக்கு அவளிடம் மிகுந்த அனுதாபம் உண்டாயிற்று.

அவளுடைய கதை இதுவரை கோணல்; மேலும் அது கோணியது. இதுவரை அவள் மகாலிங்கத்துடன் ஒரு தந்தையோடு பழகுவதுபோலப் பழகிவந்தாள்; அல்லது, அவன் அப்படி எண்ணிக் கொண்டான். தன் சோகக்கதையைக் கூறியபின் அவள் சற்று அதிகமான அலங்காரத்தோடு வர ஆரம்பித்தாள்; பெண்ணின் பார்வையைப் பார்த்தாலே போதாதா, அவளைப் புரிந்துகொள்ள? அவனுக்கும் புரிந்தது; ஆனால் காட்டிக்கொள்ளவில்லை.

ஒருநாள் அவள், 'எனக்கு மூர்த்தி போல் ஒரு குழந்தை வேண்டும் என்று ஆசையாக இருக்கிறது,' என்றாள் அவனிடம்.

'செகண்ட் மேரியேஜ் செய்துகொண்டால் தானே உனக்குக் குழந்தை கிடைக்கும்?' என்று கூறிவிட்டு அவன் மனைவிக்குப் பக்கத்தில் போய் நின்று கொண்டான். ஆனால், அவள் விடுவதாக இல்லை; குழந்தைகள் எல்லாரும் பள்ளிக்கூடம் சென்றுவிட, காமாட்சி சமையலறையில் சுறுசுறுப்பாக இருக்க, அந்த வீட்டில் தனிமை சுளுவாகக் கிடைக்கும். அவள் மற்றொரு நாள் அவனை வலுவாக வளைத்துக் கொண்டாள்.

'மாமா, என்னைப் புரியவில்லையா? இத்தனை கதை எழுதுகிறீர்கள், உங்களுக்குத் தெரியாதா? உங்களைப் பார்த்த முதல்நாளே, நான் உங்களை லவ் செய்கிறேன். மாமா, மூர்த்தி போல குழந்தை தரமாட்டீர்களா?' – அவள் கெஞ்சினாள்.

தானாக வருகிற இளம்பெண்ணை ஒதுக்குகிற பக்குவம் அவனுக்கு இன்னும் வந்துவிடவில்லை மோகம் இருக்கத்தான் இருந்தது. கூடவே, அவள்பால் ஒரு பரிவும் இருந்தது.

தயக்கத்தை உதறிவிட்டு அவன் அவளை அணுகியபோது, திடீரென்று செருப்பால் அடிப்பது போல், அவளிடமிருந்து ஒரு துர்நாற்றம் அவனைத் தாக்கியது; வயிற்றைப் புரட்டிக் குமட்டிக் கொண்டு வந்தது. உடம்பே வற்றிவிட்டாற்போல் இருந்தது.

தன் அருவருப்பை வெளியில் காட்டிக் கொள்ளாமல் 'இப்போது வேண்டாம், இன்னொரு நாளைக்கு ஆகட்டும், என்று அவளை ஆற்றி அனுப்பிவிட்டான்.

'அந்தப் பெண் ஒரு மாதிரியாகப் பழகுகிறாள்; அவள் வந்தால், இனிமேல் இங்கே வரக்கூடாது என்று சொல்லிவிடு?' என்று மனைவியை எச்சரித்தான்.

அப்புறம் அந்தப் பெண் மகாலிங்கத்தின் வீட்டுக்கு வருவதில்லை.

இந்தக்கூடா நட்புக்கதை சில நாட்களுக்கு முன்னால்தான் நடந்தது.

கனவில், அதே பெண்தான் வருகிறாள்.

திண்ணையில் நின்றுகொண்டிருந்த மகாலிங்கம் அவளைக் கண்டதும், அவள் தன்னைப் பார்த்து விடக்கூடாது என்கிற அவசரத்தில், 'புக்ககம் போக பஸ் ஸ்டாண்டுக்குப் போகிறாள் போல இருக்கிறது,' என்று எண்ணியபடி வீட்டுக்குள் விரைகிறான்.

அந்தப் பெண் பின்னால் திரும்பித் திரும்பி பார்த்தபடி வருகிறாள். பின்னால் கொஞ்ச தூரத்தில் அவளுடைய

அண்ணன் வருவதைக்கண்டு, மகாலிங்கத்தின் வீட்டுக்கு நேர் எதிர் வீட்டுக்கு ஓடி ஒளிந்து கொள்கிறாள்.

அண்ணன்காரன் ஒவ்வொரு வீட்டையும் உற்றுப்பார்த்தபடி வந்தவன், அவள் அந்த வீட்டுக் கதவுக்குப் பின்னால் ஒளிந்திருப்பதைக் கண்டு விடுகிறான்.

அவன் கோபமாக உள்ளே சென்று, அவளிடம் கத்துகிறான். 'மூட்டை எல்லாம் கட்டிவிட்டுத் தேடினால் ஆளைக் காணோம். பத்தரை மணிக்குப் பஸ்; நேரமாயிற்று; புறப்படு?'

'நான் புக்ககத்துக்குப் போகவில்லை.'

'இன்றைக்கு புறப்பட்டு வருவதாக அவர்களுக்கு லெட்டர் எழுதி விட்டேனே?'

'இனிமேல் நான் அங்கே போகமாட்டேன்.'

'போகாமல், இங்கேயிருந்து என்ன செய்யப் போகிறான்.'

அந்தப் பெண் மகாலிங்கத்தின் வீட்டைச் சுட்டிக்காட்டி 'இனி நான் அவரோடு இருக்கப் போகிறேன்!' என்று துணிச்சலாய்ப் பதில் சொல்கிறாள்!...

...இந்தக் கட்டத்தில், கனவோடு தூக்கமும் கலைந்து மகாலிங்கம் எழுந்து உட்கார்ந்தான்.

கலியாணக்கோலக் கனவு கண்டு விழித்தபோது மனத்தில் உண்டான மகிழ்ச்சி இப்போது உண்டாகவில்லை, மனசு சிணுங்கியது. 'அவள்தான் ரொம்பப் பேரை லவ் பண்ணுகிறாளே! இனி நான் அவளுக்கு எதற்கு?', என்று ஹாஸ்யம் செய்ய முயன்றான்; சிரிப்பு வரவில்லை. 'அவளைப்பற்றின ஞாபகமே எனக்கு இல்லை. என் சொப்பனத்தில் அவள் ஏன் தோன்ற வேண்டும்? அவளுக்கு என்மேல் மோகம் என்றால் அவளுடைய கனவில் நான் தோன்றுவதுதானே பொருத்தம்?' என்று எண்ண மிட்டான். அப்படியானால் இந்தக் கனவுக்குப் பொருள் என்ன?

நிறைவு பெறாத வேட்கை கனவாக வரும் என்று ஃபிராயிட் கூட ஒப்புக்கொள்கிறான். அவனுக்கு அவளிடம் ஆசை ஏற்பட்டது மெய்தான்; ஆனால், அந்த ஆசை நிறைவேறவில்லை என்ற வருத்தம் அவனுக்குக் கிஞ்சித்தும் இல்லை. வருத்தமாவது, அந்த நிகழ்ச்சி நினைவுக்கு வந்தாலே, ஒரு துர்நாற்றம் தன்னைத் துரத்தி அடிப்பதாய் அவனுக்குத் தோன்றுகிறது.

அந்தப் பெண் தோன்றின கனவுகூட நாறுவதாய் அவனுக்குக் கூசியது.

‘எல்லாக் கனவுகளுக்கும் அர்த்தம் சொல்லக் கூடிய புலவர் யாரும் இருக்கமுடியாது,’ என்று தேற்றிக் கொண்டு தூங்க முயன்றான்.

தூக்கம் பாயைச் சுருட்டி வைத்து விட்டது. வாடகைப் பாக்கி மூன்று மாதம் சேர்ந்துவிட்டது. வீட்டுக்காரர் அவனிடம் மிகவும் மரியாதையாக நடந்து கொள்கிறார். ஆயினும், ஒவ்வொரு மாதமும் அவருடைய குமாஸ்தா நாலைந்து தடவை வந்தும் மூன்று, நாலுமாதப் பாக்கி என்று நின்றால் அவருக்கு அவனிடம் வருத்தம் ஏற்படாமல் இருக்குமா? பாக்கி அதிகமானால் அவனுக்கும் கஷ்டம்தான். மளிகையிலும் ஏறக்குறைய இதே நிலைமை, எவ்வளவு வேண்டுமானாலும் எடுத்துக்கொள்ளுங்கள்; என்றது போய் அவ்வளவு எதுக்குங்க? கொஞ்சம் குறைவாக எடுத்துக்கொள்ளுங்களேன்; என்கிற நிலைமைக்கு வந்திருக்கிறது.

இந்த நிலைமையை மாற்ற வேண்டும் என்றால் வியாபாரத்தை நேராக்க வேண்டும். ஆனால் அவன் எதைத் தொட்டாலும் கரி ஆகிறது. இந்த உலகத்தில் பணத்தோடு சம்பந்தப்படுத்திதான் மானத்தை அளவெடுக்கிறார்கள். பணம் இல்லாதவன் ஏழை மட்டும் அல்ல, மானம் கெட்டவன். அப்படித்தான் உலகம் அர்த்தம் செய்கிறது. இந்த இழி நிலைக்கு ஆளாகாமல் தப்புவது எப்படி?

காதுகள் சிரிப்பொலி எழுப்பின; தம்பட்டம் அடிக்கும் ஓசை எழுப்பின.

‘இந்த நேரத்தில் இது வேறு தொல்லை!’ என்று காதுகளை நொந்துகொண்டே நாற்காலியில் உட்கார்ந்தான். தூக்கம் முற்றிலும் விலகிவிட்டது. என்ன செய்வது என்ற தவிப்பும், ஒன்றும் நடக்கவில்லையே என்ற பெருமூச்சுமாக உட்கார்ந்திருந்தான்.

‘கடவுள் தான் என்னைக் காப்பாற்ற வேண்டும்!’ என்று அரற்றியபடி இருந்தான் அவன்.

‘மாலி! மாலி!’ என்று மிக அருகில் கூப்பிடுகுரல் திடீரென்று கேட்கவே அவனுக்குத் தூக்கிவாரிப் போட்டது. சுற்றிலும் பார்த்துக்கொண்டு வாசல் பக்கமும் பார்த்தான். யாரும் அவ்வழியாக வந்ததாய்த் தெரியவில்லை; கதவு தாழிட்டபடி இருந்தது. ‘சே! என்ன பிரமை!’ என்று கண்களை மூடிக்கொண்டு கவலைகளைப் பின்பற்ற முயன்றான்.

குரல் ஒலி முன்னைவிடத் தெளிவாய் வந்தது: ‘மாலி! நீ அபயக்குரல் கொடுத்ததும் நான் வந்து விட்டேனே? நான் இருக்க, பயம் ஏன்!’

இம்முறை சந்தேகத்துக்கு இடமில்லை. வெளியார் யாரும் அவனோடு பேசவில்லை. அவனுடைய காதுகளின் பேசும் குரல்தான் அது. இதுவரை அவை சத்தம் உண்டாக்கிக்கொண்டு இருந்தன; அப்படிப் பழகிக் குரலைத் தீட்டிக்கொண்டு மனிதக் குரலில் பேசத் தொடங்கிவிட்டதாய்த் தோன்றியது. தொடக்கத்தில் தெய்வம் என்றும் ஆத்ம விசாரம் என்றும் பக்கத்தில் அமர்ந்து கொண்டு குரல் ஒலி பேசவே, எந்தத் தெய்வத்தை நான் குருதேவராக வரித்து வழிபடுகிறேனோ, அவர் மகிழ்ந்துபோய் என்னோடு பேச ஆரம்பித்துவிட்டாரோ என்று அவனுக்கு ஒரு புளகமான சந்தேகமும் உண்டாயிற்று. அந்தச் சந்தேகத்துக்குப் பொருந்தவே குரல் ஒலியும் பேசியபடி இருந்தது.

இரவு முழுவதும் அவனுக்கு உறக்கமில்லை. உடம்பு களையாறத் தவித்தது. அவன் படுக்கையில் போய்விழுந்தான். அப்போதும் பேச்சு தொடர்ந்தது. 'என்னைத் தூங்கவும் விடாமல் பேசுவது தெய்வமாக இருக்குமா?' என்ற ஐயம் எழுந்தது. தெய்வம் மகான்களிடம் குரல் ஒலியாகப் பேசியது என்று அவன் புத்தகங்களில் படித்திருந்தான்; ஆனால், தெய்வம் எத்தனை வார்த்தைகள் பேசியது என்ற புள்ளிவிவரத்தை எந்தப் புத்தகமும் தரவில்லை. தெய்வம் மௌனமாக உபதேசம் செய்தது என்று சில நூல்கள் சொல்வதை அவன் அறிவான்; இங்கே, நேர்மாறாக அல்லவா நடக்கிறது! தவம் செய்து ஆண்டவன் தரிசனம் தரும்போது, என்ன வரம் கேட்பது என்று தெரியாமல் பக்தன் திணறுவான் என்பார்கள். இங்கோ, இறைவன் மாலியைக் குறித்துத் தவம் இயற்றி, அவனைத் தரிசித்த பரவசத்தில் இப்படி உளறலாகவும் குளறலாகவும் பேசுவதாய்த் தோன்றியது.

இந்தச் சந்தேகம் அவன் உள்ளத்தில் எழுந்ததுமே குரல் ஒலியின் போக்கு மாறிவிட்டது. அவனையும் குடும்பத்தார் எல்லாரையும் ஏசத்தொடங்கியது. ஓயாத பேச்சு அவனுக்கு அலுத்தது. 'இதெல்லாம் ஒரு பிரமை; சத்தம் என்பதே இல்லை; இந்தச் சத்தம் பிரமை, பிரமை, பிரமை,' என்று சொல்லிக் கொண்டான். ஆனால், ஒரு குரல் பலகுரல்களாய் மாறியது. எல்லாக் குரல்களும் ஏககாலத்தில் பேசின. பல பேர் பல இடங்களில் பலவிஷயங்களைப் பற்றி பலப்பல நேரங்களில் பேசியதைக் காதுகள் திரும்பவும் ஒலிபரப்புவது போல் இருந்தது. பைத்தியம் பிடிப்பதற்கு முன் இப்படித்தான் ஆகுமோ என்று அவனுக்கு அச்சம் உண்டாயிற்று. அந்த இரவு அவனும் தூங்கவில்லை, சத்தமும் தூங்கவில்லை.

விடியலின் வெளிச்சத்தில் பேய் பிசாசுகளின் சக்தி ஒடுங்கும். காதுகள் ஓய்ந்துவிடும் என்று ஆர்வத்தோடு எதிர்பார்த்தான்.

ஆனால் விடியட்டும் என்று காதுகளும் காத்திருந்தாற்போல் இருந்தது. அவன் வெந்நீரில் குளித்துவிட்டுச் சற்றுத் தெளிவு பெற்றதாக நினைக்கும்போதே, காதுகள் பலகுரல்களில் குழப்பம் செய்வதை விடுத்து, ஒரே குரலில் நிதானமாகப் பேசலாயின. நின்றாலும் உட்கார்ந்தாலும் நடந்தாலும் யாரோ பக்கத்திலிருந்து பேசுவதுபோல் இருந்தது. ராத்திரி கண்விழித்த கலக்கம் அவனுக்கு இருந்தது, அந்தக் குரலுக்கு இல்லை.

'என்னை அவமானம் செய்துவிட்டு, கோழை போல் ஒளிந்து கொண்டு விட்டால், என்னால் கண்டுபிடிக்க முடியாது என்று எண்ணிவிட்டாயா? என்னை இழிவுபடுத்தியதற்கு உன்னைப் பழிவாங்க வந்திருக்கிறேன். உன்னைக் குடும்பத்தோடு நாசம் செய்யப் போகிறேன் ...'

அடித் தொண்டையிலிருந்து வரும் கட்டைக் குரல் எனினும் அது பெண்குரல் என்று அவனுக்கு நன்றாகப் புரிந்தது. அதைக் கேட்கும் போதே அடிவயிற்றில் கொதித்த ஓர் அச்சஉணர்ச்சி நெஞ்சில் ஏறி நின்றது. அது எங்கேயோ கேட்ட குரல் போலவும் இருந்தது.

'நீ யார் என்றே எனக்குத் தெரியவில்லை. உன்னை நான் எப்படி அவமதிக்க முடியும், எப்படி இழிவுபடுத்த முடியும்?' – என்றான் மகாலிங்கம்.

'உனக்கு மறந்து போகும்: எனக்கு எப்படி மறக்கும்? நான் யார் என்று உனக்குத் தெரியவில்லையா?'

'கண்ணுக்குத் தெரியாததை நான் எப்படிப் புரிந்து கொள்ள முடியும்?'

'என் குரலைக் கொண்டும் உன்னால் கண்டு கொள்ள முடியவில்லையா?'

அவன் பதில் கூறவில்லை. அடிக்கடி கேட்ட குரல்போல அவனுக்குத் தோன்றியபடி இருந்தது.

'ஆமாம், அடிக்கடி கேட்டகுரலாகத் தெரிகிறது; ஆனால்; எப்போது கேட்டோம் என்று உனக்கு நினைவு இல்லை, அப்படித்தானே? நான் நாசகாளி. பல பிறவிகளாய் என்னைக் கும்பிட்டு, என்னோடு சுடுகாட்டில் அலைந்து கொண்டிருந்த நீ என்னை விட்டு ...'

'எந்தப் பிறவியில் எந்தத் தெய்வத்தைக் கும்பிட்டேன் என்று எனக்கு எப்படித் தெரியும்? ஆனால், கடவுளை எந்தப் பெயரால் வழிபட்டால் என்ன? இருப்பது ஒன்று; அதை எந்தப் பெயரால் அழைத்தால் என்ன?'

‘அந்த ஒன்று நானே என்பதை மறந்துவிட்டு அலைந்து கொண்டு இருக்கிறாய். கடவுளை எந்தப் பெயரால் வழிபட்டாலும் சரிதான் என்றால், என் பெயர் சொல்லியே வழிபடலாமே? காளி, காளி என்று கனவிலும் கதறிக் கொண்டிருந்தவன் நீ முருகா, ராமா என்று ஏன் கட்சி மாற வேண்டும்?’

‘காளி, காளி என்று நான் உருகியது எனக்குத் தெரியாது. இந்தப் பிறவியில் என் மனசுக்குப் பிடித்த பெயரால் வழிபடுகிறேன்: என் தெய்வத்தையே குருவாகவும் வரித்திருக்கிறேன். உன் பெயரைச் சொல்லவில்லை என்பதற்காக என்னைப் பழிவாங்க வந்திருக்கிறாயா? அதற்காகத்தான் என்னை இப்படித் துன்புறுத்துகிறாயா?’

‘அதற்காகத்தான் வந்திருக்கிறேன். உன் குடும்பத்தில் எல்லாருடைய ரத்தத்தையும் உறிஞ்சப் போகிறேன், உங்களை எல்லாம் நெருப்பில் இட்டு நீறாக்கி ஊதப்போகிறேன்...’

‘ஒரு தெய்வம் பழிவாங்கவரும் என்று நான் கேள்விப் பட்டதில்லை...’

‘தினமும் தெய்வத்தோடு பழகி உனக்கு அதைப் பற்றி ரொம்பத் தெரிந்து விட்டது? முட்டாள்?’

எதிரில் இருக்கும் ஓர் ஆளுடன் பேசுவதுபோல் அவன் அக்குரல் ஒலியோடு பேசினான். அதனுடன் பேசினால் நியாயம் பிறக்கலாம் என்ற நம்பிக்கைதான் அவனைப் பேசத் தூண்டியது. பேசிய பிறகு, பேசியது தப்பு என்று தோன்றி வாயை அடக்கிக் கொண்டான். அது தெய்வத்தின் குரல் அல்ல என்பது உறுதி ஆயிற்று; ஆனால், என்ன அது? அது அவனை தொடருவதற்குக் காரணம் என்ன?

அதனுடைய மிரட்டலுக்கு அவன் அஞ்சி விடவில்லை. ஆனால், அஜீரணத்தால் வரும் ஏப்பம்போல் ஒரு பயம் தானாக அவனுக்குள் வந்தபடி இருந்தது; இந்தப் பயத்தின் ஜனன ரகசியமும் தெரியாததால் அவனுக்குள் மற்றொரு பயம் எழுந்தது.

தொழில் இழந்து, நாணயம் தவறி, வறுமையின் தலைவாயிலில் நிற்கிற நேரத்தில் இது என்ன புதிய, புதுமையான துன்பம்!

தனக்கு வந்துள்ள புதிய கஷ்டத்தை மனைவியிடம் சொன்ன போது, அவளும் பயந்துபோனாள். அவன் தியானத்தில் இருப்பதற்கும் பாராயணம் செய்வதற்கும் பெரும் துணையாக இருந்தவள்.

'உங்களுக்கு ஏதோ தேவதைக்கோளாறு சாயங்காலம் சாம்பசிவப் பூஜாரியைப் பார்ப்போம்,' என்று அவள் தனக்குத் தெரிந்த யோசனை சொன்னாள்.

சாம்பசிவம் படைவெட்டி மாரியம்மன் கோயில் பூஜாரி. மாந்திரீகத்தில் கெட்டிக்காரர். ஏவல், பில்லிசூன்யம் முதலியவற்றை நீக்குவதில் வல்லவர் என்று கும்பகோணத்தில் மட்டும் அல்ல, வெளியூர்களிலும் பெயர் பெற்றவர்.

ஆனால், ஒரு மந்திரவாதியிடம் போக மகாலிங்கம் உடன்படவில்லை. தெய்வ வழிபாட்டினால் வந்த வினை இது. தெய்வத்தால் தீர வேண்டும் என்று கூறிவிட்டான்.

தொழிலைத் திருத்திப் பொருள் தேடிக்கொண்டால் காதுகள் என்ன; ஐந்து புலன்களும் ரகளை செய்தாலும் சமாளிக்க முடியும் என்று கவனத்தை அந்தப் பக்கம் திருப்ப முற்பட்டான். ஆனால் காதுகளை அவ்வளவு சுளுவாக அலட்சியம் செய்ய முடியவில்லை. அவை அவனுடைய தொழில், குடும்பம், சமூகம், சமயம் முதலிய எல்லா விவகாரங்களிலும் இருபத்து நான்கு மணிநேரமும் குறுக்கிட்டன. வியாபாரத்தை நேர்படுத்த அவனிடம் சரியான திட்டம் இல்லை; ஆனால், அதைக் கவிழ்ப்பதற்குக் காதுகளிடம் பல திட்டங்கள் இருந்ததாய்த் தோன்றியது.

ஒரு நாள் அவன் மிகவும் கவலையாகக் கணக்குப் புத்தகங்களைப் புரட்டிக்கொண்டு இருந்தான்.

'டேய், கணக்குப் புத்தகத்திலே காசு காய்க்குதான்னு பார்க்கிறியா? அது மரத்துப் போச்சு; இனிமே குட்டி போடாது. ஒன் தர்பாரும் முடிஞ்சி போச்சு. நீ, ஒம் பெண்சாதி குளந்தெங்க எல்லாரும் கையிலே கப்பரையோட தெருவிலே 'கோவிந்தா, கோவிந்தா' போட்டுகிட்டே போறதுதான் அடுத்த சீன். அதெப் பார்த்து நான் சிரிப்பா சிரிக்கப் போறேன்' – வலது தோளுக்குப் பின்னாலிருந்து மகாலிங்கத்தின் கையிலிருந்த கணக்குப் புத்தகத்தை எட்டிப்பார்த்தபடி பேசுவதுபோல் ஒலித்தது குரல்; அது ஆண்குரல்.

இடது தோளுக்கு அருகிலிருந்து பேசுவதுபோல் ஒரு பெண் குரல் கீச்சுக் குரல் – பதில் கூறியது: 'யாருடா அவன், என் மாலி விசயத்திலெ தலெ விட்றவன்? மரியாதியா ஓடிரு; இல்லியோ, கொன்னுடுவேன் கொன்னு!'

'ஏண்டி, என்னைப் பார்த்தா யாருடா என்கிறே? இந்த மாலி பய கிட்டெ இருக்கிற மோகத்திலே, புருசன்காரனெக் கூட ஒன்னாலெ கண்டுக்க முடியல்லே; இல்லே?'

'என்னாது, என்னாது, புருசன்காரனா? தாலிகட்டினவன் கணக்கா பேசறியே, என்னா திமிர் இருக்கும் ஒனக்கு! ஜாக்கிரதையா பேசு. பெண்டாட்டியை அதட்றாப்போல பேசினியோ, நாக்கை இழுத்து அறுத்து புடுவேன்!'

'ஏண்டி, தாலி கட்டினாத்தான் புருசனா? நீ என்னெ காதலிச்சியா, இல்லியா?'

'என்னடா கதை வுட்றே? நானே கதை எழுதறவ; எங்கிட்டயே கதை சொல்றியா? நான் ஒன்னெ எப்படா காதலிச்சேன்?'

'சுமாரா, ஒரு ஐநூறு அறநூறு வருசத்துக்கு முந்தி ...'

'மண்டு, மண்டு நான் அப்போ பிறக்கவே இல்லியே ...'

'நீ எப்போடீ செத்துப்போனே, மறுபடியும் பொறக்க ...'

'ஆமாண்டா, மறந்துட்டேன் பார்த்தியா? நான் பொறக்கவே இல்லே; இல்லே?'

'நீ பொறக்கல்லேன்னா என்னே எப்படிக் காதலிச்சியாம்?'

'நான் சதா குமரி, நீ சதா கிழம்?'

'ஏ குட்டி, என்னெப் பார்த்தா கிழவன்னு சொல்றே? நல்லா பாருடீ ...'

'ஏய், மரியாதியா எட்டிப்போயிரு. நான் மாலிக்காக காத்திருக்கிறது. இன்னொருவாட்டி இப்பிடி மேல விளுந்தியோ, கடிச்சிருவேன், ஆமா!'

'ரொம்ப பெரிய பத்தினி இவ. மாலிக்காவ காத்திருக்காளாமே! ஒனக்காவ நான் எத்தினி காலமா ஒத்தெ காலாலே நின்னுகிட்டிருக்கேன்! நான் மட்டும் சும்மா இருந்துடுவேனா?'

'போடா அந்தண்டை, போகமாட்டே?'

'விடுடீ, ஐயோ விடுடீ, கடிக்காதேடீ... ஐயோ, கடிச்சிட்டியே... இன்னமே நான் ஆம்பிள்ளேன்னு எப்படி சொல்லிக்கிறது ... ஹும் ... ஹும் ... ஹும் ...'

'அளாதேடா கண்ணு தெருவோட போற பொண்ணுங்க கிட்டே வாலாட்டினா இப்பிடித்தான் ஆகும்னு எல்லார்கிட்டேயும் சொல்லு, போ. ஏண்டா, இன்னும் நிக்கிறே? நான் மாலியை லவ் பண்ணனும், போடா அந்தப்பக்கம்!'

'நான் போயிடணும் என்கிறே, அவ்வளவுதானே? சரி, போயிட்றேன். மாலி தரவேண்டிய பாக்கியை குடுத்துரு, நான் ஓடியே போறேன்.'

'ஏய் அன்னாடங்காச்சி! மாலி ஒன்கிட்டே எப்போடா கடன் வாங்கினாரு?'

'ஒம் மாலி யாருகிட்டே கடன் வாங்கல்லேன்னு கேளு; விரல்விட்டு சொல்லிட்றேன். எல்லாரண்டையும் வாங்கினாப்போல என்னண்டையும் கடன்வாங்கி இருப்பான்னு வச்சுக்கோ. வாங்கினதெ மறந்து போறதுதானே ஒங்க ஐயா வேலை?'

'இப்போ நீ போறியா இல்லியா?'

'பல்லைக் காட்டாதேடி; பார்த்தாலே பயமா இருக்கு. நான் போயிடணும், நீ இந்த பயலை லவ் பண்ணணும். அவ்வளவுதானே? சரி, போயிட்றேன்... ஒண்ணு சொல்லிவிட்டு போறேன், கேட்டுக்கோ இந்த மாலி பய எங்க தெருப்பக்கம் வரட்டும், இவனை நடுத்தெருவிலே விட்டு ஒதெச்சி, கீழே தள்ளி, பையிலே இருக்கிற பணத்தைப் பிடுங்கிக்கல்லேன்னா எம் பேரு... ஏண்டி, என்பேர் என்னடீ?'

ரேடியோ ஒலிச்சித்திரம்போல் உரையாடல் விறுவிறுப்பாக வந்தது. எல்லாம் *PORNO* – ஆபாசம். எப்போதும் பண்பட்ட மொழியே பேசிப் பழகிய அவனுக்கு அருவருப்பாக இருந்தது. பேச்சைக் கவனிக்கக் கூடாது என்று எண்ணினாலும் தன்னை மீறியே தான் அப்பக்கம் கவர்ச்சிக்கப்படுவதை உணர்ந்தான். வெளிச்சந்தடி எனில் காதுகளைப் பொத்திக் கொள்ளலாம்; காதுகளே கூச்சலிட்டால் என்ன செய்யமுடியும்? யாரிடமாவது சொல்லி ஆறுதல் அடைவதற்கும் வழி இல்லை. 'உன்னைப் படைத்த பிர்மா மறதியாக உன்காதுகளுக்குள் மினி டிரான்சிஸ்டர் வைத்துவிட்டாரோ?' என்று கேலிதான் செய்வார்கள், பலகாலம் பலர் பேசிய ஆபாசப் பேச்சுகளைப் பதிவு செய்துகொண்ட டேப்ரிக்கார்டர் தன் காதுகளுக்குள் இயங்குகிறதோ என்று அவனுக்கே தோன்றியது.

காதுகள் ஒலியைக் கேட்பதற்காக ஏற்பட்டவை; ஐம்புலன்களில் ஒன்று; நவத்துவாரங்களில் இரண்டு; வெறும் ஜடக்கருவிகள். அவை சண்டித்தனம் செய்து, கேட்கவேண்டிய பணியைச் செய்யாமல் நிறுத்திக்கொண்டு, செவிடாகலாம். இதற்குமேல் அவற்றுக்கு வேறு உரிமைகள் இருப்பதாய் அவன் கேள்விப்பட்டதில்லை. ஆனால், அவனுடைய இந்தக் காதுகளோ ஒலிகளை ஏற்பதில் தகராறு செய்வதோடு, பிறபுலன்கள் செய்ய வேண்டிய பணிகளைப் பறித்துத் தாமே ஒலிகளை எழுப்பத் தொடங்கியுள்ளன. நல்ல தனமான ஒலிகளையாவது எழுப்பக்கூடாதா? அநாகரிகமானவை என்றும், ஆபாசமானவை என்றும் ரகசியத்தில் பேசப்பட வேண்டியவை என்றும்

பண்பட்டவர்களால் தள்ளிவைக்கப்பட்ட சொற்களே இந்தக் காதுகளின் வாயிலிருந்து கோடைமழையாகக் கொட்டுகின்றன.

பண்பாடுள்ளவனாக வாழ வேண்டும் என்று விரும்பிய அவனுக்குக் காதுகளின் கலகம் மிகத் துன்பம் தந்தது. அமைதியை வேண்டிய அவனுக்கு, இருபத்துநாலு மணிநேரமும் உள்ளும் உடனும் இருந்த சத்தம் மிகக்கொடுமையாக இருந்தது சத்தத்தால் தூக்கம் அருமை ஆகிவிட்டது; தூங்கினாலும் அசிங்கமான கனவுகள் காட்சியாகவும் ஒலி வடிவமாகவும் வந்தன. கண்விழித்ததும் உரையாடல்கள், சொற்பொழிவுகள்; விவாதங்கள், பாட்டுகள், மிரட்டல்கள், ஏச்சுகள் ஏதாவது வேலையாகப் புறப்பட்டு வாசலைத் தாண்டும் போதே, 'ஒண்ணும் நடக்காது, பேசாமல் வீட்டோடு கிட!' என்ற வாழ்த்துரை கூறி வழி அனுப்பும், மனைவிக்கு அருகில் போகும்போதே, 'மூஞ்சியைப்பாரு மூஞ்சியை, ஏழூர் பீடை... சகிக்கல்லே... உ...வ்...வே...' என்று வாயிலெடுக்கப் போவதுபோல் ஒலி எழுப்பும். பெற்ற மக்களைப் பார்த்தால், 'கடன்காரர்கள் சாப்பிட்டுச் சாப்பிட்டே உன்னை ஓட்டாண்டி ஆக்க வந்த சனியன்கள்?' என்று வெறுப்பை உமிழும்.

பிறருடன் பேசுவதே அவனுக்கு மிகவும் சிரமம் ஆகிவிட்டது. 'இன்று என்ன சமையல்?' என்பது போன்ற சாதாரணக் கேள்விகளைக் கிரகிக்கவே அவனுக்கு இரண்டொரு விநாடி ஆகும். காது மந்தமானவன் என்று முன்பே புகழ்பெற்று விட்டவன்; எல்லோரும் இரண்டாவது, மூன்றாவது முறையும் கேட்ட கேள்வியையே உரத்துக் கேட்க ஆரம்பித்தார்கள்.

தன்னைத் தீய சக்திகள் துன்புறுத்துகின்றன என்பது பற்றி அவனுக்குச் சந்தேகம் இல்லை; அதைச் சாமாளிக்க மந்திரவாதிகள் யாரையும் அணுகுவதில்லை என்று முடிவு செய்துவிட்டான். தெய்வபலத்தின் துணையால் தான் அத் தீயசக்தியை வெல்லமுடியும் என்பது வெளிப்படை. கலியாணக் கோலக் கனவு அவனுக்கு எப்போதாவது ஞாபகம் வரும்; 'என் குருநாதர் எனக்குத் துணையாக இருப்பதை அந்தக் கனவு சுட்டுகிறது' என்று சற்றுத் தைரியமாக இருக்கும். ஆனால் காதுகளின் கலகம் வலுத்துக்கொண்டே போக அந்தத் தைரியம் குன்றிவிட்டது. 'சாதனையை அதிகமாக்கி நான் தெய்வபலத்தைச் சேகரித்துக் கொள்ள வேண்டும்' என்று எண்ணி அதற்கான முயற்சியும் செய்தான்.

தியானத்தில் அமர்ந்து பார்த்தான். மணிக்கணக்கில் அமைதியாகத் தியானத்தில் இருந்த காலம் போய்விட்டது. இப்போது, பெரிய கூட்டத்துக்கு நடுவில் தியானம் செய்ய

உட்காருவது போலிருந்தது. கொச்சையான காமம் காட்சியாகவும் சொல்லாகவும் நினைவாகவும் அவனை முற்றுகை இட்டது. அதற்கும் தனக்கும் சம்பந்தமில்லை, அது வேறு, தான் வேறு என்று பிடிவாதமாகத் தியானத்தில் உட்கார முயன்றான். அப்படியே தூக்கம் வந்தது; அரை வினாடி, ஒரு வினாடித் தூக்கம் என்றாலும் அதிலும் காமக்காட்சிகளோ அல்லது பயங்கரமான உருவங்களோ கனவுகளில் வந்து அவன் திடுக்கிட்டு விழித்துக் கொள்வான்; முகத்தை அலம்பிக் கொண்டு மறுபடியும் அமருவான். மனத்தை ஒருமுகப்படுத்த விரும்பி, பார்வையைப் புருவ மத்தியில் நிலைக்கச் செய்தால், புருமத்தியே ஆகாயவெளியாகி அங்கே எண்ணற்ற கோர உருவங்கள் அவனுக்குக் 'க்ளோஸ் – அப்' பில் காட்சி கொடுக்கும்.

இவ்வளவையும் மீறி, 'என்ன ஆபாசம், கோரம் வந்தாலும் சரி, தியானத்தை விடமாட்டேன்' என்று அவன் உறுதியாக உட்கார்ந்தால் பத்மாசனத்திலிருந்த அவனை 'யாரோ' கீழே உருட்டிவிடுவார்கள். சில சமயம், கழுத்தைத் திருகத் தொடங்குவார்கள்; அதை அவன் பொருட்படுத்தாமல் இருக்க, முகம் ஏறக்குறைய முதுகுப்பக்கம் இருக்கும். இன்னும் சில சமயங்களில் அவன் குருநாதரின் உருவப் படத்துக்கு அருகில் போக விடாமல் பூஜை அறையிலேயே மூலைக்கு மூலை அவனைத் தூக்கி எறியும். பூஜை அறை ஒரு விநோதமான உடற்பயிற்சிக் கூடம் போல் ஆகிவிட்டது. பிறருடைய பார்வையில் படாத தனி இடத்தில்தானே இந்தப் போராட்டங்களை நடத்த முடியும்? அவன் வீடு மாற்ற வேண்டிய நிர்ப்பந்தம் ஏற்பட்டது. புதிய வீட்டில் பூஜைக்குத் தனி அறை அமையவில்லை; ஆகையால், பூஜையையும் தியானத்தையும் அவன் நிறுத்த வேண்டியதாயிற்று.

காதுகளோடு போராடிக்கொண்டும், பூஜை அறையில் சோதனைகள் செய்துகொண்டும் இருந்தால் குடும்பம் எப்படி நடக்கும்? ஏற்கனவே, அவனுடைய தொழில் சரிந்துகொண்டு இருந்தது; இந்தக் கலவரங்களும் சேரவே சரிவின் வேகம் மிகுந்தது. வியாபாரம் படுத்த படுக்கை ஆகிவிட்டது. கொடுத்த கடனைக் கேட்பது என்றாலே அவனுக்குக் கூச்சமாக இருக்கும்; இந்த நெருக்கடியில் கேட்கப்படாமலே போய்விட்டது. அவனுக்குக் கடன் கொடுத்தவர்களோ விட்டுக்கொடுக்கவும் தயாராக இல்லை; பொறுத்துக்கொள்ளவும் தயாராக இல்லை. விளைவாக, அவனுடைய தொழில் வாங்குவதும் விற்பதும் அற்று சூனிய நிலையை அடைந்தது.

வறுமையின் மூல பலங்கள் யாவும் அவன் மீது படை எடுத்துவிட்டாற்போல் இருந்தது.

வறுமையின் புகழைப் பலர் பலவிதமாகப் பாடிவிட்டார்கள். படிக்கவும் கேட்கவும் சுகமாக இருக்கிறது. அது மானுடத்தைக் கொல்லவல்ல எவ்வளவு கூர்மையான ஆயுதம் என்பதை, அதை அனுபவித்தவர்களால்தான் புரிந்துகொள்ள முடியும். வறுமையில் செம்மை என்று பேசுகிறவர்கள் துறவிகளாகவோ பணக்காரர்களாகவோ அதிகாரபீடத்தில் இருப்பவர்களாகவோ அல்லது அரசியல்வாதிகளாகவோதான் இருக்க முடியும். எப்போதும் தரித்திரப்பட்டவர்களுக்கு அது பழகிப்போகிறது. செல்வமும் சிறப்புமாக வாழ்ந்தவர்கள் வறுமையின் வாயில் விழும்போது, அது அவர்களைக் கொஞ்சம் கொஞ்சமாக மென்று தின்று, பின்னர் அசைபோடும் கொடுமையை வருணிக்கத் துணியும் சொற்களும் வறியவை ஆகிவிடுகின்றன, இவன் இரண்டாவது வகுப்பைச் சேர்ந்தவன் குடும்பத்தோடு இவன் படும் துன்பத்தைப் பார்க்க எனக்கு மிக வேதனையாக இருக்கிறது.

எந்நேரமும் பத்துப்பேர் புடைசூழ, ஊர் வழக்குகளுக்கு நியாயம் செய்து கொண்டும், கபடிகள் என்று தெரிந்தாலும் 'அபயம்' என்று வந்தவர்களை ஆதரித்துக் கொண்டும் உற்றாருக் கும் உறவினருக்கும் தன்னால் இயன்ற உதவி புரிந்து கொண்டும் இருந்தவன் நண்பர்களிடம் இழிவுபட்டு, உறவினர்களின் உதாசீனத்துக்கு ஆளாகி, வெளியில் வரவே வெட்கி, வீட்டின் ஒரு மூலையில், புத்தகக் குவியலுக்கு இடையில் பதுங்கிவிட்டான்.

ஆண்டுக்குத் தேவையான நெல், துவரை போன்ற முக்கியமான உணவுப் பொருள்கள் எப்போதும் ஸ்டாக்கில் இருந்த காலம் போய், ஒவ்வொரு வேளைக்கும் பணம் தேடி, பண்டங்களைச் சில்லறையாக வாங்கிச் சமைத்து உண்ணவேண்டிய நிலைமை வந்தது. விருந்துக்காகவும் நட்புக்காகவும் அணையாமல் எரிந்த அடுப்பைப் பற்றவைப்பதே பெரும் பாடாயிற்று. முதலில், நகைகள் வெளியேறின. பிறகு செம்பு, பித்தளை, வெண்கலம், எவர்சில்வர் பாத்திரங்களை விற்றுச் சாப்பிட்டார்கள், அப்புறம் மரச்சாமான்கள் உணவுப் பொருட்கள் ஆயின. இனி விற்பதற்கு ஒன்றும் இல்லை, கடன் வாங்குவதற்கும் வழி இல்லை என்று நிலைமை முற்றியது. மனைவி சாமர்த்தியமாகத்தான் சமாளித்தாள். அவளும் சோர்ந்து போய், 'இனி என்னால் முடியாது, நீங்கள் ஏதாவது செய்தால் தான்', என்று ஓயாமல் புலம்ப ஆரம்பித்தாள்.

நான் சொல்லக்கூடாது; ஆனால், இவனைப் பற்றிச் சொல்வது என்று ஆரம்பித்த பிறகு சொல்லாமலும் இருக்க

முடியவில்லை; இந்தக் குடும்பத்தில் எல்லோருமே கண்ணுக்கு லட்சணமாக இருப்பார்கள். வாலிபனாக இருந்தபோது மட்டும் அல்ல நாற்பது வயதான பிறகும் இவனால் வசீகரிக்கப்பட்டு இவனை வசீகரிக்க முயன்ற டீன் – ஏஜ் பெண்கள் எத்தனை! ‘இது தப்பு, வேண்டாம்’ என்று காயக் கிலேசம் போதித்ததால், இவன் மேல் சீற்றம் கொண்டு பழிவாங்க முயன்ற பெண்களும் உண்டு.

மனைவி காமாட்சி அழகாக இல்லை என்று இவனுக்கு ஒரு குறை. பெண்ணுக்குப் புற அழகா பிரதானம்? இரண்டு மூன்று குழந்தைகளை ஈன்றதும் மங்கிப் போவதுதானே பெண்ணழகு? காமாட்சி வளமான உடம்பு; மனோபலமும் மிகுதி. இவனோடு எத்தனை துன்பங்களை எதிர்கொண்டாள். இவர்களுடைய மூன்று பிள்ளைகளும் இரண்டு பெண்களும் கண்ணுக்கும் காதுக்கும் சுகம் தருபவர்கள்.

வறுமையின் வெம்மையில் இந்தப் பசுமை வாடி வதங்கி விட்டது. இவன் ஒருவனுடைய சம்பாத்தியம்தான் குடும்பத்தைப் பேணிக்காத்து வந்தது. இவன் உள்ளம் ஒடிந்து மூலையில் முடங்கிவிடவே மனைவியும் மக்களும் ஓயாமல் உழைக்க வேண்டிய நிர்பந்தம்; எல்லோரும் உழைக்கவும் செய்தார்கள் ஒவ்வொரு சிறிய வருமானமும் தேவை என்று ஆகிவிட்டதால், எந்தச் சொற்பக் கூலிவேலை என்றாலும் தயங்காமல் செய்யப் பழகிவிட்டார்கள்.

வீட்டில் எல்லோருமே எந்நேரமும் களையிழந்தவர்களாகவும் களைப்புற்றவர்களாகவும் காணப்பட்டார்கள். பொழுது விடியும்போதே காமாட்சியின் வயிறு பகீரென்று இருக்கும்; இந்த நாளை எப்படிக் கழிப்பது என்ற கவலை அல்ல, இந்த வேளைக்கு எப்படி வழிசெய்வது என்ற கவலை திகிலாக வரும். தேர்ந்த பயிற்சி பெற்ற போலீஸ் நாய்கள் போல், எந்தச் சாமான் எந்த இடுக்கில் இருந்தாலும் அதைக் கண்டுபிடிக்கிற ஆற்றல் அவளுக்கு வந்துவிட்டது! அதை விற்பதற்கும் கிராக்கி கண்டுபிடித்துவிடுவாள்; மகாலிங்கம் மிகவும் சிரத்தையாகப் பைண்டு செய்து வைத்திருந்த பலவால்யூம்களும், இவனுக்கு வவுச்சர் பிரதிகளாகப் புத்தக வெளியீட்டு நிறுவனங்கள் கொடுத்த பல புத்தகங்களும் காமாட்சியின் கண்பட்டுக் காசாயின. அவள் ஏதாவது ஒரு கனமான புத்தகத்தைக் கையில் தூக்கிக்கொண்டு இவனிடம் வந்து, ‘வேறு வழி இல்லை; இதை எடுத்துக் கொள்ளட்டுமா?’ என்று கேட்பாள். அது என்ன புத்தகம் என்று தலை தூக்கியும் பார்க்காமல், ‘என்னிடம் ஒன்றும் கேட்காதே, போ அப்பால்’ என்று கத்துவான். அதைச்

சம்மதமாக ஏற்று, அவள் இருபது முப்பது பெறுமானம் உள்ள புத்தகத்தை இரண்டொன்றுக்கு விற்றுவிட்டு அந்தப் பொழுதுக்குத் தேவையானதை வாங்குவாள். அவளை எப்படிக் குறைகூற முடியும்? அறிவைவிட உணர்ச்சியைவிட, மானத்தைவிட வலிமையானது பசி. ஓன் பசிக்கு நான் என்னைத் தீனியாகக் கொடுத்துச் சாகலாம்; ஆனால் பசிக்கு என் குழந்தைகளைப் பலிகொடுக்க நான் தயாராக இல்லை என்பதுதானே ஒரு சரியான தாயின் கட்சியாக இருக்க முடியும்? கொதிவெயிலில் வெந்துகொண்டும் கொட்டும் மழையில் நனைந்துகொண்டும் குழந்தைகள் ஐந்துபைசாவுக்கும் பத்துப்பைசாவுக்கும் உப்பும் பருப்பும் வாங்கிவருவதைப் பார்க்கும்போது எனக்கு ரத்தக்கண்ணீர் வரும். சில நாட்களில் யாராவது பட்டினி கிடக்க நேரும். இவனுக்குத் தெரியாமல் மனைவியோ, பெற்றவளுக்குத் தெரியாமல் மூத்த மகளோ மகனோ உணவைத் துறப்பார்கள். ஓட்டைக் குடத்தில் திரவப் பொருள்தான் நிற்காது. வயிற்றில் திடபதார்த்தம் போட்டாலும், போட்டதைக் கீழே கொட்டிவிட்டு மறுபடியும் கேட்கிறதே! தரித்திரத்துக்குப் பசியும் அதிகம்.

வறுமையின் கொடுமைக்குப் பல பண்டிதர்கள் பாஷ்யம் எழுதிவிட்டார்கள். அதனால் அது உலகப் புகழ் ஈட்டிவிட்டது. எல்லோரையும் போல் இவன் இந்தப் புகழுக்கு மட்டும் உரியவனாக இருந்திருந்தால், அதில் ஆச்சரியப்படுவதற்கு ஒன்றும் இல்லை. ஆனால், இவனுடைய காதுகளின் ரசனைக்கு ஓர் உரையாசிரியர் இருப்பதாகவே தெரியவில்லை. அதன் விளக்கம் குருமுகமாய்த் தெரிந்து கொள்ள வேண்டிய ரகசிய மாக வைக்கப்பட்டு விட்டது; யாருக்கும் தெரியாது; யாராவது சொன்னாலும் புரியாது. நம் கஷ்டங்களைப் பிறரிடம் சொல்லிக் கொள்வதால் ஓர் ஆறுதல் பிறக்கிறது. ஆருயிர் நண்பர்கள் என்று சொல்லிக்கொண்டு, இவனை வலம் வந்து, இவனுடைய உதவிபெற்று ஆளானவர்கள் இவனுடைய முகவரியையே மறந்துவிட்டார்கள். இவனுக்கு அண்ணா ஒருவர்; அவர் இவனுக்கு உதவுகிற நிலையில் இல்லை. தம்பி ஒருவன்; அவன் புத்திசாலி, தன்னுடைய அகக்கொடுமையைப் புரிந்து கொள்வான் என்று இவன் அவனிடம் அதைக் கூறினான். தம்பிக்கு இவன் மேல் மாபெரும் கோபம் வந்துவிட்டது. படித்தவனாம், புத்தகம் எழுதுகிறானாம், வடிகட்டின மடையன் என்று அண்ணனைப் பற்றி அவன் நினைத்துக்கொண்டான்; இப்படியும் ஒரு மூடநம்பிக்கை இருக்குமா? சோற்றுக்கு லாட்டரி அடிக்கிற நேரத்தில், சாமி பேய் பிசாசு என்று பேசிக்கொண்டு இருந்தால் குடும்பம் அதோகதிதான். முதலில், அந்த முருகன் படத்தை எடு; அவ்வளவு பெரிய படத்துக்கு சரியான பூஜையும்

உபசாரமும் நைவேத்தியமும் இல்லாவிட்டால் குடும்பம் உருப்படாது. வேண்டுமானால் அதே மாதிரி ஒரு சின்னப்படம் வாங்கி வைத்துக்கொள்.' என்று தம்பி ஆத்திரப்பட்டதோடு அமையாமல் ஒரு யோசனையும் சொன்னான்; இன்னும் சிலரும் அதை வலுவாக ஆதரித்தார்கள்.

இவனுக்குத் தயக்கமாக இருந்தது. வள்ளி தேவயானையுடன் நிற்கும் ஆறுமுகப் பெருமானை அருணகிரிநாதர் சஷ்டிசக்கரத்தில் லயித்த பார்வையுடன் வழிபடுவதைச் சித்தரிக்கும் படம் அது; சுமார் மூன்றடி உயரம் இருக்கும் அந்தப் படத்தைத் துறக்க இவனுக்கு விருப்பம் இல்லை; இவனைப் பல சாதனைகள் செய்ய ஊக்கம் அளித்த திருக்கோலம் அது. ஆனால், தலைமை இப்போது காமாட்சியிடம் அல்லவா இருந்தது? அந்தப் படத்தால்தான் கணவனுக்குச் செவித்துன்பம் வந்தது என்று அவளுக்கும் தோன்றிவிட்டது. அந்தப் படம் ஒரு சிறிய மடத்திற்குத் தானமாக வழங்கப்பட்டது.

படத்தை விலக்கும்படி அறிவுரை கூறிய தம்பி பிறகு அண்ணன் இருக்கிற திசைப்பக்கம் கூடப் பல ஆண்டுகள் வரை திரும்பிப் பார்க்கவில்லை. நெருங்கிப் பழகிக் கொண்டிருந்த நண்பர்களும் உறவினர்களும் விலகிப்போக, இப்போது இவனைப் பார்க்கவருகிறவர்கள் வயிறன்றி வேறு பிரச்சினை அறியாதவர்கள். அவர்களிடம், 'என் காதுகள் கல்லெறி செய்கின்றன; அதனால்தான் இப்படி முடங்கி விட்டேன்' என்று இவன் சொன்னால் என்ன நடக்கும்? 'தரித்திரப்பட்டதால் பெரிய மனுசனுக்கு ஜோராகப் பைத்தியம் பிடிக்கிறது', என்று அவர்கள் இவனிடம் அனுதாபம் கொள்ளலாம்; அல்லது, நாலுபேரிடம் கதையைப் பெருக்கிச் சொல்லி ஏளனம் செய்யலாம். ஆகையால், அவர்களிடம் இவன் தன் காதுகளின் தாக்குதல் பற்றிப் பேசுவதில்லை.

உண்மையில், காதுகளா பேசுகின்றன? காதுகளா புரட்சி செய்கின்றன? அவை வெறும் ஜடப் பொருள்கள்; இயக்குவார் இன்றி இயங்க இயலாதவை. ஜடத்தில் இந்தத் தாமஸ சேதனம் – ஆபாச உயிர்ப்பு – எப்படி உண்டாயிற்று? இவனை அடுத்துக் கெடுத்து சித்ரவதை செய்ய வேண்டும் என்று பல பிறவிகளாய் கங்கணம் கட்டிக்கொண்டு காத்திருந்த பலபேர்களின் இச்சா சக்தியே இவனுடைய செவிகளிலோ அல்லது செவிவழியிலோ இவனுக்குள் புகுந்து இவ்வாறு ஹிம்சை செய்வதாக உரைக்கலாமா? பிறர் நுகராத, பிறருக்குப் புரியவும்புரியாத, இம்மாதிரி குரூரமான ஓர் அனுபவத்துக்கு ஆளாக அவன் எந்தப் பிறவியில் என்ன தீவினை செய்தான்?

கத்திப் பேசினால் மற்றவர்கள் செவிகள் துன்புறும் என்று மெல்லப் பேசிப் பழகிய இவனுக்குச் செவிவழியே துன்பம் வரக் காரணம் என்ன?

அந்தக் காரணம் தெரிந்தாக வேண்டும் என்கிற அவசியம் இல்லை. இவன் தெய்வத்தை முருகன் என்ற அழகான பெயரால் வழிபட்டான்; அவரைத் தவிர வேறு யாரையும் குருவாக ஏற்கமாட்டேன் என்று உறுதிப் பூண்டான். இதைச் சொல்லவும் கேட்கவும் ஆனந்தமாக இருக்கிறது. நான் கோடீசுவரன் என்று சொல்லிக்கொண்டாலும் ஆனந்தமாகவே இருக்கிறது; ஆனால், அந்தக் கோடி ரூபாய்களும் என்னை எஜமானாக ஒப்புக்கொள்ள வேண்டுமே! தெய்வ குருக்களுக்கும் மகாகுருவான முருகப்பெருமான் என்னைத் தம் மாணவனாக ஏற்றுக்கொண்டுவிட்டார் என்பதற்கு இதுவரை என்ன அத்தாட்சி கிடைத்துள்ளது? அவர் ஏற்றுள்ளது மெய்யானால், கொடிதினும் கொடிதான தீய சக்தி நாசகாளி என்று கருப்புப் பெயர் சொல்லிக்கொண்டு உன்னை நாசம் செய்ய வந்திருக்கிறேன் என்று முன் அறிவிப்பு செய்துவிட்டுத் தாக்குவதை அவர் எட்டிநின்று வேடிக்கை பார்க்கிறாரா? – என்ற சந்தேகம் அவனுக்கு அடிக்கடி எழுந்தது.

இந்தத் துன்பங்களின் முடிவெல்லையில் கடவுள் என்ற மகத்தான பேறு காத்திருக்கிறது என்பது நிச்சயப்பட்டால் இதைவிடக் கொடிய துன்பங்களையும் நான் வரவேற்பேன். என்னுடைய இந்த அனுபவத்தில் தெய்வீகம் சம்பந்தப்பட்டுள்ளது என்பதற்கு என்ன பிரமாணம் இருக்கிறது? புறம்போக்கு நிலத்தை வசதியுள்ளவர்கள் வளைத்துக் கொண்டு வீடு கட்டிக் குடிபுகுந்து அட்டூழியம் செய்வது போல், தீயசக்திகள் என்னுள் புகுந்து வெறும் கோலாகலக் கும்மாளி அடிப்பதுதான் என் அனுபவம் அல்ல என்பதற்கு எனக்கு இதுவரை என்ன பிரமாணம் கிடைத்துள்ளது? – பல கவலைகளுக்கு இடையில் இந்தச் சந்தேகம் இவனுக்குப் பெரும் கவலை ஆயிற்று.

நோயின் மூலம் தெரிந்து மருந்து தரவேண்டும் என்பது மருத்துவ விதி. இவனுடைய நோய்க்கு டாக்டர்களோ சர்ஜன்களோ சிகிச்சை செய்ய முடியாது. PSYCHIATRIST உளவியல் டாக்டர் – ஒருவரைக் கலந்துகொள்ளலாம்; டாக்டரைப் பார்க்கவும் தோது இல்லாதவனுக்கு அது சாத்தியம் இல்லை; தன்னைக் கீழ்ப்பாக்கம் கேஸ் ஆக்கிக்கொள்ளவும் இவனுக்கு விருப்பம் இல்லை. பிரபல மந்திரவாதியும் மருளாளருமான சாம்பசிவப் பூஜாரியைப் பார்க்கும்படி காமாட்சி பலமுறை கெஞ்சியும் இவன் இணங்கவில்லை. வழிபாட்டில் வந்த

அல்லலை வழிபாட்டினாலேயே தீர்த்துக்கொள்வேன் என்று இவன் பிடிவாதமாக இருந்தான்.

காவிரிக் கரையில் உள்ள சமரச சுத்த சன்மார்க்க சங்கத்தில் ராமதாஸ் என்றொரு பிரம்மச்சாரித் துறவி இருக்கிறார். திருநெறியில் சிறந்த முன்னேற்றம் கண்டவர் என்று அவரோடு பழகியவர்கள் சொல்வார்கள். இவனும் இரண்டொருமுறை அவரைச் சந்தித்தது உண்டு. அவரிடம் சென்று தன் பிரமைப் பீடையை விலக்கவும் விளக்கவும் கேட்டுக்கொள்வதென்றும் முடிவு செய்து கொண்டான்.

இருவரும் கும்பகோணத்தில்தான் இருக்கிறார்கள்: இருவருக்கும் இடையில் ஒருமைல் தூரம்தான் இருக்கும்: இந்த ஒரு மைலைக் கடந்து செல்ல இவனுக்கு எத்தனை மாதங்கள் ஆயின!

❍

'ஆத்தா, நான் யாரு?'

'நல்ல கேள்வி. இந்தக் கேள்வியைக் கேட்டுக்கொண்டே இருந்தால் ஞானம் பிறந்துவிடும்.'

'ஞானம் பொறந்துட்டா கண்டவளோட சுத்த முடியாது. கண்டதைத் தின்ன முடியாது. எனக்கு வேணாம் தாயே ஞானம்.'

'நான் யார் என்று கேட்டாயே?'

'அதுவா, நம்ம மாலி சாருக்கு நான் யாருன்னு தெரியாமே குளம்பிகிட்டு இருக்காரு; அவரெப் பார்த்தா எனக்கு பாவமா இருக்கு. நேத்து ராத்திரி அவரோட 'பெட்'டிலே இருந்தேனா, வெளிச்சத்திலே என் மூஞ்சியைப் பார்த்து பயந்து போய்ட்டாரு. ஏன் – ஆத்தா, பயப்படும்படியாவா நான் இருக்கேன்? நீ என்னை எல்லா 'சாயிட்'டிலேயும் பார்த்தவ. மாலி சார்கிட்டே நான் யாருன்னு கரெக்டா சொல்லிடணும்.'

'குழந்தாய், நீ ஒரு காட்டுமிராண்டித்தனமான, புத்தி வாடையே தெரியாத, கோரமான, குரூபியான பேய்ப்பிறவி.'

'அளகா வருணிக்கிறியே, என்னை வருணிக்க எத்தனை வார்த்தை வேண்டியிருக்கு பாரு! நீ மாலியோட ரசிகை. வார்த்தைகளெ அள்ளி எறிவே. நான் கு.ப.ராவோட ரசிகன்; நாலே நாலுவார்த்தையிலே ஒன்னெ சுருக்கமா வருணிக்கிறேன், கேட்கறியா?'

'நீ வருணிக்க வேண்டாம். நான் யார் என்று எனக்குத் தெரியும்.'

'ஒனக்கு அத்தனை ஞானம் வந்தாச்சா?'

'நான் ஞானத்தின் மொத்த அருவம்.'

'ஆ! அதான் ஓங்கிட்டே வந்தாலே இப்பிடி நாத்தமா நாறுது! ஞானம் வந்துட்டா, தூரமானாக் கூட குளிக்க வேணாம்; இல்லே?'

பெண்குரல்: (ரகசியம் பேசுவது போல்) அசல் வடிகட்டின முட்டாள்டா நீ. மாலி ரொம்ப *SOPHISTICATED* . . . இல்லே, ரொம்ப *CULTURED.* அசிங்கமாப் பேசினா இவனுக்குப் பிடிக்காது, நாகரிகமா பேசுடான்னு சொன்னேனே, மறந்துட்டியா?

ஆண்குரல்: நான் ஒண்ணும் மறக்கல்லே. தான் *CULTURED* எங்கிறதை மாலி மறந்துட்டான். நீயும் நானும் ரகசியமா ஆயிரம் பேசிக்குவோம்; அதெ எல்லாம் இவன் எதுக்கு காது குடுத்து கேக்கிறான்? படிச்சவன் எல்லாம் இப்படி ஒட்டு கேக்க ஆரம்பிச்சா . . .

பெண்குரல்: இடியட்! மாலி நாம பேசறதை கேட்கணும்னு தானே நாம்ம இப்படி பேசறோம், மறந்துட்டியா?

ஆண்குரல்: ஆமாண்டீ, மறந்தே போச்சுடீ. அதனாலே என்ன? இவன்தான் செவிட்டுப் பயலாச்சே. நாம்ப சொல்றதை எல்லாம் இவனாலே சரியா கேட்டுக்க முடியாது. நாம்ப லவ் பண்றதா சொன்னா இவன் ஜவ் பண்றதா கேட்டுக்குவான். அது கெடக்கு விடு, நீ என்ன *TAMIL COLLEGE STUDENT* போல இலக்கணமா, இங்கலீஷ் கலந்து பேசறே?

பெண்குரல்: ஐயோ, ஐயோ, உனக்கு மரமண்டை! நான் படிச்சவ எங்கிறது மாலிக்குத் தெரிய வேணாமாடா, முட்டாள்! மாலி படிப்பாளி; படிப்பாளி படிப்பாளியைத் தாண்டா காதலிப்பான், தெரிஞ்சுக்கோ. இனிமே நீ நாகரிகமா பேசணும், ஞாபகம் இருக்கட்டும். சரி. நீ யாருன்னு மாலிக்குத் தெரிஞ்சுட்டுது. நான் யாருன்னு இவனுக்குத் தெரிய வேணாமா?

ஆண்குரல்: கட்டாயம் தெரியணும். அதக்காகவே இவனோட படுக்கப்போறியா?

பெண்குரல்: மறுபடி அசிங்கமா . . .

ஆண்குரல்: *SORRY.* யாரும் யாரோடவும் படுக்க வேணாம். ஆனா, காரியம் நடந்துடும், ஞானம் பொறந்ததும் . . . டும் . . . டும் . . . திரை மேலே போகுது, போகுது, போகுது, நாடகம் ஆரம்பம் ஆகுது, ஆகுது, ஆகுது! . . . 'ஆத்தா, நீ யாரு?'

நான் அகிலாண்ட கோடிக்கும் சக்கரவர்த்தினிகள். பேய், பிசாசு, பூதம், தேவதை, பிர்மா, விஷ்ணு, ருத்திரன் எல்லாம் நானே. நான் நாதம், நான் விந்து, நான் கலை–நான் அபரப்பிரும்மம், நான் சப்தப்பிரும்மம், நானே பரப்பிரும்மம், எல்லாம் நானே. அஹம் ப்ரஹ்மாஸ்மி, அஹம் பிரஹ்மாஸ்மி, அஹம் பிரஹ்மாஸ்மி'

ஆண்குரல்: (ரகசியம் பேசுவது போல்) நீ நாதம் என்கிறே. ரொம்ப ரைட். நானும் நாதம் தானேடீ? நீயும் நானும் சத்தத்திலே பொறந்து சத்தத்திலே வளர்ரவங்க. விந்து எங்கேடீ? மாலிகிட்டே நிறைய கிடைக்கும்னு ஆசை காட்டி, என்னெ இளுத்துகிட்டு வந்தே. சொட்டு சொட்டாக்கூட கிடைக்கல்லியே, எல்லாத்தியும் நீயே . . .

பெண்குரல்: (மிகவும் மெதுவாக) இப்படி அநாகரிகமா பேசாதேன்னு . . .

ஆண்குரல்: ஒனக்கென்ன, பேசுவே, ஒன் காரியம் நடந்துடு தில்லே. எம்பசியும் தாகமும் எனக்கில்லே தெரியும்?

பெண்குரல்: வாயை மூடுடா, கம்மனாட்டி. மாலி என்னெப் பத்தி தப்பா நினைச்சிடப் போறான்.

ஆண்குரல்: கிரீன்ரூமிலே வந்து பேசறோம். அந்த செவிட்டுப் பொணத்தோட காதிலே ஒண்ணும் விளுகாது.

பெண்குரல்: மாலி என் லவ்வர். அவனை செவிட்டுப் பொணம்னா எனக்குக் கெட்ட கோபம் வந்துடும்.

ஆண்குரல்: செவிடனை செவிடன்னு சொல்லாமே, குருடன்னா சொல்வாங்க? பொட்டைச்சி, பேச்சைமாத்தி என்னெ ஏமாத்தப் பார்க்கிறியா? எங்கேடீ விந்து?

பெண்குரல்: ஐயோ, ஐயோ, விந்து விந்துன்னு சொன்னா, மாலி அசிங்கப்படுவான்னு எத்தனெ தடவை சொல்றது; பாரு, அவன் முகத்தை பாரு, உமட்டுது . . .

ஆண்குரல்: நாதவிந்து கலாதீன்னு பாட்றானே, அசிங்கப்பட்டா பாட்றான்? அவனுக்கு விந்து பிடிக்காதுன்னா எங்கிட்டே குடுத்துட்டு போவட்டுமே. நான்தான் எப்போ, எப்போன்னு காத்துகிட்டு இருக்கேனே . . . அடேடே, நீ யாரு? கிரீன்ரூமிலே யாரை கேட்டுகிட்டு உள்ளே வந்தே? எவன் ஒன்னெ உள்ளே விட்டான்?

விமரிசகர்குரல்: நான் ஒரு விமரிசகன் . . .

ஆண்குரல்: விமரிசகருன்னா எங்கே வேணும்னாலும் போவலாம், என்ன வேணும்னாலும் சொல்லலாம்னு நினைச்சியா?

விமரிசகர்குரல்: காவலுக்கு நிற்கிற ஆளுக்கு சில்லறை கொடுத்துட்டுத்தான் உள்ளே வந்தேன், சும்மா உள்ளே வரலே... இது என்ன நாடகமா நடத்தறீங்க? தெருக்கூத்தை விட மோசமா இருக்கு. ஆபாசமா வேறே பேசறதுகள். நாடகத்துக்கும் இவா பேச்சுக்கும் என்னாய்யா சம்பந்தம்? CLIMAX ஆ DENOUEMENT ஆ ஒரு மண்ணும் காணோம். ஒவ்வொரு சீனும் அப்சீனா இருக்கு...

ஆண்குரல்: ஹோல்டான், ஹோல்டான்! வாயை என்ன ரொம்ப நீளமா விட்றே? ஒனக்கு டாக்டர் பேராசிரியர் மகாலிங்கத்தைத் தெரியுமா?

விமரிசகர்குரல்: எழுத்தாளர் மகாலிங்கத்தைத் தான் எனக்குத் தெரியும். அவருக்கு டாக்டர், பேராசிரியர் பட்டம் எல்லாம் யார் கொடுத்தான்னு தெரியல்லே.

ஆண்குரல்: ஏன்; நாங்க குடுத்தா செல்லுபடி ஆவாதோ?

விமரிசகர்குரல்: ஆகும். யாராவது நாலுபேர் சொன்னா சரி.

ஆண்குரல்: அப்படி ஒத்துக்கோ; நீ பெரிய வயித்தெரிச்சல் பேர்வழியா இருப்பே போல...

விமரிசகர்குரல்: சார், PERSONALஆ பேச வேண்டாம். மகாலிங்கம் எனக்கும் ஃபிரண்ட்தான்; அவருக்கு என்ன நல்லபடி இருக்காரில்லே?

ஆண்குரல்: அட கபோதி! டாக்டர் பேராசிரியர் மகாலிங்கம் தான் இந்த நாடகத்துக்கு கதை வசனம் டைரக்சன்; அவரேதான் ஐயா ஹீரோவா நடிக்கிறாரு...

விமரிசகர்குரல்: ஐயோ!

ஆண்குரல்: என்னாய்யா ஐயோ போட்றே?

விமரிசகர்குரல்: மகாலிங்கம் வியாசர் எழுதினதை எல்லாம் தான் எழுதினதா சொல்வாரு; இப்போ இப்படி சீப் பப்ளிசிடிக்காக ஆபாசமா...

ஆண்குரல்: மறுபடியும் ஆபாசம்னா சொல்றே? வயசான ஆளாச்சேன்னு மரியாதி குடுத்தா... ஏண்டா டேய், உங்க அப்பனும் ஆத்தாளும் ஆபாசம்பண்ணி இருக்காவிட்டா இப்போ நீ இங்கே நிப்பியாடா? ஏய், ஆத்தாளையே ஆபாசம்னு விமரிசனம் செய்றியா?

விமரிசகர்குரல்: ஆத்தாளை ஆபாசம்னு நான் சொல்லல்லே. ஒங்க நாடகம் ஆபாசம்னேன் ...

ரசிகர்: யோவ் விமரிசகரே, வாயை மூடிகிட்டு உட்காரு. ரொம்ப தெரிஞ்சவராட்டம் புத்தி சொல்ல வந்துட்டாரு. *BLUE FILM* கணக்கா நாடகம் எவ்வளவு ஜோரா இருக்கு ... ஆபாசமாம் ஆபாசம் ...

விமரிசகர்குரல்: அதை எல்லாம் அடுத்தவாரம் 'இடிக்குரல்' பத்திரிகையிலே என் விமரிசனத்திலே படியுங்க. என் டிக்கெட் பணம் வாபஸ் கொடுத்தா நான் வெளியிலே ...

ஆண்குரல்: (தணிவாக) என்னாய்யா ஒரேயடியா முறைக்கிறே? இதெ வச்சிக்கொ. பெரியவங்களெப் பத்தி தப்பா எழுதினா பாவம் ...

விமரிசகர்குரல்: மகாலிங்கம் என் *COMRADF - IN - ARMS;* நான் விட்டுக்கொடுப்பேனா? *THANK YOU* வருகிறேன் ...

பெண்குரல்: கிரிடிக்கு ரொம்ப கோபமா வந்தாரு, ரொம்ப சிரிப்பா போறாரே, என்ன நடந்தது?

ஆண்குரல்: சொளையா முந்நூறு ரூவா கையிலே வைச்சேன்; ஆபாசத்துக்கு எல்லாம் துணிகட்டி விட்றதா சொல்லிட்டுப் போறான்.

பெண்குரல்: போறான், போ, நம்ம நாடகம் அந்தரத்திலே நிக்கதே. மேடைக்குப் போவமா?

ஆண்குரல்: நான் ரெடி. எல்லாரும் மேடைக்கு ஓடுங்க. சைலன்ஸ்! சைலன்ஸ்! என்னா சத்தம் போட்றாங்க பேய்ப் பசங்க! ஓசிபாஸ்லே நாடகம் பார்க்க வந்தவங்கதானே! சைலன்ஸ்! சத்தம்னாலே எனக்கு அலர்ஜி ...

பெண்குரல்: சரி, சரி, நாடகம் ஆரம்பிப்போம்.

ஆண்குரல்: தேவி, நீ அகம் பிரம்மாஸ்மின்னுதானே சொன்னே? ... ஒரு சந்தேகத்துக்காகக் கேட்டுகிட்டேன்.

பெண்குரல்: ஆம்.

ஆண்குரல்: அப்படின்னா நீ ரொம்ப பெரியவளாச்சே? நான் ஒருத்தன் போறாதே, இந்த மாலியெ எங்கே பிடிச்செ?

பெண்குரல்: மாலி பல பிறவிகளாய் முருகா முருகா என்று கதறிக் கொண்டு இருக்கிறான்.

ஆண்குரல்: கதறிட்டுப் போறான்; தொண்டை கட்டிகிட்டா நிறுத்திட்றான். ஒனக்கென்ன?

பெண்குரல்: எனக்கு என்னவா? முருகனைக் கூப்பிட்டால் நான் எப்படிச் சும்மா இருக்கமுடியும்?

ஆண்குரல்: எந்த முருகனெப் பத்திச் சொல்றே? தூக்குமாட்டிகிட்ட முருகனா? ஆத்திலே விளுந்து உசிரவிட்ட முருகனா? ரயில் ஆக்சிடென்டிலே போனானே...

பெண்குரல்: நீ ரொம்ப THICK - HEADED, என் பிள்ளை முருகனைப் பற்றிச் சொல்கிறேன். அந்த பச்சைப் பிள்ளையைப் போய் இந்த மாலி, 'குரு, குரு' என்று கும்பிடுகிறான். முருகனைத் தரிசிக்க மாலி தவம் செய்கிறான் என்கிறேன்; புரிகிறதா?

ஆண்குரல்: நீ பேசறதும் செய்றதும் யாருக்கு எப்போ புரிஞ் சிது? எத்தனாம் நம்பர் முருகனைச் சொல்றேன்னு எனக்கு வெளங்கல்லே. இதுவரை ஒனக்கு ஒரு கோடி முருகன்கள் பொறந்திருக்காங்க, செத்தும் போயிருக்காங்க...

பெண்குரல்: செத்தவர்களைப் பற்றியோ நாம் பேசுகிறோம்?

ஆண்குரல்: புரிஞ்சிட்டுது, புரிஞ்சிட்டுது. சிவன் பயலோட கொஞ்சக்காலம் சுத்தினியே, அப்போ பொறந்த கொளந்தை தானே? எஸ். முருகன்னு நீ தெளிவா சொல்லியிருந்தா...

பெண்குரல்: அந்த முருகனேதான். மாலி பிறவி பிறவியாக முருகனைக் கூப்பிடுகிறான். முருகனோ என் உன்னத மார்பில் வைத்த வாயை எடுக்க மறுக்கிறான். பால் சுவை தெரிந்த பயல் இல்லையா? மாலியின் குரல் அவன் காதுக்கு எட்டவில்லை. எனக்கு மாலியிடம் கருணை பிறந்து அவனுக்கு தரிசனம் தர ஓடிவந்தேன். முருகன் குழந்தை; பொறுப்புத் தெரியாத வயசு. நான் அப்படி இருக்கமுடியுமா?

ஆண்குரல்: இருக்க முடியாது. மாலிக்கு தரிசனம் குடுத்தாச்சு. அவனெ என்ன செய்யப் போறே?

பெண்குரல்: அவனைப் பிரஹ்மம் ஆக்கப் போகிறேன்.

ஆண்குரல்: பிரஹ்மம்னா பெரிய சங்கதி இல்லே? மாலி துளிப்பயல். இவனை அவ்வளவு பெரிசா டெவலப் செய்ய ஒங்கிட்டே ஏதாவது பிராசஸ் இருக்கா?

பெண்குரல்: இல்லாமலா? மாலி பழனியாண்டியைத்தானே கும்பிடுகிறான்? ஆகையால், இவனை முதலில் கோவணாண்டி ஆக்குகிறேன்.

ஆண்குரல்: இவன் எங்கே ஆண்டி ஆகிறான்? இவன் பொஞ்சாதிகிட்டே பவுன் நாத்தம் அடிக்குதே!

பெண்குரல்: மனைவி கழுத்திலே தாலியும் மூக்கிலே ஒரு மூக்குத்தியும் இருப்பதைத்தானே சொல்கிறாய்? இரண்டையும் எடுத்துவிடப் போகிறேன்.

ஆண்குரல்: மாலி ஆண்டி ஆயிட்றான்; அப்புறம்?

பெண்குரல்: பிரஹ்மம் ஆக வேண்டும் என்றால் பிரமம் பிடிக்க வேண்டும்.

ஆண்குரல்: மாலியைப் பைத்தியமா அடிக்கப்போறேன்னு தமிழிலே சொல்லித் தொலையேன். பலே! பலே! இடுப்பு வேட்டியெ கிழிச்சிகிட்டு, போறவங்க வர்ரவங்க மேலே கல்லெறிஞ்சிகிட்டு இவன் நாயா அலையதெப் பார்க்கவர்ரவங்க ஏராளமா தவம் செஞ்சிருக்கணும். எல்லாருமா கூடி இவனெ பைத்தியக்கார ஆஸ்பத்திரியிலே அடைச்சிட்டா என்ன செய்வே?

பெண்குரல்: இந்த நாட்டிலே அப்படி நடக்காது. பைத்தியக் காரனை இங்கே அறிஞன், ஞானி என்று போற்றுவார்கள்.

ஆண்குரல்: ஆண்டி ஆயிட்றான்; பித்தன் ஆயிட்றான்; கதை முடிஞ்சிட்டுதா?

பெண்குரல்: முடியாது இவனை இரண்டற என்னோடு சேர்த்துக்கொள்வதோடு கதை முடியும்; ஏனென்றால் இவன் தன்னை அத்துவைதி என்று சொல்லிக்கொள்கிறான்.

ஆண்குரல்: எத்தினி பேரைத்தான் நீ சேத்துக்குவே? கட்டுபடி ஆகுமா?

பெண்குரல்:

யஸ்ய ப்ரஹ்ம் ச க்ஷத்ரம் ச
உபே பவத ஓதனஹ
ம்ருத்யுர் யஸ் யோப ஸேசனம்
க இத்தா வேத யத்ர ஸஹ

ஆண்குரல்: நீ இப்படி யாருக்கும் தெரியாத பாஷையிலே பேசினா என் கதி என்னாகிறது? மிளகாய் கடிச்சவ போல ஹா... ஸ்ஸ்ன்னு என்னாத்தா சொல்றே?

பெண்குரல்: எந்த ஆத்மாவுக்குப் பிராமணனும் க்ஷத்திரியனும் சோறாக இருக்கிறார்களோ, மரணம் கூட்டுக்கறியாக இருக்கிறதோ, அந்த ஆத்மாவை எவனால் இப்படித் தெளிவாய் அறிய முடியும்?

ஆண்குரல்: மாலியைத் தவிர வேறு எவனாலும் இத்தினி தெளிவா தெரிஞ்சிக்க முடியாது; நீ தான் சக்கையா பிளிஞ்சி

காட்டிட்டியே! அடிப் பாவி, ஆத்மாவா நீ? ஒன்னெத்தான் பெப் பெரியவங்க எல்லாம் எங்கெங்கியோ தேடிகிட்டு அலையறாங்களா? நீ என்னடான்னா, கட்டித்தளுவிட்டு ... அட பக்கத்திலே இருந்தவ எங்கேடீ மாயமா மறைஞ்சிட்டே..? (உரத்து) எங்கேடீ இருக்கே நீ?

பெண்குரல்: நான் எங்கும் இருக்கிறேன்.

ஆண்குரல்: செத்தெ நேரத்துக்கு முந்தி என்னோட இருந்தே, எங்கும் இருக்கிறதா பொய் சொல்றியே. அது எப்பிடி முடியும்?

பெண்குரல்: நான் சர்வ லோக நாயகி.

ஆண்குரல்: எங்கேருந்து பேசறே ஆயா? ஒன் கூப்பாடு ஒலகத்திலே இருக்கிற அத்தினி ஊரிலேயும் கேட்கும் போல் இருக்கே!

பெண்குரல்: நான் நடக்கிறேன், நான் நடக்கிறதில்லை. நான் தொலைவில் இருக்கிறேன். அருகிலும் இருக்கிறேன். நான் எல்லாவற்றின் உள்ளும் இருக்கிறேன். புறமும் இருக்கிறேன்.

ஆண்குரல்: தலைவலிக்குது. நான் சாப்பிட்றேன், சாப்பிட்றதில்லேன்னு சொல்லுவே போல் இருக்கு. அதோபாரு, ஆடியன்ஸ் தூங்கி வளியுது ஸிம்பிளா, லைட்டா பேசினா எல்லாரும் இருந்து கேட்பாங்க. ஒரு சின்னக் கேள்வி கேட்டா ஆயிரம் பக்கம் ஆறுபாயிண்ட் எளுத்திலே பதில் சொல்றே... எனக்குப் பசிக்குது. சாப்பிட வர்ரியா இல்லியா?

பெண்குரல்: என்ன சமையல்?

ஆண்குரல்: ஒரு கொளந்தெப் பொணம் ரெடியிலே இருக்கு. ஒரு கௌப்பொணம் வந்துகிட்டு இருக்கு. தாகத்துக்கு மாலியோட ரத்தம், காமாச்சியோட ரத்தம், அவங்க கொளங்தெங்களோட ரத்தம் ...

பெண்குரல்: *FINE. FINE! MEAL DELICIOUS*ஆ இருக்கும் *GOOD NIGHT, GOOD NIGHT EVERY BODY!*

ஆண்குரல்: பொணம்னு சொன்னதும் ரெக்கை கட்டிகிட்டு பறக்கிறியே! ஆடியன்சை அம்போன்னு விட்டுட்டு போயிட்றதா?... ஓர் அறிவிப்பு: இப்போது இடைவேளை அவையோர் எல்லோரும் வெளியே போய் சாப்பிட்டு வரலாம். பீடி, சுருட்டு, சிகரெட் பிடிக்கிறவங்க கொட்டகைக்கு நெருப்பு வச்சிடக்கூடாது. குடிகாரங்க உள்ளே வரக்கூடாது. ஜாக்கிரதை!... இன்னம் ஏன் நிக்கிறீங்க? போங்க வெளியே!...

...தூங்க மறுத்த தூக்கத்தோடு, கண் விழித்தவாறு மகாலிங்கம் இந்த ஒலிச்சித்திரத்தைக் கேட்டுக் கொண்டு

இருந்தான். முதலில் ரேடியோ நாடகம் போல்தான் ஆரம்பம் ஆயிற்று. போகப் போக அது டெலிவிஷன்போல் மாறிவிட்டதைக் கண்டான். தன் சரீரமே நாடக மேடை ஆகிவிட்டதுபோலவும், அதன் மேல் நடிகர்கள் நடமாடுவது போவும் தோன்றியது. ஓடித் தப்ப முடியாது. கவனிக்காமல் இருந்து தொலைக்கலாம் என்றால், அதுவும் முடியவில்லை. ஹிப்னடைஸ் செய்யப்பட்டவன்போல் – எல்லாவற்றையும் கேட்டுக்கொண்டும் பார்த்துக்கொண்டும் இருந்தான். சில சமயம் உரையாடல் அவனுக்கே சுவாரசியப்பட்டது.

நாடகம் முடிந்தாலும், வெளியேறும் கூட்டத்தினரின் கூச்சல் கேட்டவண்ணம் இருந்தது. ஒரு கீற்றுக் கொட்டகையிலிருந்து வெளியே வந்து கொண்டிருந்த சிலபலர் பேசிக்கொண்டே நடப்பது கேட்டது, தெரிந்தது. கூட்டத்தில் மகாலிங்கமும் ஒருவனாக இருப்பதுபோலவும் இருந்தது, கூட்டத்துக்கு வெளியில் நின்று எல்லாவற்றையும் பார்ப்பதுபோலவும் இருந்தது. இந்தப் பிரமை உலகத்தில் அவன் இல்லாத இடம் இல்லை; அவனுக்குக் கேட்காத ஒலி இல்லை...

'ஹீரோயின் குட்டி ரொம்ப ஷோக்கா இல்லே? அவளை ஒரு ராத்திரி எங்கேஜ் பண்ணிக்க போறேன்' என்ற சொற்கள் மகாலிங்கத்தின் செவியில் விழுந்தபோது, அவனுடைய மூக்கில் குப் என்ற சிகரெட் புகை நாற்றம் ஏறியது.

'ரொம்ப பெரிய இடம். நிறைய பணம் கேட்பா. நமக்கு கட்டுபடி ஆகாது' என்ற சொற்கள் சுருட்டு நாற்றத்தோடு வந்தன.

'சொத்துப்பத்து எல்லாம் வித்தாவது அவளோட இருந்துட்டு வர்ரேனா இல்லியா பாரு!'

'உன் சொத்துப்பத்து எல்லாம் அவளோட ஒரு நாள் செலவுக்குக் காணாது; பெரிய சொத்துப்பத்து!'

'எல்லாத்தையும் கொடுத்துக் கேக்கிறேன். அவ ஒப்புத்துக் கல்லேன்னா அவ வீட்டுவாசல்லே தூக்கு போர்ட்டுக்கறேன், பாரு!'...

❍

'டிக்கெட்டு வாங்கினியே, பாக்கி சில்லறை கேட்டு வாங்கினியாடா?'

'அடடே, மறந்து பூட்டேன்டா?'

'ஓட்றா சோமாரி, மானேஜர் கிட்டே சொல்லி . . . (சிரிப்பு ஒலி) ஓசிபாஸ்லே நாடகம் பார்த்த பய பாக்கி சில்லறை கேட்க ஓட்றதைப் பாருடா!'

○

'ஜமுனா' ஹீரோவைப் பார்த்தா நம்ம மாலியைப் போல இல்லை?'

'சே' மாலியோட இவனை கம்பேர் பண்ணாதே. மாலி சினிமாவிலே ஆக்ட் பண்ணினா சிவாஜி மார்க்கெட் கூட படுத்துடும். குமுதினி. உனக்கு விஷயம் தெரியுமாடீ? மாலியை சினிமாவிலே நடிக்கிறத்துக்கு ஒரு டைரக்டர் கூப்பிட்டாராம். இவர்தான் கூச்சப்பட்டுகிட்டு வேணாம் என்று விட்டாராம்!'

'சினிமாவிலே ஆக்ட் பண்றத்துக்கு என்னடீ கூச்சம்? எனக்கு அப்படி ஒரு சான்ஸ் வந்தால் எப்படி நடிக்கச் சொன்னாலும் நடிப்பேன் ..?

'நீ செய்வாய். மாலி அப்படி இல்லையே, ரொம்ப கூச்சப்படுகிறாரே! இந்த ஹீரோயின் மாலியை எப்படியோ 'கவர்' பண்ணிவிட்டாள். மாலி மோகத்திலே இவள் ஹஸ்பென்டை விஷம் வைத்துக் கொன்றுவிட்டாளாம்?'

'அப்படியானால், நமக்கு சான்ஸ் ஒன்றும் கிடைக்காது என்று சொல்லு... விடோவா இவள்? கூட ஆக்ட் செய்கிறவன் இவள் ஹஸ்பென்ட் போலவே இருக்கிறானே?'

'உனக்கு இந்த உலகத்துச் செய்தி ஒன்றும் தெரியவில்லை. என்ன பெண்ணடீ நீ! ஹஸ்பென்டைப் போலவே ஒரு *FAKE PERSONALITY*-ஐக் *CREATE* பண்ணிக் கூடவே வைத்திருக்கிறாள். இவள் கண்கட்டு வித்தையிலே மகா கெட்டிக்காரி. தெரியுமா?'

'அது தானா, எங்கே பார்த்தாலும் எனக்கு மாலி மாலியாகவே தெரியுது, உன்னைப் பார்த்தாலும் மாலி...'

'இதென்னடீ நடு ரோட்டிலே? சேச்சே!...'

மாலி எல்லாவற்றையும் கேட்டுக்கொண்டும் பார்த்துக் கொண்டும் இருந்தான். பேச்சின் பொருளைவிடச் சத்தம் அவனுக்கு மிகத்துன்பமாக இருந்தது. சகிப்புத் தன்மை இழந்த வனாய்; 'நீங்கள் யார்? என்னை ஏன் இப்படி ஹிம்சிக்கிறீர்கள்' என்று உள்ளுக்குள் பெரும் குரல் கொடுத்தான்.

'யாருடா அவன் கழுதை மாதிரி கத்தறவன்? எவ்வளவு முக்கியமான விசயம் பேசிகிட்டிருக்கோம். நடுவிலே புகுந்து பேசறது அநாகரிகம்னு கூடத் தெரியல்லியா?' என்று சாராய நெடியோடு பதில் உடனே கிடைத்தது.

‘நாங்க பேசறது தொந்திரவா இருந்தா, தூரமாய் போய்க் குந்து. வேணாம்னு நாங்க தடுக்கிறமா?’

பேச்சுச் சத்தம் பேசப்பேச வளர்ந்தபடி இருந்தது, திரௌபதியின் கிருஷ்ணன் பிராண்ட் சேலை போல, கட்டைக் குரல்களும், கரகரப்பான குரல்களும், கீச்சுக் குரல்களும், டமாரக் குரல்களும் சிரித்தும், அழுதும் கெஞ்சியும், அதட்டியும், கிசுகிசுத்தும், ஊரதிர உரத்தும் பேசிக்கொண்டே இருந்தன. முதலில் காதுகளில்தான் பேச்சு ஆரம்பமானதாய்த் தோன்றியது. இப்போதோ, தலைக்குள்ளும் மார்புக்குள்ளும் – இல்லை – அவனுடைய உடல் ரோமக்கால் ஒவ்வொன்றிலிருந்தும் ஆண்களும், பெண்களும், குழந்தைகளும், பலவகை உயிர் இனங்களும் தோன்றித் தங்கள் பிரச்சினைகளை எல்லாம் இப்போதே பேசித் தீர்த்துக்கொள்ள முடிவு செய்து விட்டாற்போல் இருந்தது. சத்தம் வெள்ளமாகி, அவனை உருட்டிப் புரட்டிக்கொண்டு சென்றது.

பக்கத்தில் படுத்திருந்த மனைவியையும் மக்களையும் பார்த்தான். கோபமும் வெறுப்பும் வந்தன. ‘நான் இப்படி அவதிப்படுகிறேன். இவர்கள் நிம்மதியாகத் தூங்குகிறார்களே?’ என்று எண்ணினான்.

‘பணம் உள்ளவரைதான் பெண்டு பிள்ளைகள். உன்னிடம் நன்றிஉணர்ச்சிகூட இல்லாத இவர்களுக்காகவா இத்தனை பாடுபடுகிறாய்?’ என்று அந்த எண்ணத்துக்குப் பதில் வந்தது.

‘தலைவலி, கால்வலி என்றால் பெண்டாட்டி பிள்ளைகள் ஏதாவது செய்ய முடியும். நான் படும் அல்லல் என்ன என்றே இவர்களுக்குத் தெரியாது; பாவம், இவர்களை நொந்து என்ன பயன்?’ என்று அவனுடைய பாசம் தரையில் ஊன்றி நின்றது.

எழுந்து நடந்தால் சத்தம் குறையுமோ என்று எண்ணிக் கூடத்தில் உலாவலானான். தன்னோடு கூடவே தன்னைச் சுற்றிலும் ஒரு கூட்டம் வருவதாய்த் தோன்றியது. எல்லாவற்றின் உருவங்களும் கலங்கலாய்த் தெரியவும் செய்தன; எல்லாம் கற்பனையும் செய்ய முடியாத பயங்கரங்கள், கோரங்கள், கவந்தங்கள், உருவற்ற உருவங்கள்.

அவனுடைய உடம்பு முழுவதையும் அச்சம் வெறிநாய் போல் பற்றிக் கடித்துக்கொண்டது. உடைந்து தெறித்துவிடும் என நெஞ்சு படபடத்தது. கை கால்கள் நடுங்கின. வேர்த்தது.

இவ்வளவும் பிரமை என்று அவனுக்குத் தெரியும். ‘இது என்ன பிரமை!’ என்றும் நினைத்துக் கொண்டான்.

'ஆமா, நாங்க எல்லாம் பிரமை: நீ மட்டும்தான் பெரிய உண்மை!' – என்றபடி ஓரங்குல நீளப்பற்களைக் காட்டி, இரண்டங்குலச் செவ்விழிகளை உருட்டி, தும்பிக்கை போல் தொங்கும் மூக்கால் அவனை இடிப்பது போல் நெருங்கியது ஓர் உருவம்.

'டேய், டேய், மாலியெ கடிச்சிடாதே. ஆத்தாளுக்கு வேண்டப்பட்டவன். இவனெ தொட்டியோ ஆத்தா நம்மைப் பலகாரம் பண்ணிடுவா,' என்று வயிற்றிலிருந்த வாயால் எச்சரித்தது ஒரு கபந்தம்.

'ஆத்தாளுக்கு வேண்டியவன்னா நாம்ம இவன்கிட்டே ரொம்ப ரொம்ப பிரியமா இருக்கோணும்!'

உயர்ந்த மேடுகளும் ஆழ்ந்த பள்ளங்களுமான ஒரு வெற்றுடம்பு அவனை அணுகி, 'நான் மாலிராசாவை ஜாலியா கிஸ் பண்ணப்போறேன்!' என்றது.

அவனுக்கு வெலவெலத்தது. எப்படியோ மனத்தைத் திடப்படுத்திக் கொண்டு, சுவிட்சைத் தட்டி விளக்கைப் போட்டான். தோற்றங்கள் வெளிச்சத்தில் ஒளிந்து கொண்டதாகத் தோன்றியது. சத்தம் கால்புள்ளி, அரைப்புள்ளி ஒன்றும் இல்லாமல் நீண்டு கொண்டே இருந்தது.

நாற்காலியில் உட்கார்ந்து கொண்டான். கவனம் செலுத்திச் சொல்–சொல்லாகச் சத்தத்தை விண்டு பார்க்காமல் அதைப் பின்னணியில் தள்ளிவிட முயன்றான். வெளிச்சத்தில் மனைவியின் முகம் தெரிந்தது. தூக்கத்தில் அவளுடைய முகம் கொஞ்சம் கோணியிருப்பதைப் பார்த்து அவனுக்குப் பயமாக இருந்தது. 'இது என்ன குழந்தைத்தனமான பயம்' என்று அதைக் களைய முயன்றான். ஆனால், பயம் ஊற்று நீர்போல் மேலும் மேலும் வந்தது. காமாட்சியின் முகம் பாராமல் வேறு பக்கம் திரும்பிக் கொண்டான்.

வெளிச்சத்தால் கண் கூசி அவள் விழித்துக்கொண்டாள். ஒளிபட்டால் அவளுக்குத் தூக்கம் வராது; ஒற்றைத் தலைவலி வந்துவிடும். கர்ப்பிணி; மனக்கவலையோடு, போஷாக்கும் இல்லாததால் மிகவும் பலவீனமாக இருந்தாள்.

'ஏன் இப்படி லைட் போட்டுக்கொண்டு உட்கார்ந்திருக் கிறீர்கள்?' – அவளுக்கு கண்டாமணிக்குரல் என்று அவன் பரிகசிப்பது வழக்கம்; இப்போது அது இன்னிசையாகப் பட்டது.

'இருட்டில் எனக்கு ஒரே பயமாக இருக்கிறது?' என்றவாறு அவளுக்கு அருகில் போய் உட்கார்ந்தபோது, விடை பெற்றுக் கொண்ட உயிர் திரும்பினாற்போல் இருந்தது.

'நீங்கள் இப்படி எதையாவது நினைத்துக்கொண்டும் பேசிக்கொண்டும் இருந்தால், குடும்பம் போகிற கதி என்ன? பொழுது விடிந்தால் ஏழுவயிற்றுக்குத் தீனி போட்டாக வேண்டும். அதைப்பற்றி யோசனை செய்யுங்கள்..?'

'அதைப்பற்றி எனக்குக் கவலை இல்லையா? எதைப்பற்றியும் என்னால் யோசனை செய்யமுடியவில்லை. பேச்சு காதைத் துளைக்கிறது. அது போதாது என்று என்ன என்னவோ பயங்கரமாய் வருகிறது.'

'பூசாரியைப் பார்க்கச் சொன்னால், மாட்டேன் என்கிறீர்கள். இப்படி சும்மா இருந்தால், அப்புறம்...'

'இது மந்திரவாதியால் ஆகிற காரியம் இல்லை என்று எத்தனை தடவை சொல்கிறது? காலையிலே, சன்மார்க்க சங்கத்துக்குப் போகிறேன்...'

'போகிறேன், போகிறேன் என்கிறீர்கள். இருக்கிற இடத்தை விட்டுக் கிளம்ப மாட்டேன் என்கிறீர்களே...'

'காலையிலே கட்டாயம் போகிறேன். என்னாலே இந்தக் கஷ்டத்தைத் தாங்க முடியவில்லை...'

'ஏம்பா, மாலிக்கு தாங்க முடியலியாமே அவரெ என்டா செஞ்சீங்க?'

('நாங்க சும்மா நின்னாலே பயப்பட்றாரு, ரொம்ப கோழைப்பட்டவரு...')

'சரி, லைட்டு அணைத்துவிட்டுத் தூங்குவோமே.'

'வேண்டாம், இருட்டினால் பயமாக இருக்கிறது. கொஞ்ச நேரம் பேசிக்கொண்டு இருப்போமே. மணி என்ன?'

அவள் எழுந்துபோய்க் கடிகாரத்தைப் பார்த்துக்கொண்டு வந்தாள்; மணி இரண்டு முப்பது.

'நீங்கள் கொஞ்ச நேரம் கூடத் தூங்கவில்லையா?'

'என்னை யார் தூங்கவிடுகிறார்கள்?'

கேட்பதையும் பார்ப்பதையும் அவளிடம் விவரமாய்ச் சொல்ல அவனுக்குத் தயக்கமாக இருந்தது. அவளையும் விளித்துக் குரல் ஒலி பேசவே அவன் திகிலடைந்தான்; அவளுக்கு ஒன்றும் கேட்கவில்லை என்று தெரிந்ததும் சற்று ஆறுதலாக இருந்தது. இதை எல்லாம் சொன்னால் அவளும் பயந்துவிடுவாள். பயத்துக்குப் பயம் துணை ஆகுமா?

'நீங்கள் பூஜையில் ஏதோ தப்பு செய்திருக்கிறீர்கள். அதனால்தான் இந்தக் கோளாறு ...'

('ரொம்ப ரைட்டு, யாரெ கும்பிட்றது, எப்பிடி கும்பிட்றதுன்னு தெரியாதவன்ல்லாம் ...')

'இப்போது நான் ஒரு தப்பும் செய்யவில்லை. தெய்வத்திடம் பணம் காசா கேட்கிறேன். ('சே, பணம் காசு நமக்கு எதுக்கு?')... தரிசனம் வேண்டித் தியானம் செய்வதில் என்ன தப்பு இருக்கிறது? முருகனைக் கூப்பிடுகிறேனா, அவர் பூதகணங்களை அனுப்பி இருப்பார்போல் இருக்கிறது ... ('அவன்கிட்டே வேறே என்ன இருக்கு?')

தெய்வத்தை நம்புவதற்கு நல்ல தண்டனை ... ('கண்டு பிடிச்சிட்டியா கண்ணு? கடவுளை நம்பறவன் முட்டாள்; கடவுளைக் கற்பித்தவன் காட்டுமிராண்டின்னு பெரியவங்க சொல்றதெக் கேட்டிருந்தா ...')

'போன ஜன்மத்தில் நீங்கள் மந்திரவாதியாக இருந்திருப்பீர்கள். அப்போது நீங்கள் கட்டுப்போட்ட தேவதை உங்களைப் பழி வாங்க வந்திருக்கிறதோ என்னவோ?' தனக்குத் தெரிந்த ஒரு வியாக்யானம் செய்தாள் காமாட்சி.

'போன ஜன்மத்தில் நான் பிசாசாக இருந்திருப்பேன், அந்த ஜன்மத்து நண்பர்களும் உறவினர்களும் என்னைப் பார்க்கவந்து இருக்கிறார்களோ என்னவோ! ... ('அடப் பாவி எங்களெ எல்லாம் பிசாசா அடிச்சிட்டியே! இதெ நான் *JOKE OF THE CENTURY*ன்னு சொல்வேன் ... ஹிஹ்ஹி ... ஹீ மாலி! இந்தத் தலைமுறையின் பெரிய ஹாஸ்ய எழுத்தாளன் நீ தான்')

இருவரும் பேசிக்கொண்டே இருந்தார்கள். மூன்றரை மணி ஆகும்போது அவள் தலை ஆடத்தொடங்கியது.

'எனக்குத் தூக்கம் வருகிறது. காலையிலே நிறைய வேலை இருக்கிறது. இட்டிலிக்குப் போடவில்லை. ரவா இருந்தால் உப்புமா செய்யலாம். அரிசி கொஞ்சம் இருக்கிறது. காலையிலே சமைத்து விடுகிறேன். ரசம் போட்டுக் கொண்டு சாப்பிட்டு விடலாம்.'

'புளியஞ்சாதமா பிசைந்தால் எல்லோரும் பிரியமா (எனக்கு ரொம்ப பிடிக்கும் கடிச்சிக்க ஒரு சின்ன கருவாட்டுத் துண்டு இருந்தா ...') சாப்பிட்டுவிடுவார்களே ...'

'அவ்வளவுக்குப் புளியும் எண்ணெயும் இல்லே. அந்தக் கவலை இப்போது எதுக்கு? விடிந்த பிறகு பார்க்கலாம். லைட்டை அணைத்துவிட்டுத் தூங்குங்கள்?'

'நீயே அணைத்துவிடு?'

வயிற்றைத் தூக்கிக் கொண்டு, அவளே எழுந்து விளக்கை அணைத்தாள். அவளைக் கெட்டியாக அணைத்துக் கொண்டு, மார்பில் முகத்தைப் புதைத்துக் கொண்டு, இருவரையும் சேர்த்துப் போர்த்திக்கொண்டு படுத்தபோது அவனுக்குப் பயம் ஓரளவு தணிந்துவிட்டாற்போலத் தோன்றியது, ஆனால், பயத்தைத் தள்ளிவிட்டுக் காமம் மிக ஆக்ரோஷமாகத் தன்னை முறுக்குவதை அவன் உணர்ந்தான்.

'முருகா, முருகா என்று சொல்லிக் கொண்டே தூங்குங்கள். அவரைத்தவிர நமக்கு வேறே கதி இல்லை...'

'நாங்க இத்தினிபேர் இருக்கோம், கண்ணுக்குத் தெரியலியா? ...'

'சமயத்திலே அதுவும் மறந்து போகிறது...'

அவன் தூங்க முயன்றான். ஆனால் களைப்பைக் களைந்த காமவுணர்ச்சி அவன் உடம்பில் சூடேற்றியது. வயிற்றுச் சுமையோடு நாள் முழுவதும் வேலை செய்ய வேண்டியவள். இனியும் தூக்கத்தைக் கெடுக்க கூடாது என்று மனசுக்குப் புத்தி சொன்னான்; ஆனால், மனம் உடல் சொன்னபடி ஆடியது; உடல், யாரோ சொன்னதைக் கேட்டுக்கொண்டு எகிறியது.

அவள் புரிந்து கொண்டாள்; சலிப்போடு கூறினாள்; 'என்னங்க, பொழுது விடியப் போகிறது. நான் 'பத்து' தேய்க்க வேண்டும். குழந்தைகளைக் குளிப்பாட்ட வேண்டும். நேரத்தோடு சமைத்து அவர்களைப் பள்ளிக்கூடத்துக்கு அனுப்ப வேண்டும். இந்த வயிற்றைத் தூக்கிக்கொண்டு எல்லாம் செய்வதற்குள் உயிர் போய்விடும்போல் இருக்கிறது. இந்தக் கொள்ளையில் நீங்கள் வேறே உங்களுக்கு இரக்கமே இல்லை' என்று அவள் அனத்தினாள்.

ஆனால், அவளை வசப்படுத்தும் வித்தை அவனுக்குத் தெரியும். சில நிமிடங்களுக்குக் கஷ்டங்கள் எல்லாவற்றையும் மறக்கவைக்கவும் மறக்கவும் அவனால்கூட முடியும்.

'கஷ்டம் எப்போதும் இருக்கிறது. இருக்கிற சுகத்தை வேண்டாம் என்று ஏன் மறுக்க வேண்டும்?'

அவள் இந்த நீதியை ஏற்றுக்கொண்டு அடங்கிவிட்டாள்; பல்லைக் கடித்து உடல் வலியை மறக்கச் செய்து இன்பத்தைப் பகிர்ந்து கொண்டாள்...

'போங்கடா அந்தப் பக்கம்; இல்லாவிட்டா, இருக்கிற இடத்திலே கண்ணெ மூடிக்கிங்கோ. படுக்கை அறையிலே ஆயிரம் நடக்கும். அதெல்லாம் பார்க்கிறது அநாசாரம்...'

'நல்ல நியாயம் அண்ணே; நாம்ம செய்றதெல்லாம் இவன் கண்கொட்டாம பார்த்துகிட்டு இருக்கானே, அது எதிலே சேர்த்தி?'

அவனுடைய வெறி அடங்கிய சில பரவச நிமிடங்கள் சொற்களின் சத்தம் கூர் மழுங்கிவிட்டதாகத் தோன்றியது. அவன் அப்படியே கண்ணயர்ந்தான்.

அந்தச் சிறிய இன்பத்துக்காக அன்று முழுவதும் துன்பப்பட்டாள் காமாட்சி; விடிந்த பிறகு எப்படி அவள் உறங்க முடியும்? எழுந்து, நீராடி விட்டுத் தினசரிக் கவலைகளைக் கவனிக்கலானாள்.

○

துறவி ராமதாஸைச் சந்திக்க வேண்டும் என்ற விருப்பத்தைச் செயல்படுத்த மேலும் பல நாட்கள் ஆயின.

மாவீரனான கதாநாயகன் நிராயுதபாணியாகப் பகைவர்களிடம் சிக்கிக்கொள்ள, அவன் எந்தப் பக்கம் ஓட முயன்றாலும் அந்தத் திசையிலிருந்து ஈட்டி ஒன்று நீளுவதுபோல் சினிமாவில் காட்டுவான் அல்லவா? அதுமாதிரி, மகாலிங்கத்தை எல்லாத் திசைகளிலும் எல்லா நேரங்களிலும் சொற்களும் உருவங்களும் வளைத்துக்கொண்டு இருந்தன. சொற்களை விட உருவங்கள் ஆபாசம்; உருவங்களை விடச் சொற்கள் பயங்கரம். அவற்றோடு போராடவே அவனுக்குப் போது போதவில்லை. அதோடு, குடும்பப் பிரச்சினைகளுக்கு அன்றன்றைய பரிகாரம் காண மனைவிக்குத் துணை நிற்க வேண்டியிருந்தது.

சேற்றினாலும் சில பயன்கள் உண்டு; இந்தக் கலங்கலினால் அவனுக்கு ஒரு சிறு தெளிவு பிறந்தது; கொடுமையின் கொடுமுடி போன்ற தீயசக்தி, கடவுளைப் பற்றிப் பேசுவதையும் பிரச்சாரம் செய்வதையும் நினைப்பதையும் தொழிலாகவோ ஈடுபாடாகவோ கொண்டுள்ள பலரை ஒதுக்கிவிட்டு, 'முருகன் என் தெய்வம் அவரே என்குரு; அத்துவைதியாக நான் அவரை வழிபடுவேன்' என்ற சுருக்கமான அறிவைத் தவிர, அந்தத் தெய்வத்தை மரபுப்படி பூஜை செய்யவோ, வழிபடவோ, தியானிக்கவோ தெரியாத பேதையான அவனை, முருகன் என்ற மகாசக்தியினைப் பற்றின இலக்கண இலக்கிய அறிவு முற்றிலும் இல்லாத அவனைத் தேடி வந்து, 'முருகனைக் கும்பிடாதே, என்னைக்கும்பிடு: இல்லாவிட்டால் உன்னைத் தொலைத்துவிடுவேன், என்று

மிரட்டியதோடு நிற்காமல் மிகவும் பயங்கரமாகத் தாக்கவும் முற்பட்டது ஏன்? லட்சக்கணக்கானவர்கள் முருகனை வழிபட்டு உருகுகிறார்கள்; சதகோடி சங்கத்தில் அவன் ஒரு மொட்டையன்; இந்த மொட்டையனைத் தேர்ந்து எடுத்து அந்தத் தீயசக்தி அடிப்பது ஏன்?

ஊழ் என்பது சரியான விடை எனினும் விளக்கம் கலந்த விடையாகவே அதைக் கொள்ள வேண்டும்.

'நான் முருகப்பிரானைக் குருநாதராகவும் தெய்வமாகவும் இப்போது மட்டும் அல்ல, பலபிறவிகளாய் வழிபட்டிருக்க வேண்டும். நான் அவரை அடையக்கூடாது என்பதற்காகவே ஏதோ ஒரு தீயசக்தியோ, தீயசக்திகளோ தாக்குதலைத் தொடங்கி யுள்ளன என்ற தெளிவு உறுதியாயிற்று அவனுக்கு.

இந்தச் சிறு தெளிவு, தன் ஆசானிடம் அவனுக்கு இருந்த நம்பிக்கையை வலுப்படுத்த மட்டும் உதவியது; அவனுடைய மற்ற சந்தேகங்களின் வாயை அடைக்க அது பயன்படவில்லை. முனிவர்களின் யாகத்தை நிணமும் குருதியும் கொட்டி அரக்கர்கள் கெடுத்தார்கள் என்று புராண இதிகாசங்கள் வருணிக்கின்றன அல்லவா? அதன் உண்மை அவனுக்கு விளங்கியது. முனிவர்களைக் காப்பாற்ற ராமபிரானைப் போன்ற புருஷோத்தமர்கள் வந்தார்கள். ஆனால், அவன் தன்னை முனிவன் என்றோ, தபஸ்வி என்றோ நினைக்கவில்லை; அப்படி நினைத்து இறுமாந்து போகும்படி அவன் கடவுளுக்காகப் பெரிய முயற்சி ஒன்றும் இப்பிறவியில் செய்துவிடவுமில்லை. ஒன்றும் தெரியாத அவனை ஒரு மாணவனாக ஏற்றுக் காப்பாற்ற முருகப்பெருமான் வந்துள்ளாரா என்ற சந்தேகம் அவனை அடிக்கடி வாட்டி வந்தது.

வந்துவிட்டார் என்று நம்பவும் முடியவில்லை; வரவில்லை என்று தீர்மானிக்கவும் முடியவில்லை.

எந்தத் துன்பத்தையும் ஏற்கலாம்; இந்த உடலையே ஆகுதியாகக் கொடுக்கலாம், ஆத்மதிருப்தியோடு; எப்போது? தெய்வம் என்ற மகத்தான லட்சியத்துக்காக நாம் இத்தனை துன்பப்படுகிறோம் என்று ஐயமற அறியும்போது.

திருநெறி என்கிறார்கள்; அந்த நெறியில் செல்கிறவன் மனசைத் தீச்சொற்களும் அழகில்லா உருவங்களும் சேர்ந்து அசிங்கப்படுத்துவதை ஒரு குரு ஏன் தடுக்கவில்லை?

இந்தச் சந்தேகங்களுக்கு ராமதாஸ் திருப்தியான விளக்கம் தருவார்; ஒருகால், அவனைப் பீடித்துள்ள பீடையை அவர்

தம் சித்தி சக்திகளால் விலக்கவும் கூடும் என்ற எதிர்பார்ப்பும் அவனுக்கு இருந்தது. நண்பன் ஒருவனோடு காவிரிக்கரையில் உள்ள சன்மார்க்க சங்கத்துக்குப் புறப்பட்டான்.

வீட்டை விட்டு வெளியில் கால் எடுத்து வைத்ததும், திடீரென்று வெடிகுண்டு வெடிப்பது போல் ஓம் என்ற பெரும் முழக்கம் எழுந்தது. பிறகு ஒவ்வோர் அடி எடுத்து வைக்கும்போதும் ஓஓஓஓஓஓம்காரப் பேரொலி தொடர்ந்தது, முழுவால்யூம் திறந்த வலிய ஒலி பெருக்கியைக் காதருகில் வைத்துக் கொண்டால் எப்படி இருக்கும்? அவனுக்கு அது மாதிரி இருந்தது, அந்தப் பேரொலி அவனுடைய உடலில் அதிர்வு உண்டாக்கியது; நரம்புகளைச் சுண்டி இழுப்பதுபோல் இருந்தது.

கூடவந்த நண்பன் இயல்பான முறையில் ஏதோ பேசியபடி நடந்தான்; மாலி அவன் பேசுவதைக் கேட்டுக் கிரகித்து அரை வார்த்தை கால் வார்த்தையாக பதில் கூறியபடி நடந்தான்.

கடைத் தெருவில் உள்ள ஆஞ்சநேயர் கோயிலைக் கடக்கும்போது சத்தத்தின் அதிர்வில் அவனுடைய கால்கள் நடுங்கித் தடுமாறலாயின. நடப்பதால்தான் இந்தப் பேரொலி எழுகிறது என்று அவனுக்குத் தோன்றியது; ஏனெனில், கால் பூமியில் படும்போதுதான் பேரொலி எழுந்தது. வீட்டுக்குத் திரும்பி, உட்கார்ந்துவிட்டால் இந்தச் சத்தத்திலிருந்து தப்ப முடியும் என்று முடிவு செய்தான்; தயங்கி, நடுக்கடைத் தெருவில் நின்று விட்டான்.

'ஏன் நிற்கிறாய்? ஏதோ யோசனை செய்தபடி வருகிறாயே, என்ன விஷயம்?' என்று கேட்டான் நண்பன்.

என்ன பதில் சொல்வது என்று அவன் விழிக்கும்போது, ஆரம்பித்தது போலவே திடீரென்று ஓங்கார முழக்கம் நின்றுவிட்டது. அது நின்றுவிட்டது என்பதைச் சில வினாடிகள் தொடர்ந்து நின்று உறுதி செய்து கொண்டான். நின்ற மூச்சைத் திரும்பவும் பெற்றவன் போல், பெருமூச்சு விட்டுக்கொண்டே நண்பனோடு நடக்கத் தொடங்கினான்.

ஓங்கார முழக்கம் அடங்கிவிட்டது; ஆனால், சொற்கள் வேறு பல வாண வேடிக்கைகள் காட்டலாயின. நடுத்தெரு நடையில் ஓர் உரை அரங்கு ஆரம்பம் ஆயிற்று அவனுக்குள்.

'இவனாலே நம்மை ஜெயிச்சிக்க முடியல்லே; அதுக்காவ அந்த ராமதாஸ் பயலைப் பார்க்கப் போறான் . . .'

'யாருடா அந்த ராமதாசு? பெரிய ரவுடியா? நம்பளை எல்லாம் அடிச்சி விரட்டிடுவானா?'

‘அவன் கிட்டே ஒரு பெரிய அடியாள் கூட்டம் இருக்கு. இவன் வெறும் பேடிப்பய, இவனாலே முடியல்லேன்னு அடியாளுங்களை விட்டு நம்மை அடிக்கப்போறான்?’

‘இவனுக்கு நம்ம பேர்லே ஏண்டா இத்தினி ஆத்திரம்? நாம்ம இவன் ஜோலிக்குப் போறமா? நாம்ம இவனுக்கு என்ன கெடுதல் செஞ்சோம்? மாசம் பொறந்தவொடனே வாடகை கொடுத்துட்றோம். வேறே நல்ல இடமா கெடச்சா இந்த இடத்தெ காலி பண்ணிட்றோம். இதிலே அடியாளும் நுனி ஆளும் எதுக்கு? ஏய், நாம் போலீஸ்லே புரடெக்சன் வேணும்னு ஒரு பெட்டிசன் கொடுத்தா என்ன? நாம்ம சட்டத்துக்கு கட்டுப்பட்டு நடந்துக்குவோம்?’

‘போலீசுகாரங்க இதிலே தலையிட மாட்டாங்க. அடிச்சி மண்டை ஓடச்சிக்கிட்டா எட்டிப் பார்ப்பாங்க. நாம எதுக்குப் போலீசுக்கு போகணும்? நியாயம் நம்ம பக்கம் இருக்கு. நாம எதுக்குப் பயப்படணும்? ராமதாசு பெரிய வஸ்தாதா இருந்தா என்ன? நான் என்ன லேசுபட்ட ஆளா? ஸ்டேட் லெவல்லே *BODY BEAUTY*க்காக முதல் பரிசு வாங்கியிருக்கிறவன்; தெரியுமா? ராமதாசு வரட்டுமே; கோளிக் குஞ்சை புடிக்கிறாப்பலே லபக்னு புடிச்சி களுத்தை ஒரே திருகா திருகி எறிஞ்சிடுவேன்; தெரியுமா?’

‘நீ ராமதாசை கவனிச்சிக்கோ. நான் இந்த மாலி பயலெ பார்த்துக்கிறேன். ஆள் ஏற்கனவே கத்திரிக்காய்; தலையிலே ஒரு போடு போட்டா, அரை அடி கட்டை ஆயிடுவான் ... ஏண்டா டேய், அடியாளா கூட்டிகிட்டு வரப்போறே? ஒதெக்கிற ஒதெயிலே கொளந்தை மாதிரி ...’

‘குவா ... குவா ... குவா ...’

‘யார் கொளந்தெடா அளுகுது?’

‘சத்தத்துக்குப் பொறந்த புள்ளே, தெருவிலே அநாதியா கெடக்கு ...’

‘அடுப்பங்கரைக்கு அனுப்பு பிரியாணி செய்யச் சொல்லு?’

சகோதர சகோதரிகளே, தாய் தந்தையர்களே, பாட்டி தாத்தாக்களே, குழந்தைகுட்டிகளே, நாம் எல்லோரும் மாபெரும் ஆபத்துக்கு நடுவில் சிக்கிக்கொண்டு தவிக்கிறோம். இந்த ஆபத்து பேராசிரியர், டாக்டர் மகாலிங்கம் வாயிலாக வந்திருக்கிறது. பேராசிரியர் மகாலிங்கம் நல்ல பல கதைகளையும் நாவல்களையும் எழுதியவர் என்பதை நான் மறுக்கமாட்டேன்; இப்படி நல்லவை எழுதியவர் நல்லவராக இருப்பார் என்று நம்பினோம்; அந்தோ, ஏமாந்தோம். சட்டத்துக்கும் நியாயத்துக்கும் பயப்படுவார்

என்று நம்பினோம்; ஏமாந்தோம். அவர் வன்முறை வழியில் செல்வதைப்பார்த்து நான் வருந்துகிறேன். நாம் காந்தீயவாதிகள். வன்முறையை வன்முறையால் ஒழிக்க முடியாது. திருவாளர் மகாலிங்கம் அவர்களைச் சமரச சுத்த சன்மார்க்கத்துக்குத் திருப்புவோம் . . .

'அதுக்கு என்னய்யா செய்யணும்? சும்மா வளவளன்னு பேசாம சுருக்கா சொல்லு . . .'

'சத்தியாக்கிரகம் செய்வோம் . . .'

'அவர் வூட்டுவாசல்லே பட்டினி கிடக்கச் சொல்றியா? நான் ரெடி . . .'

'பட்டினி என்று சொல்லாதே. மகாலிங்கம் பிறர் பட்டினி கிடப்பதைப் பொறுக்கமாட்டார். முதலில் நாம் அவரிடம் ஊர்வலமாய்ப் போய் ஒரு மெமோரண்டம் கொடுப்போம்..?'

'பேராசிரியர் மகாலிங்கம் வாழ்க! டாக்டர் மாலி நீடுழி வாழ்க! சத்தியவான் மாலி வாழ்க! தருமராஜா மாலி வாழ்க! ஏழைப் பங்காளர் மாலி வாழ்க! எங்கள் வோட் மாலிக்கே!'

இத்தகைய வாழ்த்துக் கோஷங்கள் அகமும் புறமும் தொடர, சன்மார்க்க சங்கத்தை அடைந்தான் மாலி. சங்கம் கீற்றுக்கூரையுள்ள சிறுகட்டிடத்தில் இருக்கிறது. சிறிய தோட்டமும், உட்காருவதற்கு வசதியான இடமும் இருந்தன.

ராமதாஸ் ஒரு பிரம்மசாரி; நாற்பது வயதுக்குள் இருக்கும். ஆள் குள்ளம்; தாடியும், பிடரிவரை தொங்கும் தலைமயிருமாக இருந்தார். வெள்ளை வேட்டியும் துண்டும்தான் அவருக்கு உடுப்பு. நோயால் நலிவுற்ற உடல் எனினும் மிகவும் சுறுசுறுப்பாக இருந்தார்; தவத்தேசு கண்களில் ஒளிர்ந்தது. அவர் பொறுமையாக மாலியின் கதையைக் கேட்டுக்கொண்டார்.

'எனக்குப் பைத்தியம் பிடிக்கிறது என்று நினைக்கிறேன். இது தேவதைகளின் தொல்லை. பூஜாரியைப் பாருங்கள் என்று வீட்டுக்காரி சொல்கிறாள். வழிபாட்டில் வந்தவினை, வழிபாட்டில்தான் தீரவேண்டும் என்று உறுதியாக இருக்கிறேன் . . .'

'நீங்கள் செய்தது சரியான முடிவு. தெய்வநெறியில் செல்லுவோருக்கு இம்மாதிரித் துன்பங்கள் உண்டாகும். இப்படி கஷ்டப்பட்டவர்களை நானும் பார்த்திருக்கிறேன். தெய்வத்தை அடைகிற பக்குவம் உள்ளவர்களைத் தொடர்ந்து தாக்கி வீழ்த்துவதுதான் இந்த மாயாசக்தியின் வேலை . . .'

‘அந்தப் பக்குவம் எனக்கு இருப்பதாய் நான் நினைக்கவில்லை; கடவுளுக்காக நான் பெரிய முயற்சியும் செய்யவில்லை...’

‘அந்தக் கணக்கு உங்களுக்கும் எனக்கும் எப்படித் தெரியும்? ஞானம் பெறுவதற்கு உங்களுக்குத் தகுதி இருக்கிறதா இல்லையா என்பதை இறைவன்தான் முடிவு செய்ய முடியும்?’

‘இப்படிப் பைத்தியம் பிடிப்பதுதான் ஞானமார்க்கம் என்றால், எனக்கு அது வேண்டாம். நான் சுய அறிவுடன் சாதாரண மனிதனாக இருந்து செத்தால் போதும். தேவதா சக்தியோ மாயா சக்தியோ, இதனிடமிருந்து விடுதலைபெற நீங்கள் வழி சொல்லவேண்டும்?

ராமதாஸ் சிரித்தார்: ‘இது விட்டகுறை, தொட்டகுறை, வேண்டாம் என்றால் போய்விடாது. உங்கள் குரு காப்பாற்றிக் கொண்டுதான் இருக்கிறார். மனித குருவாக இருந்தால், பக்கத்திலிருந்து தேவையான உதவிகள் செய்வார். தெய்வம் அந்த உதவிகளை உடனிருந்து செய்கிறது. தெய்வத்தைக் குருவாக ஏற்ற நீங்கள் அதிர்ஷ்டசாலி.’

‘அதிருஷ்டம்தான் என்னைக் கொடுமை செய்கிறது. தெய்வம் குருவாக உடனிருந்து காப்பாற்றுகிறது என்று இவ்வளவு உறுதியாக எப்படிச் சொல்கிறீர்கள்? எனக்கு என்ன சான்று கிடைத்திருக்கிறது? தாம் வந்திருப்பதை ஏதாவது ஒருவழியில் அவர் எனக்கு அறிவுறுத்தலாம் அல்லவா? மாணவன் துன்பப்படுவதை ஆசிரியர் பேசாமல் பார்த்துக்கொண்டு இருப்பாரா?’

‘அவர் பிரமாணம் கொடுத்தபடி இருக்கிறார். நீங்கள்தான் புரிந்துகொள்ளவில்லை. பிரமையில் நீங்கள் உங்களை இழந்துவிடவில்லை. நடப்பதை எல்லாம் ஒரு மூன்றாவது மனிதன் போல் சொல்லுகிறீர்களே, எப்படி முடிகிறது? மாயை உங்களைப் பைத்தியமாக்க முயற்சி செய்கிறது; குரு அதைத் தடுக்க உதவுகிறார் என்பதற்கு இது சாட்சி இல்லையா? வினைப்பயனை அனுபவித்துதான் தீர வேண்டும். ஊழை முற்றிலும் மாற்றத் தெய்வத்தாலும் ஆகாது. உடனிருந்து உதவி வழிநடத்திச் செல்லத்தான் குரு. முருகப்பெருமானும் மாயையும் விளையாடுகிறார்கள். தைரியமாக இருங்கள். எல்லாம் நல்லபடி நடக்கும்.’

‘தைரியமாக இருக்கவே முயலுகிறேன். ஆனால்’ பித்தப் பசியைப்போல் பயம் திடீரென்று வருகிறது. கோணலான மூக்கும் பிதுங்கிய கண்களும் உள்ள பொம்மைகளைப் பார்த்தாலும் பயம் நெஞ்சை உலுக்குகிறது. என் இயல்புக்கு

ஒவ்வாத காமமும் கோபமும் வெறுப்பும் ஒரு காரணமும் இல்லாமல் கொலைவெறியோடு வருகின்றன. இது என் பயம் அல்ல; இது என் காமம் அல்ல என்று எனக்குத் தெரிகிறது; ஆனால் அதைத் தடுக்க முடியவில்லை. அவற்றின் விளைவாக கஷ்டம் அதிகம் ஆகிறது; அவமானப்படுகிறேன் சாமி, நான் சாமியார் இல்லை. குடும்பம் நடுத்தெருவுக்குள் வந்துவிடுமோ என்று அஞ்சும்படி இருக்கிறது நிலைமை. அதைச் சரிசெய்ய யோசிக்கவும் முடியாதபடி சத்தம்; முயற்சி செய்யவே அது நேரம் தரவில்லை. முயற்சி செய்தாலும் வெற்றி கிடைக்கவில்லை. என்னை ஆண்டி ஆக்குவதாய் அந்தச் சக்தியும் மிரட்டுகிறது. எனக்குப் பயமாக இருக்கிறது; சாமி! இதற்கு எப்போது முடிவு? நீங்கள் உதவ முடியாதா?'

ராமதாஸ் பெருமூச்சு விட்டார்; 'உங்களை எதிர்க்கும் மாயையை அடக்கத் தெய்வசக்தி ஒன்றினால்தான் முடியும். அதனால்தான் தெய்வமே குருவாக வந்திருக்கிறது. முடிவுபற்றிக் கால நிர்ணயம் செய்ய யாராலும் முடியாது. நாற்பது வருடம் சிரமப்பட்டவர்களை எனக்குத் தெரியும்.'

'என்னைப் போலவா?'

'உங்களுக்கு நடப்பதுபோல் இவ்வளவு விரிவாக நாடகம் மாதிரி நடந்ததை நான் கேள்விப்பட்டதில்லை. ஆனால், கோரமான சத்தத்தால் துன்பப்பட்ட சிலரை எனக்குத் தெரியும். ஏதாவது சாதனை செய்கிறீர்களா?'

'என்ன சாதனை செய்ய முடிகிறது என்னால்?' என்று மாலி தன் பூஜை அறை அனுபவங்களைச் சொன்னான்.

ராமதாஸ் சிறிது நேரம் மௌனமாக இருந்தார்: 'இந்த நிலையில் உங்களுக்கு ஒரு சாதனையும் தேவை இல்லை. நடப்பது நடக்கட்டும், நல்லதே நடக்கும் என்று தைரியமாக இருக்கவேண்டியதுதான். அந்தத் தைரியமும் உங்கள் குரு தருவார்.'

அவர் பிரம்மசரியம் காத்தவர். சிக்கல் சிங்காரவேலர் சந்நிதியில் பன்னிரண்டு ஆண்டுகள் காயக்கிலேசம் செய்து தவம் இயற்றியவர் என்று அவன் கேள்விப்பட்டிருந்தான்; கேட்டான்; 'நீங்கள் இம்மாதிரி சிரமப்பட்டது உண்டா?'

'இதுபோல் இல்லை, வேறுமாதிரி. ஆயிரம் இரண்டாயிரம் சம்பாதிப்பதற்கே எவ்வளவோ கஷ்டப்பட வேண்டி இருக்கிறது. உடம்பு நலுங்காமல், கட்டியதுணி அழுக்குப்படாமல், இருந்த இடத்தைவிட்டு அசையாமல் கடவுளைச் சம்பாதித்து விட முடியுமா?'

ஆயிரம் இரண்டாயிரம் ஈட்டுவதே கஷ்டமாக இருக்கிறது என்று அவர் சொல்லும்போது, சங்கத்தில் அவன் வந்தபோது நடந்த நிகழ்ச்சி அவனுக்கு நினைவு வந்தது. ராமதாஸ் சந்நியாசி; அவருக்குப் பணம் தேவை இல்லை. ஈரோட்டிலிருந்து ஒரு ரெட்டியார் அவரைப்பார்க்க வந்திருந்தார். ரெட்டியார் நிறையச் சம்பாதித்தார்; பிள்ளைகளுக்குப் பொறுப்பு ஏற்கும் வயதுவந்ததும், அவர்களுக்குச் சொத்து பிரித்துக் கொடுத்துவிட்டு, தமக்காக ஒரு பகுதி வைத்துக் கொண்டார். தம் பங்குப் பணத்தை வைத்து ஓர் அநாதாசிரமம் நடத்த வேண்டும் என்று அவருக்கு விருப்பம். இந்தப் பரந்த உலகத்தில் அவருக்கு வேறு யாரிடமும் நம்பிக்கை உண்டாகவில்லை; ராமதாஸிடம் 'பணத்தை உங்களிடம் கொடுத்துவிடுகிறேன். உங்கள் இஷ்டம்போல் ஆசிரமம் ஏற்படுத்துங்கள், என்று நடையாக நடந்து கெஞ்சிக் கொண்டிருந்தார். 'எனக்குப் பொறுப்பும் வேண்டாம், பணமும் வேண்டாம்; துறவிக்கு இந்தப் பந்தம் எதற்கு?' என்று ராமதாஸ் மறுத்துக்கொண்டிருந்தார்.

மாலி குடும்பஸ்தன்; பணம் தேவை என்று தேடுகிறான்; கிடைக்கவில்லை. ராமதாஸ் துறவி; பணம் தேவை இல்லை என்கிறார். பணம் அவரைத் தேடிவருகிறது.

இந்த நிகழ்ச்சி மாலிக்கு வாழ்க்கையின் முரண்பாடுகளைப் பற்றின ஒரு தெளிவு கொடுத்தது; ராமதாஸிடம் அவனுக்கு இருந்த கௌரவபுத்தி பலப்பட்டது.

அவர் தொடர்ந்து கூறினார்; 'கஷ்டம் அதிகமானால் கூலியும் அதிகமாய்க் கிடைக்கும். உங்களுடைய துன்பங்களின் முடிவு பெரும் இன்பமாக இருக்கும். அதற்கு ஓர் ஆயுள் காலமே போய்விட்டால்தான் என்ன? குருநாதர் கைவிடமாட்டார்; கவலைப்படாதீர்கள்.'

அவரிடம் விடைபெற்றுக்கொண்டு கிளம்பும்போது அவனுக்கு மிகவும் தெம்பாக இருந்தது. அவர் எல்லா கேள்விகளுக்கும் விடை கூறிவிட்டார். அதன் சாரம், அவன் துன்பப்பட்டே தீர வேண்டும். எல்லாம் என்னை ஆளும் ஈசன் செயல் என்பதுதான். இந்த நிமிடத்துத் தலைவலிக்கு அவர் மாத்திரை தரவில்லை; தன்னிடம் இல்லை என்றும் சொல்லிவிட்டார்.

ஆயினும் அவனுக்கு நம்பிக்கையாகவும் தைரியமாகவும் இருந்தது. அகச்சந்தை மூடிக் கிடந்தது. முருகன் என்னும் அருட்பெரும் ஜோதி தன்பால் தனிப்பெரும் கருணை கொண்டு, தன்னைச் சீடனாக ஏற்று, தனக்கு *BODY GUARD* (மெய்க் காவல்) ஆகவும் *MIND GUARD* (மனக் காவல்) ஆகவும் *BRAIN GUARD*

(மூளைக் காவல்) ஆகவும் உடனிருக்கிறார் என்று அவனுக்குப் பெருமிதமாக இருந்தது, சொல்லும் உருவும் கொண்டு தாக்கும் கைச் சக்தியைக் குருபலத்தால் வெல்ல முடியும் என்று அவனுக்கு தைரியமாகவும் இருந்தது.

கூட வந்த நண்பன் சங்கத்திலேயே தங்கிவிட்டான்.

மாலி உற்சாகமாகச் சங்கத்திலிருந்து வெளியே அடி எடுத்து வைத்ததும், அவனுடைய வருகைக்காகக் காத்திருந்தது போல் ஒரு கோஷ்டிப் பேச்சு அவனைச் சூழ்ந்தது.

'ஏண்டி பகவதி, அந்த ராமதாஸ் நம்மெப் பத்தி என்னதாண்டி சொல்றான்? மாயா சக்தி என்கிறானே, அது என்னடீ?'

'அதெல்லாம் ஒனக்கு புரியாது போ?'

'புரியாவிட்டா புரியும்படி சொல்லேண்டி. ஒரேயடியா ராங்கி அடிக்கிறியே. பெரிய தமிழ்ப் புலவரோட பெண்ணாச்சேன்னு கேட்டா . . .'

'சுந்தரி, மாயா என்கிறது தமிழே இல்லை, அது வடமொழி வார்த்தை; தெரிஞ்சுக்கோ. அதுக்கு 'எது இல்லையோ அது'ன்னு எங்க ஐயா பொருள் சொல்வாரு . . .'

'அது எப்பிடி? இல்லாததை எப்பிடி அது என்பாங்க? அது இல்லேன்னா அதை 'எது'ன்னு எப்பிடிக் கேட்பாங்க . . .'

'போடீ, எல்லாத்துக்கும் அசிங்கமா அர்த்தம் பண்ணத்தான் உனக்கு வரும் . . .'

'இல்லேடீ வெளங்காம கேட்கிறேன். அந்த சாமியார் நம்மப் பத்தி என்னதான் சொல்றான்?'

'நாம் இருக்கிறோமா? ஆனா, நெசத்திலே நாம் இல்லே என்கிறான்.'

'அது எப்பிடி? நாம இருக்கிறது நெசம் தானே? நாம் இல்லேன்னு பண்டாரம் ஏன் பொய் சொல்றான்?'

'அப்பிடி இல்லேடி. நாம் உயிரோடு இருக்கிறவரை இருக்கோம். செத்துவிட்டா, இருக்கோமா? இல்லே; இல்லியா? அதைத்தான் அவன் சொல்றான்.'

'நாமதான் சாகமாட்டோமே; அப்பிடீன்னா நாம இருக்கிறது நிசம்தானே?'

'குட்டிங்களா, எங்கே பொறப்பட்டீங்க? காவிரிலேருந்து தண்ணி கொண்டாரப் போறீங்களா?'

'ஏன்யா, நாங்க போறமா, வர்ரமா என்கிறது கூடவா தெரியல்லே? தண்ணி எடுத்துக்கிட்டு திரும்புறோம்...'

'ஒங்களெ பார்த்தேனா, ஒரே மயக்கமா இருக்கு, நீங்க இருக்கீங்களா, இல்லீங்களா, போறீங்களா, வர்ரீங்களா – எது நெசம்னே தெரியல்லே...'

'என்னய்யா ஒன் வயசு என்ன? குடிச்சிட்டு வந்திருக்கியா...'

'இந்த ஊர்லே *PROHIBITION* இல்லை போலவும் இருக்கு, இருக்கு போலவும் இருக்கு . . .'

'டீ, அதாண்டி அந்தப் பண்டாரம் சொன்னான்...'

'அப்படீன்னா அவன் குடிச்சிருப்பான்...'

○

மகாலிங்கத்துக்கும் அப்படித்தான் இருந்தது. இருக்கிறோமா, இல்லாமல் போய்விட்டோமா, போகிறோமா, வருகிறோமா என்பது புரியாத போதை நிலை. குடும்பத்தோடு நடக்கும் வாழ்க்கை நிசமா, குரல் ஒலியோடு நடக்கும் வாழ்க்கை நிசமா என்றே சில சமயம் சந்தேகம் வந்துவிடும்.

குருவின் பாதுகாப்பு இருப்பதாய் ராமதாஸ் உண்டாக்கிய நம்பிக்கை சன்மார்க்க சங்கத்திலிருந்து திரும்பும் வழியிலேயே விடை பெற்றுக்கொண்டு போய்விட்டது. எல்லாவற்றையும் தான் ஒரு மயக்க நிலையிலேயே செய்வதாய் அவனுக்குத் தோன்றியது. சொற்கள் வெட்ட வெளியில் பிறப்பதாகவும், அவை ஒன்றோடு ஒன்று மோதும்போது சத்தங்கள் பிறப்பதாகவும், சத்தங்கள் கூடுவதால் கோர ரூபங்கள் பிறப்பதாகவும் தோன்றியது. ஒரு சமயம், கோரரூபங்கள் வெட்ட வெளியில் பிறப்பதாகவும், அவை ஒன்றோடு ஒன்று சேருவதால் சொற்கள் பிறப்பதாகவும் சொற்களின் கூட்டத்தில் சத்தங்கள் பிறப்பதாகவும் தோன்றியது. மற்றொரு சமயம் தான் ஒன்றும் செய்யவில்லை, தன்னால் ஒன்றும் செய்ய இயலவில்லை, தன்னை யாரோ – ஒரு நோயாளிக்குச் செய்வது போல் – நடக்கவைத்து, உட்கார வைத்து, சாப்பிட வைத்துப் படுக்கவைப்பது போலிருந்தது. தூங்குகையிலும் தான் தூங்கவில்லை என்றும் தூக்கம் என்ற பிரமையில் எங்கு எங்கோ போவதும் வருவதும் யார் யாரையோ பார்ப்பதும் பேசுவதுமாய் இருப்பதாகத் தோன்றியது. நான் செத்ததை என் கண்ணால் பார்த்தாலும் அதுவும் ஒரு பிரமையாகத் தோன்றும்; என்று அவன் சிரித்துக் கொள்வான்.

மெய்யோ பிரமையோ குடும்ப வாழ்க்கை நடந்தாக வேண்டி யிருந்தது; நடந்துகொண்டும் இருந்தது, காமாட்சிக்கு எட்டாவது

மாதம். ஐந்து குழந்தைகளை வளர்த்து உருவாக்குவதற்கு எவ்வளவோ பாடுபடவேண்டியிருக்கிறது, ஆறாவதாக இது ஒன்று எதற்கு என்று அவளுக்கு வெறுப்பு. உள்ளே என்ன சனியன் இருந்ததோ, வயிறு கனமாய்க் கனத்தது. இந்த வயிற்றைத் தூக்கிக் கொண்டு அவள் கடை கண்ணிகளுக்குப் போக வேண்டும். சில்லறைக் கடனுக்காகக் கடைக்காரனிடம் கெஞ்ச வேண்டும். பழைய நல்ல காலத்து நினைவில் வீடு தேடிவருகிற விருந்தாளிகளை உபசரிக்க வேண்டும். பழைய கடன்களை அடைக்கப் புதிய கடன் வாங்க வேண்டும். கடன் கிடைக்காவிட்டால் எந்தச் சாமானை அடகு வைக்கலாம் அல்லது விற்றுத் தொலைக்கலாம் என்று பார்த்துச் செய்ய வேண்டும். செயலற்றுக் குந்திவிட்ட கணவனுக்கும், பள்ளி செல்லும் குழந்தைகளுக்கும் வேளை தவறிவிடாமல் ஆக்கிப்போட வேண்டும். சில சமயம் பட்டினி கிடக்க வேண்டும். இவ்வளவும் போதாது என்று இரவில் 'கொட்டு கொட்டு' என்று விழித்துக் கொண்டு இருக்கும கணவனைத் தூங்க வைக்க வேண்டும்... இத்தியாதி ஓயாத விசாரம் ஒழியாத விசாரம் அவளுக்கு இருக்கிற பீடைகள் போதாது என்று 'இது ஒன்று' என்று வயிற்றில் அடித்துக் கொள்வாள், சில சமயம்.

இது வேண்டாம் என்று இரண்டாவது மூன்றாவது மாதத்திலேயே அலோபதி, சித்தவைத்தியம் பச்சிலை மருந்துகளால் கர்ப்பத்தைச் சிதைக்க அவள் முயற்சி செய்தாள். வாயும் வயிறும் வெந்து புண் ஆனதுதான் மிச்சம் கர்ப்பம் என்னவோ கல்லுப் பிள்ளையாராட்டம் கெட்டியாக இருந்தது; அமோகமாய் வளர்ந்துகொண்டும் இருந்தது.

இரவு பன்னிரண்டு மணிக்கு மேல் இருக்கும். மகாலிங்கம் அகச்சந்தையிலிருந்து வெளிப்பட்டுச் சற்றுமுன்தான் தூங்கி இருந்தான். இப்போதெல்லாம் சொப்பனம் இல்லாத உறக்கமே அவனுக்கு இல்லை. கண்விழிப்போடு மறந்துபோகிற கனவுகளோடு, ஒரு காரணமும் தெரியாமல் சிலகாலமோ, நீண்டகாலமோ நினைவில் தொடருகிற கனவுகளும் வரும். அந்த இரவும் அவன் ஒரு கனவு கண்டுகொண்டு இருந்தான்.

... சினிமா திரையில் குளோஸ் அப்பில் மார்பளவு தெரியும் உருவம்போல் – கன்னங்கரேல் என்று கறுப்பாக இருக்கும் ஒருவனின் உருவம் பெரிதாகத் தெரிகிறது. அவன் இந்தப் பக்கமும் அந்தப் பக்கமும் திருட்டு விழி விழித்துப் பார்த்து, யாரும் தன்னைப் பார்க்கவில்லை என்று ஊர்ஜிதம் செய்து கொள்கிறான். கூட்டில் அடைக்கப்பட்ட காட்டு மிருகத்தின் பரபரப்பு அவனிடம் தெரிகிறது...

அவன் கள்வன் என்று தூங்குகிற மாலிக்குப் புரிந்து நெஞ்சு படபடக்கிறது. வீட்டுக்குள் புகுந்த பிறகு திருடனின் அச்சம் மறைந்து சுவாதீனமாக வீடெங்கும் சுற்றுகிறான். நகை நட்டுகளையோ பண்டம் பாத்திரங்களையோ அவன் திருட வந்தவனாய்த் தெரியவில்லை. கொலை வெறியோடு யாரையோ தேடுபவனாய்த் தோன்றியது . . .

. . . அவன் தேடும்போது யாரோ யாரிடமோ கிசுகிசுக்கும் குரலில், 'யாருடீ வந்திருக்கிறது?' என்று கேட்க கறுப்பன் என்று பதில் வருகிறது. அவனை வேண்டாம் என்று தள்ளி வைத்துவிட்டுத்தானே மாலியோடு இருக்க வந்தேன்? அவன் இங்கே எதுக்கு வந்தான்? அவனுக்குச் சரியான . . .

கனவு மேலே தொடருவதற்குள் காமாட்சி அவனைத் தட்டி எழுப்பினாள்: 'இடுப்பு வலி தாங்க முடியில்லே . . .' அவனுக்குச் சில வினாடிகள் நிலைமை விளங்கவில்லை. திருடன்தான் தன்னைத் தட்டுகிறானோ என்று பதறியபடி 'யாரது? என்னது?' என்று அலறியபடி எழுந்து உட்கார்ந்தான். கண்களைத் தேய்த்துக்கொண்டு மனைவியைக் கண்ட பிறகுதான் விழிப்பு வந்தது.

'ரொம்ப வலிக்குது. ஒரு வண்டி கொண்டு வாருங்கள். புதுத்தெரு ஆஸ்பத்திரியிலேயே சேர்ந்துவிடலாம் . . .' என்று அவள் சிணுங்கினாள்.

பெண்டாட்டி 'வலிக்குது' என்றது முதல் பக்கத்தில் இருந்தாலும், அட்டைப்படக் கார்டூன் 'பணம் இல்லை' என்று வெகு அகலமாய்க் கைகளை விரித்துக் கொண்டிருந்ததைத்தான் அவன் முதலில் பார்த்தான்; 'வண்டியா? பக்கத்துத் தெருதானே? மெள்ள நடந்து போய் விடலாமே . . .'

'என்னாலே முடியாதுங்க, சமையல் அறை பரண் மேல் சோப்பு டப்பியிலே சில்லறையாக ஒரு ரூபா இருக்கு வண்டிக்கு அதுபோதும்' என்றவள், மூக்கிலிருந்த ஒரே மூக்குத்தியைக் கழற்றிக் கொடுத்தாள்; 'இதை அடகு வைக்காதீர்கள். விற்றுச் செலவுக்கு வைத்துக்கொள்ளுங்கள். அது தீர்ந்து போனால் நீங்கள் தான் சமாளிக்க வேண்டும், சீக்கிரம் புறப்படுங்கள்' என்றாள், வயிற்றை அழுத்திக் கொண்டு.

மூக்குத்தியை அவள் கழற்றும்போது 'ஒரு மூக்குத்தியையும் தாலியையும் நான் பறித்துக்கொள்ளப் போகிறேன்,' என்று நாசசக்தி கூறியது அவனுக்கு நினைவு வந்தது. 'தாலி மட்டும் மிச்சம்' என்று பெருமூச்சு விட்டான். அகச்சந்தை மௌனமாக

இருந்தது; இந்த ஸீனில் அவனுடைய நடிப்பு எப்படி இருக்கிறது என்று பார்த்து மகிழவோ என்னவோ?

ஒற்றை ரூபாய் இப்போதையப் பிரசவப் பிரச்சினைக்குத் தீர்வு கண்டுவிட்டது என்று சிறு ஆறுதலுடன் தெருக்கோடியில் உள்ள வண்டி ஸ்டாண்டுக்கு விரைந்தான். வண்டியிலேயே தூங்கிக் கொண்டு இருந்த வண்டிக்காரனை எழுப்பி, அவன் தூங்கிக்கொண்டிருந்த மாட்டை எழுப்பி, விளக்கு ஏற்றிக் கொண்டு, வண்டியை வீட்டுக்குக் கொண்டு வருவதற்கு அரை மணிநேரத்துக்கு மேல் ஆகிவிட்டது.

வீட்டில் குழந்தைகள் எல்லோரும் விழித்துக் கொண்டு தூக்கக் கலக்கத்துடனும் மனக்கலக்கத்துடனும் மூலைக்கு மூலை உட்கார்ந்திருந்தார்கள். பிரசவத்திற்காக என்றோ கட்டிவைக்கப்பட்டிருந்த பழைய சேலைகளையும் 'பிட்' துணிகளையும் பையில் திணித்துக்கொண்டு, காமாட்சி தயாராக இருந்தாள்.

'சாவித்திரி, நீ பள்ளிக்கூடத்துக்கு இரண்டு நாள் லீவ் போட்டுவிடு,' என்று மூத்தபெண்ணுக்கு ஆணை இட்டாள்; 'செந்தில், நீ வம்பு செய்யாமல் ஸ்கூலுக்குப் போக வேண்டும். ஒரு வாரத்திலே நான் வந்து விடுவேன்; உனக்கு வேண்டியதை வாங்கித் தருகிறேன்,' என்று மூன்றாவது வம்புக்கார பிள்ளையான செந்திலைத் தாஜா பண்ணிவிட்டு, எல்லோரிடமும் விடைபெற்றுக்கொண்டாள்.

எவ்வளவு பலவீனமாக இருந்தாலும் பிரசவ காலத்தில் எமகங்கிரர்கள் தன்னை அணுக முடியாது என்கிற நம்பிக்கை அவளுக்கு; ஆனால், பிள்ளைகளுக்கும் பெண்களுக்கும் அவள் வண்டி ஏறும்போது கண்கள் நிறைந்துவிட்டன.

புதுத்தெரு ஆஸ்பத்திரி என்பது நகராட்சியின் மகப்பேறு மருத்துவமனை; ஒரு குறிப்பிட்ட நேரத்தில்தான் லேடி டாக்டர் வருவார்; இந்த நேரம்கெட்ட நேரத்தில் ஒரு நர்சும், ஆயாவும் இருந்தார்கள்.

நர்ஸ் கர்ப்பிணியைச் சோதித்து விட்டு, 'வயிற்றிலே குழந்தை உயிரோடு இருக்கிறது ... ஆனால் ... ரொம்ப சீரியஸ் கேஸ்; இங்கே தோதாக சாமான்கள் இல்லை. நேராக முனிசிபல் ஹாஸ்பிடலுக்கோ கவர்ன்மெண்டு ஹாஸ்பிடலுக்கோ போய் விடுங்கள்,' என்று கூறிவிட்டாள்.

'அவ்வளவு தூரம் என்னால் போகமுடியாது. இங்கேயே இருந்துவிடுகிறேன்,' என்று வலி வேண்டிக்கொண்டது.

‘அவ்வளவு பெரி ரிஸ்க் நான் எடுத்துக்கொள்ள முடியாது. ஏதாவது ஆகிவிட்டால் எனக்குப் பெரிய தொந்தரவு’ ஆஸ்பத்திரி போவதற்குள் டெலிவரி ஆகிவிடாது,’ என்று முடிவு சொன்னாள் நர்ஸ்.

அவளைக் காமாட்சி நம்பவில்லை; தூரத்தில் உள்ள அரசினர் மருத்துவமனைக்குப் போகும் வரை வயிறு தாங்காது என்று அவசரப்பட்டாள்.

நகராட்சி ஆஸ்பத்திரிக்குப் போக மேலும் இரண்டு ரூபாய் கேட்டான் வண்டிக்காரன். அவன் தெரிந்தவன்தான்; இருந்தாலும் நள்ளிரவில் தட்டி எழுப்பிக் கடனுக்கு சவாரி வரும்படி கேட்க மகாலிங்கத்துக்குக் கூச்சமாக இருந்தது. காமாட்சி அதைப் புரிந்து கொண்டாள். வலிக்குக் கூச்சம் ஏது, அதுவும், பிரசவ வேதனைக்கு?

‘ஐயா காலையிலே பணம் தருவார்கள். வண்டியைக் காந்திபார்க் ஆஸ்பத்திரிக்கு வேகமாய் ஓட்டு’ என்று தலைவி நிலைமையைச் சமாளித்துவிட்டாள்.

‘அதனாலே என்னங்க’ என்று வண்டிக்காரன் மாட்டை விரட்டினான்.

அந்த மகளிர் ஆஸ்பத்திரியில் ஆண்கள் யாரும் உள்ளே போக முடியாது; வாசலில் கம்பியைப் பிடித்துக்கொண்டு காவலுக்கு நிற்க வேண்டும். கர்ப்பிணி உள்ளே போய் விட்டாள்; சற்று நேரத்தில் ஆயா ஒருத்தி வந்து, ‘ஒரு வேளை நீங்கள் ரத்தம் கொடுக்க வேண்டி இருக்கலாம்: வீட்டுக்குப் போய்விடவேண்டாம்’ என்று ஆர்டர் செய்துவிட்டுத் திரும்பினாள்.

அன்று இரவும் மறுநாளும் ஆஸ்பத்திரிக்கு எதிரிலும் காந்திபார்க்கிலும் காத்துக்கிடந்தான். இடையிடையில் வீட்டுக்குச் சென்று அங்கு தேவையானதையும் கவனித்துக்கொண்டான். மூக்குத்தி அவனுடைய சிரமத்தைக் குறைக்க உதவியது.

மகளிர் ஆஸ்பத்திரிக்கு உள்ளே குழந்தைப்பேறுக்காகப் பெண்மணிகள் வேதனைப்படுகிறார்கள் என்றால் அவர்களின் கணவன்மார்களோ தந்தை தமையன் தம்பிகளோ உயிரைக் கையில் பிடித்துக்கொண்டு தவிப்பதை ஆஸ்பத்திரி வாசலில் காணலாம். பிரசவ வேதனையை மறக்க இஞ்செக்ஷன் செய்துவிடுகிறார்கள்; நல்ல செய்தியாக வரவேண்டுமே, ஆண்டவனே என்று உள்ளேயிருந்து வெளியே வருகிற நர்ஸ்களையும் ஆயாக்களையும் கெஞ்சுகிற துடிப்புக்கு யார்

இஞ்செக்ஷன் செய்கிறார்கள்? மகாலிங்கத்துக்குப் பிரசவவேதனை பெண்ணைவிட ஆணுக்கு அதிகம் என்று தோன்றியது. நேரம் ஆக ஆக, ஐந்து குழந்தைகளையும் தன் தலையில் கட்டிவிட்டுப் புண்ணியவதி நிம்மதியாகப் போய்ச் சேர்ந்துவிடுவாளோ என்று அவனுக்குப் பயமாகவும் இருந்தது.

அகச்சந்தை கூடிச் சத்தம் போடாததால் அவன் அமைதியாக வும் சுயஅறிவோடும் குடும்பக்கவலை பட முடிந்தது. ஒரே ஒரு சமயத்தில் மட்டும், ஆயா, 'நீங்கள் ரத்தம் கொடுக்க வேண்டி இருக்கலாம்' என்று சொன்னாளே. அப்போது யாரோ 'சக்களத்தி இதிலும் பங்குக்கு வந்து விட்டாளா?' என்று கத்தியது மட்டும் கேட்டது; மற்றபடி அவனுடைய துன்பத்துக்கு இடையூறாகப் பெரிய சத்தம் எதுவும் கேட்கவில்லை. மறுநாள் இரவு பன்னிரண்டு மணிக்கு மேல் உள்ளேயிருந்து தகவல் வந்தது. ஆயுதம் போட்டுக் குழந்தையை எடுத்ததாகவும், ஆண்குழந்தை செத்துப் பிறந்தது என்றும் தாயார்க்காரி நலமாக இருந்தாலும் அதிக ரத்தம் சேதம் காரணமாக மிகப் பலவீனமாய் இருப்பதாகவும் வெளியில் வந்த ஆயா தெரிவித்தாள்; அவன் வீட்டுக்குப் போய்த் தூங்குவதற்கும் அனுமதி வழங்கினாள்.

குழந்தை போவது பற்றி அவனுக்கு விசனமில்லை. கஷ்டக்கூட்டாளி உயிர் தப்பிவிட்டாளே என்று மகிழ்ச்சியாக இருந்தது. இன்னும் என்ன சுகம் காண்பதற்காகப் பிழைத்துக் கொண்டாளோ என்று அவளிடம் சின்ன அனுதாபம்கூட உண்டாயிற்று!

இந்த நல்ல செய்தியோடு திரும்பியபோது மூன்றாவது மகன் செந்தில் கதவைத் திறந்தான். எல்லோருக்கும் முந்தி முதல் பந்தியில் முதல் நபராகச் சாப்பிட்டுவிட்டுப் படுக்கிற இந்தச் சிறுவன்கூட அம்மாவைப்பற்றின கவலையால் தூக்கத்தைத் துறந்து விட்டு விழித்திருக்கிறானே என்று மகாலிங்கத்துக்கு வருத்தம் கலந்த வியப்பு ஏற்பட்டது. வீட்டில் எல்லோருமே விழித்திருந்தார்கள்.

அம்மா உயிரோடு வந்துவிடுவாள் என்று அவன் அறிவித்ததும் எல்லோருடைய முகமும் கொஞ்சம் தெளிந்தது. ஆனால், சூழ்நிலையில் ஒரு விறைப்பு நிலவுவதை அவன் உணர்ந்தான்.

'நீங்கள் ஆஸ்பத்திரிக்குப் போனபிறகு இந்தப் பயல் இங்கே என்ன கலாட்டா செய்கிறான், கேளுங்கள்' என்று மூத்தபிள்ளை சூரி மூன்றாவது மகன் செந்தில் மீது புகார் கொடுத்தான்.

'நாளைக்கு யூனிபார்ம் துணி வேண்டும் என்றேன்; அதுக்காக இவன் கன்னத்தில் எப்படி அறைந்தான் பாருங்கள் அப்பா'

என்று தன் கட்சியைச் சுருக்கமாய்ச் சொல்லிக் கன்னத்தைக் காட்டினான் செந்தில்.

இந்தச் செந்தில் கலாட்டாக்காரன்; இவனால்தான் பரபரப்பு என்பதை மகாலிங்கம் புரிந்து கொண்டான். தாயும்தந்தையும் இல்லாதபோது மூத்தபெண் சாவித்திரி தான் வீட்டு நிர்வாகத்தை ஏற்பது வழக்கம், பொறுப்புத் தெரிந்த அவள் முகத்தைப் பார்த்தான்.

'அப்பா வரட்டும், எப்படியும் துணிவாங்கிவிடலாம் என்று நூறு தடவை சொன்னேன் அப்பா. இவன் கேட்கவில்லை. துணிவந்த பிறகுதான் சாப்பிடுவேன் என்று மூலையில் உட்கார்ந்துவிட்டான். நான், பத்மா, சூரி எல்லாரும் சாப்பிடுடா சாப்பிடுடா என்று கெஞ்சினோம் இவன் கேட்கவில்லை. சூரியும் முதலில் நயமாய்த்தான் சொன்னான். பத்துமணிக்குமேல் ஆகிவிட்டுது: எல்லோருக்கும் நல்ல பசி. சூரிக்குக் கோபம் வந்து அறைந்து விட்டான். அவனும் இவ்வளவு பலமாக அடித்திருக்க வேண்டாம்' என்று சாவித்திரி விவகாரத்தை விவரித்தாள்.

'நீங்கள் எல்லோரும் சாப்பிட்டீர்களா, இல்லையா?'

'பத்தேமுக்கால் பதினோரு மணிக்கு சாப்பிட்டோம். சோறு ஜில்லிட்டுவிட்டது' என்றான் மூர்த்தி.

கேட்கக் கேட்க, மனசில் பெட்ரோல் கொட்டித் தீக்குச்சி கிழித்துப் போட்டாற்போல் குபீர் என்று கோபம் வந்தது, மகாலிங்கத்துக்கு. நாள் முழுவதும் நாய்போல் அலைவதும் செய்யத்தகாத காரியங்களைச் செய்வதும், வேளை தவறாமல் இவர்கள் வயிற்றுக்குத் தீனி போட வேண்டும் என்பதற்குத்தானே? அந்தச் சோற்றை தின்பதிலுமா இந்த ரகளை? சே!

'டேய் செந்தில், எழுந்திரு; தட்டை எடு.' என்று மகாலிங்கம் கர்ச்சித்தான்.

செந்தில் இந்தக் கர்ச்சனைக்கு அஞ்சியவன் அல்ல. அவன் ஏதாவது ஒரு பொருளைக் கேட்டால், கேட்டவுடன் அது அவனுக்குக் கொடுக்கப்பட வேண்டும். கொஞ்சம் இருடா என்றாலும் அவனுக்கு ரோசம் பொத்துக்கொண்டு வந்து விடும். இருக்கிற இடத்தில் அப்படியே உட்கார்ந்து விடுவான்; அப்புறம், கேட்ட சாமானைக் கொடுத்தாலும் வாங்கிக்கொள்ள மாட்டான். திட்டினாலும், அடித்தாலும், இருக்கிற இடத்தை விட்டு அசைய மாட்டான். சாப்பிடுறது இருக்கட்டும், தண்ணீர் கூடத் தொடமாட்டான்; அவனைப் பெயர்த்துப் பாயில் படுக்க

வைத்தால், மறுபடியும் பழைய இடத்திற்கே போய்ப் படுத்துக் கொள்வான்; தூக்கமும் தியாகம்தான்.

மகனின் இந்தக் குணநலன் மகாலிங்கத்துக்கு நன்றாகத் தெரியும். ஆனால், அவனுடைய கோபம் அதை மறந்து விட்டது. இரவு ஒரு மணிக்குமேல் ஆகிவிட்டது; பையன் காலையில் சாப்பிடட்டும் என்று அலட்சியம் செய்திருக்கலாம். அகாலத்தில் விசாரணை வேண்டாம் என்று தள்ளி வைத்திருக்கலாம். ஆனால், அவனுடைய ஆவேசம் எந்தச் சமரசத்துக்கும் தயாராக இல்லை.

தன்னுடைய ஆணையை மகன் மதிக்கவில்லை; தலை தூக்கிக்கூடப் பார்க்கவில்லை என்றால் பெற்றவனுக்குப் பொறுக்குமா?

'மரியாதையாகச் சோறு போட்டுக்கொண்டு சாப்பிடு, சொல்லிவிட்டேன். இன்னொரு தடவை சொல்ல மாட்டேன். முதுகு பிளந்துவிடும்.'

மற்ற நாலு குழந்தைகளும் தகப்பனாரின் சினத்தைக் கண்டு திகில் அடைந்தார்கள். 'அப்பா சொல்வதைக் கேளுடா. காலையிலே யூனிபார்ம் துணிவாங்கித் தருவார். பேசாமல் சாப்பிடுடா. வீணாக அடி வாங்காதடா' என்று ஒருவர் மாற்றி ஒருவர் அவனிடம் கெஞ்சினார்கள்.

ஆனால், செந்தில் பேசுவதற்காகவோ சாப்பிடுவதற்காகவோ வாயைத் திறக்கவில்லை.

'நீங்கள் ஒன்றும் அவனிடம் கெஞ்ச வேண்டாம். எட்டுங்கள் அந்தப்பக்கம்!' என்று மகாலிங்கம் உறுமினான். சிறுவனின் தலைமயிரைப் பிடித்துத் தூக்கி நிறுத்தினான், கன்னங்கள் கனிய அறைந்தான்; முதுகு வீங்கக் குத்தினான்; பிறகு, கையில் கிடைத்த விசிறி மட்டையை எடுத்துக்கொண்டு, மகனின் உடம்பு முழுவதையும் நார்நாராக்க விரும்புகிறவன் போல் கண்டபடி அடிக்க ஆரம்பித்தான்.

செந்தில் இம்மாதிரி பல தேர்வுகளில் முன்பே தேறிவிட்டவன். வேகமான அடியை வேகம் வேகமாகத் தடவிக் கொண்டானே தவிர, வாய்விட்டுக் கத்தக்கூட இல்லை. பொறுக்க முடியாதபோது பற்களைக் கெட்டியாகக் கடித்துக்கொண்டான். இருக்கிற இடம் விட்டு நகர நேர்ந்திருந்தால், ஓர் அடிக்கும் அடுத்த அடிக்கும் உள்ள இடைவெளியில் பழைய இடத்துக்கே ஓடி உட்கார்ந்து கொண்டான்!

'உங்கள் வயிற்றுக்குக் கொட்டத்தானே இவ்வளவு கஷ்டப்பட வேண்டி இருக்கு! சோறு வேண்டாம் என்று சொல்ல என்ன

கொழுப்பு இருக்கும்!... ராஸ்கல், தொலைந்து போ; போ; வெளியே போ. எனக்கு மூன்று பிள்ளை இல்லை, இரண்டு பிள்ளைதான் என்று தலை முழுகி விடுகிறேன்!' என்று கத்தியபடி புட்பாலை உதைப்பது போல் சிறுவனைப் பலமாக உதைத்தான் நல்ல வேளை, உதை முதுகுப் பக்கமாய் விழுந்தது; சிறுவன் எம்பி மூன்றடி தூரத்துக்கு அப்பால் போய் விழுந்தான்; சுருண்டுதான் விழுந்தான், ஆனால் சில நொடிகளில் சமாளித்துக் கொண்டு, தன் யதாஸ்தானத்துக்குத் திரும்பிப் போய் உட்கார்ந்தான். வாய்விட்டு அழாவிட்டாலும், அவன் கேவுவதும், மிகவும் சிரமப்பட்டு அழுகையைத் தொண்டைக்குள் அடக்கிக்கொள்ள முயலுவதும் அவனுடைய தலை நொடிப்பிலிருந்து நன்றாகத் தெரிந்தது.

அடிபட்டவனுடைய குரல் வெளிவராவிட்டாலும், மற்ற நால்வரும் அழுது கொண்டிருந்தார்கள் உதைப்பட்டுச் சிறுவன் விழுந்ததும் அவர்கள் தகப்பனாரைச் சூழ்ந்து கொண்டு, 'அப்பா, செந்திலை அடிக்காதீர்கள் அப்பா. அவன் செய்தது தப்புதான். அவனை மன்னித்து விடுங்கள் அப்பா. அவன் வாயில் ரத்தம் வருகிறது. இன்னும் அடித்தால் செத்து விடுவான்; விட்டுவிடுங்கள் அப்பா!' என்று கெஞ்சிக் கருணைமனு போட்டார்கள்.

அவன் மனசே உள்ளுக்குள் அவனிடம் கெஞ்சிக் கொண் டிருந்தது; மறுபடியும் உதைப்பதற்காக மேலே எழுந்த கால் கீழே தணிந்தது.

'கழுதை சாப்பிடாவிட்டால் போகட்டும்? ராத்திரி பூராவும் கோட்டான்போல் விழித்திருக்கட்டும். சாதத்தில் தண்ணீர் ஊற்றிவிட்டு நீங்கள் எல்லோரும் படுத்துக்கொள்ளுங்கள். காலையிலே அவனுக்கு இட்டிலி கிடையாது; பழையதுதான்!' என்று கடைசிக் கூப்பாடும் போட்டுவிட்டுத் தலையணை ஒன்றை இழுத்துத் தலையடியில் போட்டுக்கொண்டு தரையில் சாய்ந்தான்.

தூக்கம் வரவில்லை; தன் மீது வெறுப்பாக வந்தது. செந்திலைத் தவிர மற்றவர்கள் படுத்துக்கொண்டார்கள். இராவிளக்கின் வெளிச்சத்தில், செந்தில் உட்கார்ந்தபடியே தரையில் ஞப்போல் வளைந்து சாய்வது தெரிந்தது. அவனை இப்படி அடித்து நொறுக்கி இருக்க வேண்டாம் என்று பெற்ற மனம் நொந்தது. நயமாகச் சாப்பிடச் சொல்லி இருக்கலாம்; ஆனால், நயமாகச் சொன்னால் கேட்கிற பிள்ளை இல்லை. காலையில் பசித்தால் தானாகச் சாப்பிட்டிருப்பான். அடித்ததோடு விட்டிருக்கலாம். உதைத்திருக்கக் கூடாது. வாயில் ரத்தம் வரும்படியாகவா அடிக்கிறது?

எனக்கு ஏன் இப்படிக் கோபம் வந்தது? கோபம் வந்தால், புத்தி இப்படி மழுங்கிப் போகுமா? படக்கூடாத இடத்தில் பட்டிருந்தால்? இந்தப் பிடிவாத குணம் இருந்தாலும் செந்தில் புத்திசாலி; வயசுக்கு மீறின பொறுப்பு. அவனையா இப்படி அடித்துத் தொலைத்தேன்? என்று எண்ணும்போதே மகாலிங்கத்துக்கு அழுகை வந்தது.

அவனுக்கு ஆறுதல் கூற அகச்சந்தை இந்த நல்ல நேரத்தில் கூடியது.

'மாலி அளுவுறாண்டா, பாவமா இருக்கு ...'

'அளுவான், அளுவான், ஏன் அளுகமாட்டான்? கொலைகாரன் ...'

'அக்குறும்பா பேசாதேடா. மாலி ஒரு சென்டில்மேன். யாரைக் கொலை செஞ்சான்?

'பெரிய சென்டில்மேன். ஆள் அம்பக்கா இருந்துட்டா போறுமா? இவனாலே தாண்டா வவுத்திலே இருந்த கொளந்தை செத்துப் போச்சு. அது போறாதுன்னு இந்தப் பிள்ளெயை அடிச்சி கொல்லப் பார்க்கிறான் ...'

'பன்னி குட்டி போட்றாப்போல பெத்துத் தள்ளிவிட்டான். தீனி போட முடியாமே, தீர்த்துக்கட்டப் பார்க்கிறானோ?'

'இருக்கும், இருக்கும்' கையாலாகாத பசங்க வேறே என்ன செய்வாங்க?'

தன்னுடைய நடத்தை பற்றின இந்த நிர்த்தாட்சண்யமான விமரிசனத்தைக் கேட்க மாலிக்கு எரிச்சலாக இருந்தது. அவனுக்கு விமரிசனம் என்றாலே கடுப்பாக இருக்கும், இப்போது, அவன் செய்கிற செயல்களை மட்டும் அல்ல. எண்ணுகிற எண்ணங்களையும் விரோத நோக்கில் ஆய்வு செய்வதற்கென்றே சில பல பெரியோர்கள் அவனுக்கு உள்ளேயே உட்கார்ந்திருந்தார்கள்! 'என்ன வாழ்க்கை! இது இதைவிடச் சாவுமேல்' என்று தலையில் தட்டிக் கொண்டான்.

'மாலி அளறதைப் பார்த்தா எனக்கும் அளுகை வருதுடா. செத்தா தேவலை, செத்தா தேவலைன்னு அடிக்கடி சொல்றானே, நெசமாவே செத்துட்டா நாம என்னடா செய்றது?'

'என்ன செய்றது? இவனைச் சுத்தி எல்லாரும் குந்திக்கிட்டு, வாயிலேயும் மாரிலேயும் அடிச்சிகிட்டு ஒப்பாரி வச்சு அளவேணும் நான் ரொம்ப ஜோரா ஒப்பாரி வைப்பேன், தெரியுமா? எங்கம்மா சொல்லிக் குடுத்திருக்கா. பத்தா நாளு, தாலி அறுத்துபோட்டு, மொட்டை அடிச்சிக்கணும் ...'

‘டேய் பித்துக்குளி, நீ ஆண்பிள்ளைடா. உனக்கு ஏது தாலி?’

‘எங்க ஊர் பழக்கம் உனக்கு என்னடா தெரியும்? எங்க ஊர்லே, பொண்ணுதான் மாப்பிள்ளைக்குத் தாலி கட்டுவா; பையன் பொண்ணு களுத்திலே பூவில் மாலை போடுவான்… மாலி என் கழுத்திலே கட்டின தாலி இந்தா இருக்கு பாருடா…’

‘அப்படின்னா, மாலி பெண்பிள்ளையா? . . . டேய், நீ பொறவியிலேயே முட்டாள், இப்போ பயித்தியமும் புடிக்குது.’

‘அய்யே, பயித்தியம்னா கேவலமா?’

❍

காலையில் எல்லாரும் எழுந்திருக்கும்போதே எட்டு மணிக்குமேல் ஆகிவிட்டது. மகாலிங்கம் விடியற்காலை ஒரு மணிநேரம் கண்ணயர்ந்ததோடு சரி. விழித்துக் கொள்ளும்போதே வயிற்றில் பகபக என்று எரிச்சலாக வந்தது. கண்களும் எரிந்தன. உடம்பு வெதவெதவென்று சூடாக இருப்பது போல் ஓர் உணர்வு. மிகவும் அசதியாக இருந்தது. உடம்புக்கு ஏதாவது வந்து விடுமோ என்று கொஞ்சம் பயமாகவே இருந்தது.

அகமும் புறமும் சேறாக இருந்த இந்நேரத்திலும் அவன் காய்ச்சல் தலைவலி என்று சேர்ந்தாற்போல் நாலு நாள் படுத்ததில்லை. மற்றவர்கள்தான் ஒருவர் மாற்றி ஒருவர் சித்த வைத்தியரையும் டாக்டரையும் கைப்பாகத்தையும் பார்த்தபடி இருந்தார்கள். அவர்களைக் கவனித்துக்கொள்ளவே அவன் கெட்டியாக இருந்தான் போலும். ‘இப்போது நானும் படுத்துவிட்டால், குடும்பம் அதோகதி’ என்று பெருமூச்சு விட்டான். ‘உடம்பைப் பொருட்படுத்தக்கூடாது’ என்று மனத்தை உறுதிப்படுத்திக் கொண்டு காலைக்கடன்களில் தன்னைச் செலுத்தினான்.

இரவில் செந்திலைப் புடைத்ததை எப்படி மறக்க முடியும்? எல்லோருக்கும் முந்தி குளித்துவிட்டு, டிரஸ் செய்துகொண்டு முதல் ஈட்டு இட்டிலிக்காகச் செந்தில் காத்திருந்தான். முதல் ஈட்டில், அடித்தட்டு இட்டிலிகள்தான் அவன் ஏற்பான். மேல் தட்டு இட்டிலியில் நீர் சொட்டிப் பிசுபிசுவென்று இருக்குமாம். அதை அவன் தொடமாட்டான்; இது வழக்கம். அவனுக்கு அப்பா பேரில் கோபம்: திரும்பியும் பார்க்கவில்லை. அதைக்கண்டு மாலிக்குச் சிரிப்பு வந்தது. ‘ரோசக்காரப் பயல்; எப்படியாவது யூனிபார்ம் எடுத்துக் கொடுத்துவிட வேண்டும்’ என்று எண்ணிக்கொண்டான். அடிபட்ட பிள்ளையின் முகம் வீங்கி இருப்பதைப் பார்க்க வருத்தமாக இருந்தது.

பிள்ளைகள் பள்ளிக்கூடம் போனபின் பெண்களிடம் சமையல் பொறுப்பை ஒப்படைத்துவிட்டு அவன் ஆஸ்பத்திரி வாசலை அடைந்தபோது மணி பதினொன்றுக்கு மேல் ஆகிவிட்டது. காமாட்சியின் உடல் நிலைபற்றித் தெரிந்து கொள்ளவே அவன் அங்கே வந்தான். ஆஸ்பத்திரிக் கதவு பூட்டிக் கிடந்தது. தனக்குத் தெரிந்த யாராவது வருவார்களா என்று அரைமணி நேரம் காத்திருந்தான். பிறகு ஓர் ஆயா அவனைப் பார்த்துவிட்டுக் கதவருகில் வந்தாள்.

'ராத்திரி ஆயுத கேஸ்காரவங்க நீங்கதானே?'

'ஆமாம்.'

'உங்க இஷ்டத்துக்கு வர்ரீங்களே சாமி. ஆறுமணிக்கு வர வேணாம்? எவ்வளவு நேரம் பொணத்தை நாங்க வச்சிருக்கிறது?'

சடலத்தை ஆஸ்பத்திரிக்காரர்கள் புதைத்திருப்பார்கள். அது அவர்கள் பொறுப்பு என்று மகாலிங்கம் எண்ணி இருந்தான்: செத்துப் பிறந்த சிசுவுக்கு என்ன சடங்கு செய்ய வேண்டும் அதற்குத் தகப்பன் ஏன் இருக்க வேண்டும் என்று புரியாமல் அவன் மௌனமாக இருந்தான்.

'கொளந்தெயை பொதைக்க வேணாமா சாமி? தோட்டி அஞ்சுரூவா கேக்கிறான். பெத்தவங்களே கேட்டேன் ஒங்களே கேக்க சொன்னாங்க'

மூக்குத்தி விற்ற பணத்தில் அவனிடம் பத்து ரூபாய் பாக்கி இருந்தது. ஆஸ்பத்திரியில் அவசரமாக மருந்து எழுதித்தரலாம் வீட்டுச் செலவுக்கும் தேவைதானே? ஒரு சிசுவின் சடலத்தைப் புதைக்க ஐந்து ரூபாய் என்றதும் அவனுக்குக் கோபம் வந்து விட்டது.

'எதுக்கு ஐந்து ரூபா? மண்வெட்டியாலே குழி தோண்டப் போகிறானா? மந்திரம் சொல்லப் போகிறானா?'

'அதெல்லாம் எனக்குத் தெரியாது சாமி. அஞ்சு ரூபா குடுத்தாத்தான் வேலை நடக்கும். ஒரு பைசா கொறச்சாலும் பொணத்தை தொடமாட்டேன் என்கிறான்.'

'இரண்டு ரூபா தருகிறேன்; அதுவே அதிகம்'

'வேலே நடக்காது ...'

'நடக்காது என்றால் நீங்களே அதைப் பத்திரமாய் வைத்துக் கொள்ளுங்கள் ...'

'எதுக்கு சாமி எம்மேலே எரிஞ்சி விளுவுறீங்க பொணத்தெ நாங்க வச்சிக்க மாட்டோம். ஒங்க கொல்லையிலே பொதெச்சிடுங்க ரொம்ப பேரு அப்படிச் செய்றாங்க'

'ரொம்ப பேர் செய்கிறதை நானும் செய்கிறேன். அதைக் கொண்டுவா இங்கே!' – என்று அவன் கத்தினான்.

ஆயா ஒரு மாதிரியாக அவனைப் பார்த்துவிட்டு உள்ளே சென்றாள். திரும்பியவள் கட்டுச்சோறு மூட்டைபோல் இருந்த ஒரு சின்னத்துணி மூட்டையை அவன் கையில் போட்டாள். அதைச் சைக்கிளில் வைப்பதற்காக அவன் திரும்பினான்.

'ஏன் சாமி, எனக்கு ஒன்றும் தராம பொறப்பட்டா? விடிஞ்சதிலேருந்து நீங்க வருவீங்கன்னு காத்துகிட்டிருக்கேன் ...'

கொடுக்கமாட்டேன் என்று சொல்ல வாய் வரவில்லை. இம்மாதிரி, பிணத்தைப் பிடுங்கித் தின்றவர்கள் எங்கேதான் இல்லை? அவர்களால்தானே வேலையும் நடக்கிறது? ஐம்பது பைசா தரலாம் என்று எண்ணினான். பையில் முப்பதுபைசாதான் இருந்தது. சில்லறை மாற்றிக் கொடுக்கச் சோம்பலாக இருந்தது. அரை மனசோடு ஒரு ரூபாய் கொடுத்தான்.

'ஒரு ரெண்டு ரூபா கூட இல்லியா சாமி?'

'அப்புறம். தராமல் எங்கே போகிறோம்?'

கை மூட்டையைச் சைக்கிள் ஹாண்டில் பாரில் தொங்க விட்டுக்கொண்டான். ஆயுதத்தால் செதுக்கப்பட்டு ரத்த பிண்டமாய் உருக்குலைந்த குழந்தையை மூட்டைப் பிரித்துப் பார்க்கவும் அவனுக்கு மனம் வரவில்லை. மூட்டையைத் தொடவே அருவருப்பாக இருந்தது, என்ன காரணமோ இந்த அருமையான வாய்ப்பைப் பயன்படுத்திக்கொள்ளாமல், அகச்சந்தை தூரத்துக் கடல் முழக்கம் போல் ஒதுங்கியிருந்தது. துவளும் சரீரத்தோடு, சைக்கிளை முடிந்தவரை வேகமாய் மிதித்தான்.

சமையலில் கவனமாக இருந்த பெண்களிடம் விவரம் சொல்லாமல், இரும்புக் கரண்டி வாங்கிக் கொண்டு கொல்லைப் பக்கம் விரைந்தான். சாக்கடை நீர் ஈரம்காத்த ஓரிடம் பார்த்து, சற்று ஆழமாய்க் குழி பறித்து மூட்டையை அதில் வைத்து மூடலானான்.

கொல்லைப்பக்கத்து வீடு ஒரு நாவிதருடையது; அவருடைய தாயார்க்கிழவி அவன் குழியை மண்ணால் மூடும்போது பார்த்துவிட்டாள்.

'என்னாய்யாது? எங்க கொல்லையிலே என்ன புதைக்கிறீங்க?' – அவள் அதட்டினாள்.

எல்லை தாண்டிவிட்டதை அவன் கவனிக்கவில்லை. 'உங்கள் கொல்லையா? ... ஒன்றுமில்லை ...'

'ஒண்ணும் இல்லாமயா குளி தோண்டினீங்க?' – என்றாள்; அவள் சண்டைக் குரலில்.

அவன் உண்மையைச் சொன்னான்.

'ரொம்ப நல்லாருக்கே கதை! அந்த கருமத்தெ புதெக்க எங்க கொல்லெயா கெடச்சுது? முதல்லே அதெ எடுங்கய்யா!' என்று அவள் சீறினாள்.

வேறு வழி தெரியவில்லை. புதையலை வெளியில் எடுத்து, எல்லைக்குள்ளே குழி தோண்டினான்.

'இன்னும் ஆளமா தோண்டனும். இல்லாவிட்டா நாய், பூனை, கீரி மோப்பம் பிடிச்சி தோண்டி எடுத்துடும்,' என்று கிழவி ஒரு நல்ல யோசனை சொன்னாள். அவள் அனுபவசாலி.

ஒரு வழியாகச் சடலத்தை அடக்கம் செய்தாயிற்று. 'என்னை ஹிம்சை செய்யும் தீய சக்தி இந்தப் பலியோடு விலகி விடக்கூடாதா?' என்றோர் எண்ணம் சோர்வாக வந்தது.

வீட்டுக்குள் சென்றான். சட்டை வேட்டியை நனைத்தான். நன்றாகத் தேய்த்துக் குளித்தான். எவ்வித உணர்ச்சிப் பாதிப்பு இல்லாமல், ஒரு முடுக்கி விடப்பட்ட பொம்மைபோல், தான் எல்லாவற்றையும் செய்துகொண்டு இருப்பதை கவனித்தான். உள்ளத்து ஒலிகளும் உருக்களும் உறங்கியிருந்தனவோ, மீண்டும் பாய்வதற்காகப் பதுங்கியிருந்தனவோ, தெரியவில்லை, இழவு வீட்டுக்குப் போய்த் திரும்பினாலே, அவனுக்கு மனம் கூம்பி எந்த வேலையிலும் கவனம் செல்லாது. இன்று அவன் தன் கைகளாலேயே பிணத்தைப் புதைத்ததால் மனசும் மூளையும் மரத்தாற்போல் இருந்தன.

'அம்மா எப்படி இருக்கிறாள் அப்பா?' என்று சாவித்திரி கேட்டாள்.

'அவளுக்கு என்ன, ஆஸ்பத்திரி கட்டிலில் இருந்து கொண்டு தர்பார் நடத்துகிறாள் ... செந்தில் டிபன் சாப்பிடும்போது ஏதாவது சொன்னானா?'

'யாரோடும் பேசாமல் சாப்பிட்டுப் போய்விட்டான் ...'

'நீங்கள் பலமாக அடித்து விட்டீர்கள். மேல் உதடு வீங்கி இருக்கு' என்றாள் பத்மா.

'இப்படி ஒரு பிள்ளை பிடிவாதம் செய்தால் கோபம் வருமா, வராதா? நாலுநாள் முன்னோ, பின்னோ, யூனிபார்ம் வாங்குகிறோம். அதுக்கு ஒரு பிள்ளை நடுராத்திரியிலே இப்படியா அழும்பு செய்வான்?'

‘கையிலே ஏதோ மூட்டை கொண்டு வந்து, இரும்புக் கரண்டியோடு கொல்லைப்பக்கம் போனீர்களே, அது என்னப்பா?’ என்று பெரியவள் கேட்டாள்.

‘அதெல்லாம் ஏன் கேட்கிறாள்? சொல்கிற விஷயமாக இருந்தால், நான் சொல்லமாட்டேனா?’ என்று கோபித்துக் கொள்பவன் போல் நடித்துப் பதில் கூறாமல் சமாளித்தான். மூத்தவளுக்குப் புரிந்துவிடும் என்று அவனுக்குத் தெரியும். இளையவளுக்குத் தெரிந்தால் கொல்லைப்பக்கம் போகவே பயப்படுவாள்.

பேசினால் உடம்புக்குச் சுறுசுறுப்பு ஊட்ட முடியவில்லை. குளியலாலும் உடலின் வெதவெதப்பு குறையவில்லை. கண்கள் தூக்கம், தூக்கம் என்று தொழுதுகொண்டிருந்தன. சமையல் முடியச் சற்றுநேரம் ஆகும். கொஞ்சநேரம் தூங்கலாம் என்று தலையைச் சுவரோடு சாய்த்தபடி படுத்துக்கொண்டான்.

அவன் தூங்கக் கூடாது, களையாறக் கூடாது என்பதற்காகப் போலும் காதுகள் உரையாடலை ஆரம்பித்தன.

‘இன்னைக்கு குழந்தைக்கறி ரொம்ப ஜோர் இல்லே?’

‘எனக்கு என்னவோ கறீன்னாலே பிடிக்கல்லே?’

‘அட, வெஜிடேரியனாயிட்டியா?’

‘எனக்கு அவ்வளவு பயித்தியம் பிடிக்கல்லே. கொஞ்ச நாளா கறியை பார்த்தாலே உமட்டுது. ரத்தத்தோட வாடை வந்தாலே, நாக்கு ஒரு முழம் நீளமாயிருது. ஆஸ்பத்திரிக்காரங்க நம்மளுக்கு ரொம்ப வேலை வய்க்கல்லியே. கச்சிதமா நறுக்கி துண்டு போட்டு குடுத்துட்டாங்க...’

‘ஐயோ, ஐயோ, பேச்சை நிறுத்துங்கடா சண்டாளப் பசங்களா. கறி, ரத்தம்னு இது என்னடா பேச்சு? கேட்டாலே எனக்கு வயத்தெ புரட்டுது. எப்பப்பார்த்தாலும் தீனி தீனின்னு ஏண்டா இப்படி அலையறீங்க. திங்கிறதுதான் திங்குறீங்க, காய்கறிகளா திங்கக் கூடாது? ஏண்டா, இப்படி சீவ இம்சை செய்றீங்க!’

‘காந்தீயவாதியா பேசுறாரு? ஏன்யா, கறி தின்னா என்னா தப்பு? நம்ப பரமசிவமே புள்ளெக்கறி திங்கிறவருதானே?’ ‘அவர் எங்கே சாப்பிட்டார்? இலையில் ஒக்காந்ததும், கொளந்தே எங்கேன்னு கேட்டு எழுந்துட்டாரே!’

‘அட போய்யா, யாருகிட்டே அளக்கிறே? ஆத்தாளுக்கு பரமசிவம் ரொம்ப வேண்டப்பட்டவரு, இல்லியா? ரெண்டு

பேரும் சேர்ந்து சுடுகாட்டிலே என்னா கூத்து அடிக்கிறாங்க! அவங்க வந்துட்டா நமக்கு எலும்புத்துண்டு கூட கெடைக்க மாட்டேங்குது அதுக்குத்தான், சாரு, அவருக்கு பரமசிவம்ன்னு பேர்வச்சாங்க...'

'ஒனக்கு சேதி தெரியுமா, அந்தப் பரமசிவம் ஆத்தாளை தேடிகிட்டு வந்திருக்காரு...'

'கறுப்பா, குண்டு கட்டையா வந்தானே, அவனா? பரமசிவம். சேப்பு எங்கிறாங்க கறுப்பனை போயி...'

ஒரிஜினலா சேப்பாத்தாம்பா இருந்தாரு. ஆத்தா அவரைத் தள்ளி வச்சிட்டா. ஆத்தாவெ நினைச்சி உருகி பரமசிவம் கறுத்து போயிட்டாரு.'

சரீரத்தின் சகிப்புத்தன்மைக்கு எல்லை உண்டல்லவா? காதுகளையும் கண்களையும் அயரவைத்து உடல் தூக்கத்தில் ஆழ்ந்தது. சுமார் பன்னிரண்டு மணிக்குப் படுத்தவன் பிற்பகல் இரண்டு மணி அளவில், அமங்கலமான ஒரு கனவைத் தொடர்ந்து, 'பாவம், பெண்டாட்டி போயிட்டா ஆஸ்பத்திரி காரங்க இப்பத்தான் சொல்லிட்டுப் போறாங்க' என்று யாரோ மெதுவாகச் சொல்வதைக் கேட்டுப் பதறியபடி கண்விழித்தான்.

எதிரில் இருந்த மகளிடம் 'ஆஸ்பத்திரியிலிருந்து யாராவது வந்தார்களா?' என்று கேட்டான். 'இல்லையே, அப்பா' என்ற பதில் ஆறுதலாக இருந்தது. என்றாலும் சாப்பாடு சுவைக்கவில்லை. ஆஸ்பத்திரிக்குப் போய்த் தெரிந்துகொண்டு வந்துவிடவேண்டும் என்று தோன்றியது. இரண்டும் கெட்டான் கேஸ்; எந்த நிமிஷம் என்ன நடக்குமோ? பெயருக்குச் சாப்பிட்டு, ஆஸ்பத்திரிக்குப் போனான்.

காலையில் வந்து போனவர் மறுபடியும் வந்திருப்பதைக் கண்டு ஆயாவுக்கு ஆயாசமாக இருந்தது; 'அம்மா நல்லா இருக்குது. பெரிய கண்டத்திலேருந்து ராத்திரியே தப்பிச்சிட்டாங்க. இனி, தலையிலே கல்லுப் போட்டாலும் ஒண்ணும் ஆவாது', என்று தைரியம் சொன்னதோடு அவள் நிறுத்தவில்லை. 'ரெண்டு மூணு நாள்லே வீட்டுக்கு வந்துடுவாங்க', என்று பயமுறுத்தியும் வைத்தாள்.

அவ்வளவு பேசியதற்காக, மறுபடியும் தன்னிடம் அவள் சில்லறைக்கூலி கேட்டு விடுவாளோ என்று அஞ்சிய அவன், மறந்துபோன 'அவசர வேலை அப்போதுதான் நினைவு வந்தாற்போல், மிகவும் வேகமாக சைக்கிளைத் திருப்பி, அப்புறம் வருகிறேன்', என்றபடி ஏறிமிதித்தான். சன்மார்க்க

சங்கத்துக்குப் போகலாமா என்று யோசித்தான். 'யாரைப் பார்த்தாலும் என்ன ஆகப் போகிறது? என் முதுகுச் சுமையை நான்தானே சுமக்க வேண்டும்?' என்று எண்ணி வீட்டுக்கே திரும்பிவிட்டான்.

திரும்பத் திரும்ப வீட்டுக்கே திரும்ப வேண்டியுள்ளது. வீடோ மயக்கத்தில் கிடக்கும் தோற்றம் அளித்தது. உள்ளே நுழைந்ததும் 'கப்' என்று ஒரு சோகம் அவனைக் கப்பிக் கொண்டது. வீட்டில் அவனுக்கென்றே ஒரு மூலை இருந்தது. அங்கே ஏர்ல்ஸ்டான்வி கார்டினர், அகதா கிரிஸ்டி, செயின்ட் முதலியவர்கள் எழுதிய துப்பறியும் நாவல்களுக்கு இடையில் விவேகானந்தரின் சில நூல்கள் இருந்தன. சுவரோடு சாய்ந்து படுத்து, பெர்ரீ மேசன் நாவல் ஒன்றைக் கையில் எடுத்துக் கொண்டான். கோர்ட்டில் குறுக்கு விசாரணை செய்யும்போது சாதுரியமான கேள்விகளால் குற்றவாளியை வெளிப்படுத்துவது மேசனின் சிறப்பு. எல்லாம் ஃபார்முலாக் கதைகள் என்றாலும் ஒன்றுக்கு ஒன்று வித்தியாசமானவை. இக்கட்டான இந்தச் சமயத்தில் விபரீதமான அவனுடைய அகநோக்கைத் திசை திருப்ப பெர்ரீ மேசன் நாவல்கள் மிகவும் உதவின.

○

அன்று இரவு ஒன்பது மணிக்கே குழந்தைகள் எல்லோரும் அயர்ந்து உறங்கிவிட்டனர். ஒவ்வொரு வேளைச் சமையலுக்கும் கலியாண விருந்துக்குச் சமைப்பது போன்ற பிரயாசை; ஆகையால், பெண்களைத் தூக்கம் எளிதில் ஆட்கொண்டது. மூன்று பிள்ளைகளும் பள்ளிக்கூடம் போகிறவர்களே; சூழ்நிலை யில் கரவாக விரவியிருந்த சோகம் அவர்களுக்குச் சோர்வு உண்டாக்கியது; ஆகையால் தூக்கத்தால் அவர்கள் மகிழ்ந்தார்கள்.

மகாலிங்கமும் படுத்தான். அவர்களைப்போல் தானும் மெய் மறந்து தூங்க வேண்டும் என்று விழைந்தான். நாள் முழுவதும் உடலாலும் அலைச்சல், மனத்தாலும் அலைச்சல், அடித்துப்போட்டதுபோல் தூக்கம் வரவேண்டும்; ஆனால், வரவில்லை. பார்வைக்கு எட்டாத ஒளியிலிருந்து நாசசக்தி தாக்குதலைத் தொடங்கியதுமுதல் அவன் நித்திரைச் சுகத்தைப் பெரும்பாலும் இழந்து விட்டான். தூக்கத்தை இழக்கிறவனுடைய உடம்பில் பித்தம் ஏறுகிறது; மூளை குழம்பிப்போகிறது. அவனால் தெளிவாய்ச் சிந்திக்க முடியாது ஒழுங்காய்ச் செயல்பட முடியாது. பைத்தியக்காரர்களின் நிலை அதுதானே? இவ்வளவும் மகாலிங்கத்துக்குப் புரிகிறது; அவனை அப்படி வலுவற்றவன் ஆக்குவதுதானே நாசசக்தியின் நோக்கம்? ஆனால், தூங்குவது எப்படி என்ற எளிய விஷயம் அவனுக்குப் புரியவில்லை. 'இன்று

காதுகள்

கட்டாயம் தூங்கிவிட வேண்டும். இனியும் தூங்காமல் இருந்தால் நான் பிரேக்டவுன் ஆகிவிடுவேன்,' என்று நல்லபடி யோசித்து ஒரு தூக்கமாத்திரையும் விழுங்கியிருந்தான்; தூக்கமாத்திரை தூங்கிவிட்டது போலும். இரவு பதினொரு மணிக்குமேல் ஆகியும், வீடுபூராவும் தூங்கி வழிந்தும், அவனுக்குத் தூக்கம் வரவில்லை.

படுக்கையில் புரண்டுகொண்டிருந்தான், உடம்பைப் பல கோணங்களில் வளைத்து. நாள்முழுவதும் கடுமையான வெயில்; புழுக்கமாக இருந்தது. எதிர்பார்த்தபடி, மழை பெய்யும் சத்தம் கேட்டது; ஆகாயம் குமுறுவது கேட்டது. அவ்வப்போது மின்னல் தெறிப்பது தெரிந்தது. எழுந்து போய் மழையைப் பார்க்க வேண்டும் என்ற விருப்பம் இருந்தாலும், எழுந்திருக்கச் சோம்பலாக இருந்தது. மழை தடதடவென்று தகரக்கூரை மீது குதிக்கும் சத்தம் கேட்டது. வீட்டில் பல இடங்களில் ஒழுகும். அதிக ஒழுக்குள்ள இடத்தின் கீழ் மழைநீரை ஏந்தப் பாத்திரம் வைக்க வேண்டும். சிறிய ஒழுக்குள்ள இடத்தின் அடியில் புத்தகங்கள் முதலியன இல்லாமல் பார்த்துக்கொள்ள வேண்டும். புதிய ஒழுக்கு ஏற்படுகிறதா என்பதை ஜாக்கிரதையாகப் பார்த்துக் கொள்ள வேண்டும். இவையாவும் வீட்டுக்காரியின் பொறுப்புகள்; அவள் ஆஸ்பத்திரியில் இருந்தாள். இந்தப் பாதுகாப்புப் பணிகளுக்காகக் குழந்தைகளை எழுப்ப மனம் வரவில்லை. தானே செய்துவிடலாம் என்று முடிவு செய்யும்போது வான முகட்டைக் கடகடவென ஓங்கி அறைந்து டமால் என்று பிளக்கும் இடி முழக்கம் வெகு அருகில் கேட்கவே துணுக்குற்று எழுந்தான். தன் மக்களுக்குச் சேதம் இல்லை என்று தெரிந்ததும் பதட்டம் சற்று அடங்கி, விளக்கைப் போட்டுக் கொண்டு வெளியில் வந்தான்.

மழை பெய்கிற அறிகுறியே காணோம்; அண்ணாந்து பார்த்தான் மேகத்தின் கறைகூட இல்லை; ஆகாசம் பல கோடிப் பற்களை இளித்துச் சிரித்தது.

அவனுக்குப் பிரமிப்பாக இருந்தது. 'மழை இடி மின்னல் கூடவா பிரமைப் படைப்புகள்?' என்று வியந்தபடி மறுபடியும் படுக்கைக்குத் திரும்பினான். பெய்யாத மழையில் நனைந்து தன் தூக்கம் ஓடிவிட்டதை உணர்ந்தான்.

இங்கே வியப்பதற்கு என்ன இருக்கிறது? சாதாரண வாழ்க்கையிலேயே அடுத்த நிமிடம் என்பது ஸஸ்பென்ஸ். அவன் இப்போது குடியிருப்பது பிரமையூரில். இங்கே எப்போது என்ன நடக்கும் என்பதை யாரால் ஊகம் செய்ய முடியும்? இல்லாததை இருப்பதாக நினைப்பதும் இருப்பதை இல்லாததாக

நினைப்பதும் விந்தையோ, வித்தையோ அல்ல, இயற்கை. வர்ணக்கோலம் தீட்டும் வானம் ஒரு பிரமை. ஓயாது சுழலும் பூமி அசையாது நிற்கிறது என்கிற பிரமையில்தானே உலகம் நடக்கிறது? உதயமோ அஸ்தமனமோ இல்லாத சூரியன் உதிப்பதாகவும் அஸ்தமிப்பதாகவும் பிரமை வசப்பட்டுத்தானே காலக்கணக்கு செய்கிறோம்? பிரமைதான் நமக்குப் புரிகிறது; உண்மையை யாரோ ஒரு புத்திசாலி கண்டுபிடித்து நமக்கு அறிவுறுத்த வேண்டியிருக்கிறது. பார்க்கப் போனால், இந்த வாழ்க்கையே ஒரு பிரமை தானே? இந்தப் பிரமைக்குள் எத்தனை பிரமைகள்! செவிப்பறைகள் கிழிந்துவிடும் போல், திடீரென்று 'ஃதம ... ஃதம ... ஃதம' என்று முரசு கொட்டும் முழக்கம் காதுகள் எழுப்பவும் மறுபடியும் மகாலிங்கம் உலுக்கி எழுந்து உட்கார்ந்தான். முரசொலியைத் தொடர்ந்து உரத்த குரல் ஒலி ஒன்று கேட்டது.

'ஜகன்மாதா, திருபுவனேசுவரி, திரிபுவனசுந்தரி' சர்வலோக நாயகி பராக், பராக், பராக் ...'

அறிவிப்பு நின்றதும் மீண்டும் முரசு முழங்கியது. ஏதோ பயங்கரம் வருகிறது என்ற அச்சம் மகாலிங்கத்துக்கு ஏற்பட்டது; நினைவுகள் குழம்பிக் கொண்டிருந்தாலும் நாச சக்தியால் குழந்தைகளுக்கு ஏதாவது கெடுதல் நேருமோ என்ற பீதி பிரக்ஞையாக இருந்தது. வெளியே தெருப்பக்கம் ஓடிவிடலாமா என்று எண்ணினான். அதனால் ஆபத்து எப்படி விலகும்? வருகிற ஆபத்து வீட்டிலும் வரலாம். வீதியிலும் வரலாம். குழந்தைகளை விட்டுக் கொஞ்சம் விலகி இருக்கலாம் என்று எண்ணியவனாய்க் கூடத்துக்கு விரைந்து ஒரு நாற்காலியில் விழுந்தான்.

விழுந்தது தான் தாமதம்; பக்கத்து நாற்காலியில் யாரோ உட்காருவது போலத் தோன்றியது அது பழைய நாற்காலி; ஆனால், இப்போது அதன் உருவமே மாறி அரியாதனம்போல் காட்சி அளிப்பதைப் பார்த்தான். ஆதனத்தில் சர்வாலங்கார பூஷிதையாக ஒரு பெண் வடிவம்; இலக்கணமான பெண்ணழகு. அழகு என்றைக்கும் அவனுக்குக் கவர்ச்சி; இந்த அழகு அவனுக்குத் திகில் உண்டாக்கியது.

அது வாய்திறந்து பேசலாயிற்று.

'தான் பூரணமாக இருப்பதால் பூரணத்தைப் படைத்துக் கொண்டு இருப்பது எதுவோ, அணுவை நூறு கூறிட்ட கோணிலும் நிறைந்திருப்பது எதுவோ, எது இல்லாவிட்டால் எதுவும் இல்லையோ எது இருப்பதால் எல்லாம் இருக்கின்றனவோ,

அது நானாக இருக்க, நான் சகுணமாய் விளையாடிக்கொண்டு இருக்கிற இடத்தில் என் பார்வைக்குள் அகப்படாமல் கள்ளத் தனமாய் உள்ளே வந்துவிட்டதாய் எண்ணிக் கொண்டு ஒரு மூடாத்மா ஒளிந்து கொண்டிருக்கிறது. அதனுடைய இந்த அறியாமையை மன்னிப்பேன். ஆனால், மந்திர சக்தியால் எனக்குக் கட்டுபோட வேண்டும் என்று இடைவிடாமல் மந்திரங்களை உருப்போட்ட வண்ணம் இருக்கும் அதன் ஆங்காரத்தை மன்னிக்க முடியாது. என் மூச்சுக் காற்றின் அதிர்வில் பிறந்தவை பீஜாட்சரங்கள்; அவற்றின் ஈசுவரி ஆகிய என்னை அவற்றாலேயே கட்ட முயலும் பேதமையை மன்னிக்க மாட்டேன்...'

பேசுகிறவளுடைய சொல் நேர்த்தி மகாலிங்கத்தை வசீகரிக்கவே செய்தது. அவளுடைய வாயிலிருந்து வெளிவரும் ஒவ்வொரு சொல்லும் ஒரு முத்துப் போலவும், எல்லாச் சொற்களும் ஒரு மாலையாகி அவளுடைய கழுத்திலேயே விழுவதாகவும் அவனுக்குத் தோன்றியது. மந்திர சக்தியால் அவளைக் கட்ட முயலுவதாகத் தன்னைத்தான் குறிப்பிடுகிறாள் என்று எண்ணிக்கொண்டான்.

பீஜாட்சரங்கள் என்றால் என்ன என்ற அறிவே எனக்குக் கிடையாது; அப்படி இருக்க நான் இவளை மந்திரத்தால் எப்படிக் கட்ட முடியும்? எனக்கு ஆறெழுத்து தெரியும், அது சத்தியம் என்பது என் மதம். ஆனால், அதையும் ஒழுங்காய்த் தியானிக்கவோ ஜபிக்கவோ எனக்கு வாய்ப்பு இல்லையே – இவ்வாறு குழம்பிக் கொண்டிருந்தவன் தன் வீட்டுக் கூடமே ஓர் அரசவை எனக் காட்சி தருவதைக் கண்டான். அந்த அரசாணியின் முன்னிலையில் தர்பார் கூடியிருந்தது; ஆங்காங்கு வீற்றிருந்த அவையோர் மௌனமாக அவளுடைய சொற்களை ஏற்றுக் கொண்டிருந்தனர்... உருவங்கள் எல்லாம் கலங்கலாய் அவனுக்குத் தென்பட்டன.

அந்த அரசியின் அரியாதனத்துக்கு நேர் எதிரில் ஓர் ஆதனம் தோன்ற, அதில் கறுப்பாக ஓர் ஆண் வடிவம் அமர்ந்திருப்பதை அவன் கண்டான். கனவில் கள்வனாய் வந்தவன் இவனே என்று அவனுக்குத் தெரிகிறது. குற்ற விசாரணை அந்தக் கரியவன் மீதுதான் நடக்கிறது என்பதும் புரிகிறது.

'மயானம், மயானமாக உன்னைத் தேடி அலைந்துவிட்டு, உன்னைக் காணாமல் தவித்து, நீ இங்கே ஒளிந்துகொண்டு இருப்பதை அறிந்து வந்தேன்; நீ இருக்கும் இடத்தில் நான் வருவதில் கள்ளத்தனம் என்ன இருக்கிறது? சக்தி இல்லாத

சிவம் ஏது? சிவம் இல்லாத சக்தி ஏது? நம்மைப் பிரிக்க யாரால் முடியும். காளி இது என்ன விளையாட்டு?'

காளி என்று விளிக்கப்பட்ட பெண்ணுருவம் பெரிதாக நகைத்தது: 'உன்னை பரமசிவன் என்று சொல்லிக்கொண்டு எனக்குச் சரியாதனத்தில் அமரும் தைரியம் உனக்கு வந்துவிட்டது. நான் யார் என்று கண்டுகொள்ள முடியாத பேதை நீ. கோடானு கோடி பரமசிவன்களைக் காலத்தின் தேவைக்கு ஏற்பப் படைத்து, அவர்களுடைய பணி நிறைவேறியதும் அவர்களை என் காலடியில் போட்டு மிதித்து அழிக்கிறவள் நான். அப்படி அழிவுபட்ட சிவன்களின் கபால மாலைதான் என் இடுப்பு அணி ஆகிறது. விஷ்ணு, பிர்மா, ருத்திரன் முதலிய தெய்வ ரூபங்களும் என் ஆணையால் தோன்றி அழிகிறவை. எல்லா தெய்வ சக்திகளுக்கும் மூல சக்தி நான் எனக்கு மேல் எந்தத் தெய்வசக்தியும் இல்லை!'

கறுப்பன் என்று அழைக்கப்பட்ட உருவம் மெதுவாகச் சிரித்தது; 'அடுக்குச் சொல்லுக்குப் பயந்து மயங்க நான் மகாலிங்கம் போல் வினைவசப்பட்ட மனிதப்பிறவி அல்ல அவன் மேல் உனக்கு ஏன் இந்த மோகம்? அந்த மோகத்தால் வந்த விரோதம் தானே இது? இவனை ஒழித்துக்கட்ட இவ்வளவு பிரயாசையா? ஒரு நொடியில் இவனை என்னால் வழிக்குக் கொண்டு வரமுடியும்...'

'யாரை எப்படி வழிக்குக் கொண்டு வருவது என்று எனக்குத் தெரியும். என்னுடைய சுய ரூபத்தைத் தரிசிக்கவேண்டிப் பல பிறவிகளில் தவம் செய்தவன். என் உருவத்தைக் கண்டதும் என்மேல் மோகம் கொண்டவன். அந்த மோகத்தைத் தணிக்கவே இப்போது வந்திருக்கிறேன். அவன் சில பிறவிகளாக, முருகன் ராமன் என்று வழி தவறிப்போகிறான்; அவனை நேர்வழிக்கு அழைத்துவருவது என் பொறுப்பு. இந்த முருகனும் ராமனும் யார்? பலகோடி பரமசிவன்களுக்குப் பிறகு தோன்றிய ஒரு பரமசிவனின் பிள்ளைதானே முருகன்? பலகோடி விஷ்ணுக்களுக்குப் பிறகு வந்த ஒரு விஷ்ணுவின் அமிசம்தானே ராமன்? நான் நினைத்தமட்டில் 'கோடி முருகன்களைச் சிருஷ்டிக்க முடியும் என்பது மாலிக்குத் தெரியாது. இதோ பார்...'

மகாலிங்கமும் பார்த்துக்கொண்டு இருந்தான்.

பாலமுருகனாகவும் இளங்குமரனாகவும், வேலாயுதனாகவும், மயில்வாகனனாகவும், தண்டபாணியாகவும் பல உருவங்கள் தோன்றி, நின்று காட்சி தந்து மறைந்தன. 'உன்னோடு அதிகமாய்ப்

பேசி உன்னை மிகவும் கௌரவித்துவிட்டேன். உன்னுடைய மந்திரசக்தியைச் சுருட்டிக்கொண்டு மரியாதையாக வெளியேற வேண்டும். என்னைப் பகைத்து கொண்டவர்கள் எப்படி முடிவார்கள் என்று உனக்குத் தெரியும்?'

கறுப்பன் பதில் கூறாமல் ஏதோ முணுமுணுத்துக் கொண்டிருந்தான். அடுத்த விநாடி, பெண்ணரசியின் கண்கள் சிவப்பதையும், புருவங்களை நெரித்து, பற்களைக் கடித்தவாறு, வலதுகையை உயர்த்தி, 'நாஸ்தி' என்பதையும் மகாலிங்கம் பார்த்தான்.

அந்தச் சொல்லோடு கறுப்பன் என்ற தோற்றம் ஆதனத்தோடு மறைந்தது . . .

ஒரு தமிழ்ப் புராணப் படத்தைப் பார்த்தாற் போல் இருந்தது. திரைப்பட நடிக நடிகையரை மற்றவர்கள் பின்பற்றித் தங்கள் நடை, உடை, பேச்சை மாற்றி அமைத்துக்கொள்கிறார்கள் என்றால் பிரமை உலகவாசிகளுமா சினிமாவைப் பின்பற்ற வேண்டும்? ஆனால், புராணப் படங்களை இந்தக் காலத்தில் யார் ரசிக்கிறார்கள்? என்று அவன் எண்ணும்போதே, அரசவையும் அரியாதனமும் மறைய, பழைய நாற்காலியில் ஒரு பெண்ணுருவம் மட்டும் இருந்தது.

அங்கு சற்றுநேரம் மௌனம் நிலவியது! பிறகு அவள் ஆழ்ந்த பெருமூச்சு விட்டாள்; பெருமூச்சின் வெம்மை அவனைத் தொட்டுச் சென்றது. அவனுக்குக் கும்பேசுவரர் கோயில் தண்டாயுதபாணி சந்நிதியில் – மௌனமாக – தன்னை அணைத்துக்கொண்ட சாமியார் கனவு நினைவுக்கு வந்தது. தன்னை ஆற்றுப்படுத்தவே குருநாதர் அவ்வாறு கனவில் தோன்றி ஆட்கொண்டார் – என்று அக்கனவுக்கு அவன் தனக்கு உரை சொல்லிக்கொண்டான். மறந்திட முடியாத அவருடைய ஆழ்மூச்சு தம் மாணவன் இனி எதிர்கொள்ளவிருக்கும் கொடும் துன்பங்களை அறிந்த மகா குருவே மனம் வருந்தி வெளியிட்ட நெடுமூச்சு என்றும் அவன் அர்த்தம் செய்துகொண்டிருந்தான். சரியோ, தவறோ, அவன் அக்கனவுக்குக் கண்ட பொருள் இது, அந்தப் பெருமூச்சு ஒலி அவனுக்குத் தெளிவாய் ஞாபகம் வந்தது இப்போது; குருநாதரைப் போலவே இவளும் பெருமூச்சினால் என்னைக் கவர விரும்புகிறாள் போலும் என்று ஏனோ அவனுக்குத் தோன்றியது!

'நான் யாரையும் 'இமிடேட்' செய்யவில்லை, மாலி; அப்படிச் செய்ய வேண்டிய தேவையும் எனக்கு இல்லை. எவ்வளவு ஞாபகப்படுத்தியும் உனக்கு என் நினைவே வரவில்லையா? முருகன், ராமன் என்ற பெயர்கள் உன்னை வழி மறிப்பதற்கு

முன்னால், எத்தனை பிறவிகள் நீ என்னை அடைய முயற்சி செய்தாய்! முருகனும் ராமனும் உன்னை இடறிவிட்டுத் தங்களிடம் இழுத்துக் கொள்வதைப் பார்த்து, எப்படியும் நீ என்னிடம் வந்தாக வேண்டும், வராமல் இருக்கமுடியாது என்ற நம்பிக்கையில் உன்னுடைய எத்தனை பிறவிகளாய் நான் காத்திருக்கிறேன், தெரியுமா? மாலி, என் மேல் உனக்கு இரக்கம் கூட வரவில்லையா?'

'இரக்கம் காட்ட வேண்டியவள் நீ, இரக்கம் உள்ளவள் என்பது மெய்யானால், என்னை இப்படித் துன்புறுத்த மாட்டாய்...'

'உன் மீதுள்ள இரக்கத்தால் தான், நீ என்னை மறந்தாலும் நான் உன்னை மறவாமல் தேடிவந்திருக்கிறேன். இது புராணக்கதை என்று நினைக்கிறாய் தவறு, இது நவீனத்திலும் நவீனம் மட்டும் அல்ல, நித்ய நவீனம். ஒப்பற்ற ஓர் ஆண்மகனின் தாகத்தைத் தீர்க்கத் தெய்வம் அமுத கலசத்துடன் இறங்கி வருகிறது என்பது ஒரு GRAND THEME இல்லையா?'

தெய்வம் என்று அவள் கூறியதும், அவனுக்கு நினைவு வந்து குருநாமத்தை ஜபிக்கத் தொடங்கினான்.

'பல பிறவிகளாய் நீ என்னைத்தானே வணங்கி வந்தாய்? என்னைவிட்டு முருகனிடம் ஏன் போனாய்? என்னிடம் என்ன குறை கண்டாய்?'

'தாயாக நான் உன்னை வழிபட்டிருப்பேன். தாய் மொழியா நீ பேசுகிறாய்?' – அவனிடமிருந்து தானாக வெளிப்பட்ட வினா இது.

'தாயாகவா என்னை வழிபட்டாய்? ஏன் இப்படி பொய் சொல்கிறாய்? பிறந்த இடமும் கறந்த இடமும் நினைத்தபடிதானே என்னை வழிபட்டாய்? நீ என்னிடம் விரும்பியதைக் கொடுக்க வந்திருக்கிறேன்.'

'முருகா, இது என்ன விபரீதம்! முன் பிறவிகளில் என்ன செய்தேன் என்று எனக்கு எப்படித் தெரியும்? ஒரு தெய்வம் காமவுணர்ச்சியோடு வரும் என்று நான் புராணங்களில் கூடப் படிக்கவில்லை...'

'தினம் பொழுது விடிந்தால் தெய்வத்தோடு பழகுகிறவன் அல்லவா நீ. உனக்கு தெய்வம் என்ன நினைக்கும், என்ன செய்யும் என்பது எல்லாம் மிகவும் தெரிந்துவிட்டது; இல்லையா?' என்று அவள் ஏளனம் செய்தாள். 'என் காதலை ஏற்க இப்போதும் மறுக்கிறாயா? எவ்வளவு காலமாய் நான் உன்னைத் தேடுகிறேன், தெரியுமா மாலி, என்னோடு வா.'

அவன் எங்கும் போகவில்லை. இருந்த இடத்தைவிட்டு அசையவில்லை. ஆனால், பிரமை 'வா' என்று தோளை உலுக்கியதும், வீடும் சூழலும் மறைந்துபோக தான் ஒரு பூங்காவில் மேடைமீது அமர்ந்திருப்பதை உணர்ந்தான். சத்தங்கள் எல்லாம் அடங்கி, திருமண வீட்டிலிருந்து வெளி வந்தது போன்ற அமைதி அவனுக்குள் உண்டாயிற்று. களைப்பும் தூக்கக் கலக்கமும் முற்றிலும் மறைந்துபோயின.

தோட்டத்தில் பலவகை மரம் செடிகொடிகள் பூத்துக் குலுங்கிக்கொண்டு இருந்தன. இளங்காற்று மலர்களின் மணத்தை அள்ளிவருவதை அவனுடைய மூக்கு நுகர்ந்தது. காலை நேரம், வெளிச்சம் சூடு இல்லாமல் சுகமாக இருந்தது. பூங்காவின் மேடையில் அவன் தனியாக இருந்தான்.

ட்ரல ட்ரல ட்ரல லலல
ட்ரல ட்ரல ட்ரல லலல
ட்ரல ட்ரல லலல லலல
ட்ரல ட்ரல லலல லலல...

ஒலிவந்த திசைப்பக்கம் நிமிர்ந்து நோக்கினான்.

மேலே, வடகிழக்கு மூலையில் ஒரு டிரஸ்ஸிங் ரூம். ஒரு பெரிய நிலைக்கண்ணாடிக்கு முன்னால், நாற்காலியில் அமர்ந்து, ஒரு பெண் முகத்துக்குப் பவுடர் பூசிக்கொண்டு உதட்டிற்குச் சாயமிட்டபடி முணுமுணுவென்று பாடிக்கொண்டிருந்தாள். அவளுடைய உருவம் கண்ணாடியில் அவனுக்கு நன்றாகத் தெரிந்தது. கண்ணாடியில் தென்பட்ட அவனுடைய பிரதி பிம்பத்தைப் பார்த்து அவள் புன்னகை செய்தபோது இருவருடைய கண்களும் கலந்தன. அவளுடைய முகமும் முறுவலும் மிகக் கவர்ச்சிகரமானவை என்று அவன் மனதில் ஓர் எண்ணம் பதிவாயிற்று.

அந்த எண்ணம் எழுந்த கணமே அவள் இனிமையான குரலில் பேசினாள்:

Oh, My Dear

My Love Eternal

My Koel Sweet

Love, Love, Love

Love Lost, Love Lost

Life Lost, Life Lost, Life Lost . . .

Hello, My Mali, How do you find my English rendering of Bharathi? Beautiful is not it? Don't you love this Translator for her fine performance?

மேலே மூலை அறையில் இருந்தவள் மேடையில் அவனுக்குப் பக்கத்தில் இருந்தாள். ஆண்பார்வையைச் சுண்டி இழுப்பதாக இருந்தது அவளுடைய தோற்றம். மேக்அப் நிறைவாக இருந்தது. இரண்டாகப் பிரித்துப் பின்னிய கூந்தல்; ஒரு கூந்தல் மார்பில் கிடக்க மற்றொன்றைக் கையில் ஏந்திச் சுழற்றி விசிறியபடி இருந்தாள்.

கண்களுக்குப் பெரிய கறுப்புக் கண்ணாடி, உதடுகளுக்குச் சிவப்பு வண்ணம். மார்பைப் பிதுக்கிக் காட்டும் சோளி, நாபி தெரியக் கட்டிய நைலான் சேலை. அதற்கும் கீழே ஆலிலைக்கு நழுவிவிடுவேன் என்று மயங்கியிருந்தது. இடது கையில் பெரிய வாட்ச்; வலதுகையில் டம்பப்பை, கால்களுக்கு ஹீல் ஷூஸ். இன்றைய நவயுவதியின் அலங்காரங்கள்!

செடிகளுக்குப் பின்னாலிருந்து ஒரு மைனாக்குரல் ஒலி வந்தது.

தானத்தன தானத்தன தானத்தனதா
தானத்தன தானத்தன தானத்தனதா
தனத்தான தனத்தான தனத்தானதா
தனத்தான தனத்தான தனத்தானதா ...

'சாயா, அசட்டுப் பெண்ணே, மரியாதையாக அந்தப்புறம் போய்விடு, இங்கே என்ன பேசுவது, எப்படி ஆரம்பிப்பது என்று புரியாமல் எனக்கு ஒரே தவிப்பாக இருக்கிறது. நீ எட்டிப் பார்த்துக்கொண்டு இருந்தால் எனக்கு வெட்கமாயிருக்காதாடீ? போடீ, ஓடிப்போயிரு, இல்லாவிட்டால் எனக்கு கெட்ட கோபம் வந்துவிடும், சொல்லிவிட்டேன் ..!

'பல பிறவிகளாய் நீ இவரை எதிர்பார்த்துக் காத்திருந்த கதையை ஒரு *detail* கூடவிடாமல் குறிப்பு எடுத்திருக்கிறேன். என் காவியநாயகி நீ; உன் காதல் நிறைவேறும் நேரத்தில் என்னை வெளியே போகச் சொல்கிறாயே, என்ன நியாயம்?'

'போடீ, எனக்கு வெட்கமாக இருக்கிறது. இங்கே நடக்கிறதை உனக்கு விவரமாய்ச் சொல்கிறேன். போடீ என்றால் . . . ஹுக்கும் . . .'

'பிழைத்துப்போ; எதையும் மறைக்காமல் சொல்ல வேண்டும், சரிதானே? வரட்டுமா? *WISH YOU GOOD LUCK!*' என்று கூறியபடி, உருவத்தை வெளியில் காட்டாத குரல் செடிகளுக்குப் பின்னால் நண நண'வென்ற சிரிப்போடு மறைந்தது.

'இந்தச் சாயா குறும்புக்காரி. அழகாய்க் கவிதை எழுதுவாள். எல்லாம் இலக்கணக் கவிதை. பிச்சமூர்த்தி, கு.ப.ரா எழுதிய வசன கவிதைகளைப் பார்த்தாலே அவளுக்குக் கோபமான

கோபம் வரும்: கொலைகாரர்கள் என்பாள்! உங்களுடைய வசன கவிதைகளையும் சேர்த்துதான். உங்களுடைய பெரிய ரசிகை...'

அவள் பேசுவதைப் புறக்கணிக்க வேண்டும் என்றுதான் மகாலிங்கம் விரும்பினான்; இலக்கியம், கதை, கவிதை என்றதும் அவன் கவனம் தானாக அவளுடைய பேச்சைத் தொடர்ந்தது.

'நீங்கள் எழுதியது உங்களுக்கு மறந்து போகிறது. சாயாவைக் கேட்டால், உங்களுடைய நாவல்களைக் கூட ஒப்பிப்பாள்...'

நம்முடைய காதல் அத்புதரசம் நிறைந்த ஒரு மகா காவியத்துக்கு ஒரு Perfect theme என்கிறாள். பல பிறவிகளாய் என்னோடு சுற்றுகிறாள். இந்தக் காதல் காவியத்தை எழுதுவதற் காக இவள் திருமணமே செய்துகொள்ளவில்லை. இது பெரிய தியாகம் இல்லியா, மாலி?'

இவளிடம் பேச்சு கொடுக்கக்கூடாது: மௌனமே இவளுடைய சொற்களுக்கு எதிரான ஆயுதம் என்று அவன் நினைத்தான்.

'என்னோடு ஏன் பேசக்கூடாது என்கிறீர்கள்? நீங்களும் நானும் பலவிஷயங்களில் ஒத்த கருத்து உடையவர்கள். சாயாவைப் போல் நானும் உங்களுடைய எழுத்துகளின் பரம ரசிகை உங்களுடைய கதைகளில் சில தோல்விச் சிறுகதைகள் இருந்தாலும் பல சிரஞ்சீவிக் கதைகள் இருக்கின்றன. உங்களுடைய நாவல்கள் எல்லாமே வெற்றிப்படைப்புகள் என்பேன்; பாத்திரப் படைப்பில் கவனம் செலுத்திய சில தமிழ் எழுத்தாளர்களில் நீங்கள் முக்கியமானவர்...'

முகஸ்துதி மோகனாஸ்திரத்தில் ஒரு வகை என்று எண்ணினான் மகாலிங்கம்.

'உங்களைப் பற்றி உங்களிடம் பேசினால் கூச்சப்படுவீர்கள்; அதனால் நான் கண்ட உண்மை சொன்னாலும் உங்களுக்கு முகஸ்துதியாகப்படுகிறது. பிச்சமூர்த்தி, கு.ப.ரா.—இருவரையும் இரட்டையர்கள் என்கிறார்கள்; அண்டை வீட்டுக்காரர்கள், ஏக காலத்தில் ஒரே பத்திரிகையில் எழுதிய நண்பர்கள் என்கிற அளவில் அதுசரியாக இருக்கலாம். ஆனால், பிச்சமூர்த்திக்கும் புதுமைப்பித்தனுக்கும் அடுத்த இடம் தான் நான் கு.ப.ரா., வுக்குத் தருவேன்...'

அவனுடைய கருத்துகளை அவள் பிரதிபலித்துக்கொண்டு இருந்தாள். மற்ற எழுத்தாளர்களைப் பற்றி அவள் கருத்தைத் தெரிந்துகொள்ள வேண்டும் என்று ஆர்வம் உண்டாயிற்று; அதைச் சிரமப்பட்டு அடக்கிக் கொண்டான்.

‘என்னை ஏன் இப்படி ஒதுக்க முயலுகிறீர்கள்? உங்களை என்னோடு பேசவைக்க வேண்டும் என்றுதான் முயலுகிறேன். நீங்களும், காமாட்சியும், குழந்தைகளும் படுகிற துன்பத்தைப் பார்க்க எனக்கு வேதனையாக இருக்கிறது. இப்படித் துன்பப்படுவதற்குப் பிறந்தவரா நீங்கள்?’

‘நீ என்னைவிட்டு விலகு. நான் சாதாரண மனிதனாய் சந்தோஷமாக வாழ்வேன்,’ என்றான் அவன் நிதானமாக.

‘அப்படியா நினைக்கிறீர்கள்? ராமதாஸ் போன்ற ஆட்கள் உங்களுக்குச் சரியா *Advice* செய்யவில்லை. நான் வளமை வேண்டுகிறவள்; இன்பத்தை விரும்புகிறவள். என்னைப் பார்த்தாலே தெரியவில்லையா? நீங்கள் முருகனைக் கும்பிட்டதுதான் தப்பு. அவன் ஆண்டி. அவனை வழிபடுகிறவர் களுக்குத் திருவோடுதான் தருவான். இந்த ரகசியம் பலருக்குத் தெரியாது. ஒரு கூட்டம் கும்பிடுகிறது என்றால் மற்றவர்களும் பின்னால் போகிறார்கள். முருகன் ஒருவனே போதும், குடும்பத்தை ஒழிப்பதற்கு. நீங்கள் ராமனையும் கும்பிடுகிறீர்கள். ராமனை வழிபடுகிறவர்கள் வனவாசத்தையும், மனைவியை மாற்றான் *abduct* செய்து *rape* செய்ய முயலுவதையும் ஏற்க வேண்டியவர்கள் தானே’ ராமனாவது சக்கரவர்த்தித் திருமகன். அவனைக் கும்பிடுகிறவர்கள் எல்லா துன்பங்களையும் அனுபவித்தபிறகு பட்டாபிஷேகத்தை எதிர்பார்க்கலாம். ஆனால், முருகன் கோவணாண்டி. ஆத்மானுபவம் பெறுவதற்கு ஆடை அணியக் கூடாது என்பது ஞானமா? காமாட்சியின் கழுத்து நிறைய இருந்த நகைகள் எங்கே? பெண்ணுக்கு ஆபரணம்தானே அணி? கட்டிய பெண்டாட்டி மூளியாக நிற்கிறாளே, உங்கள் மனசை உறுத்தவில்லையா? தாலிமட்டும் மிச்சம் இருக்கிறது...’

‘அதையும் பறித்துக் கொள்ள உன்னிடம் திட்டம் இருக்கிறதே!’

‘நானா? நானா திட்டம் போட்டேன்? குரு, குரு, என்று தலையில் வைத்துக் கொண்டாடுகிறீர்களே, அவனுடைய மாய்மாலமும் மாயாஜாலமும் உங்களுக்குத் தெரியாது. என்மீது உங்களுக்கு வெறுப்பு உண்டாக்குவதற்காக அவன் ஆடிய நாடகம் அது. நான் பேசியதாய்த் தவறுதலாக எண்ணிவிட்டீர்கள். மிஸ்டர் மாலி, நான் பெண்; காதலிக்கிற பெண். தன் காதலனைத் துன்புறுத்தப் பெண்ணுக்கு மனம் வருமா? உங்கள் துன்பம் என் துன்பம். காமாட்சி என் சகோதரி, உங்களுடைய குழந்தைகள் என் குழந்தைகள். இந்தக் குடும்பம் அல்லல்படுவதைப் பார்க்க என்னால் தாங்க முடியவில்லை...’

நறுக்காகவும் நாகரிகமாகவும் அவள் அழுது முடித்தாள். இரண்டு கொங்கை வட்டங்களுக்கு இடையில் செருகியிருந்த கைக்குட்டையை நாசுக்காக எடுத்துக் கண்ணீர்த்துளிகளை மெல்ல ஒத்தி எடுத்தாள். கைக்குட்டையிலிருந்து இண்டிமேட் செண்ட் மணம் அவனுடைய நாசிக்கு எட்டியது.

'உங்களுக்கு இரக்கம் இல்லையா? உன்னைக் கைவிட மாட்டேன் என்று ஆறுதல் சொல்ல மாட்டீர்களா?'

அவன் வாய் திறக்கவில்லை.

'என்னை மிகவும் அவமதிக்கிறீர்கள். ஆனாலும் என் மனசு கேட்கவில்லை. உங்களுக்கு என்ன வேண்டுமோ, கேளுங்கள். இந்தக் காலத்தில் பணம் இல்லாமல் என்ன நடக்கிறது? *MONEY IS OMNIOPTENT.* எவ்வளவு வேண்டுமானாலும் தருகிறேன்; இந்த ஆண்டிப் பண்டார வாழ்க்கை உங்களுக்கு வேண்டாம். என்னைப் பின்பற்றுகிறவர்கள் தான் அதிகார பலம்பெற முடியும்; உங்களை அமைச்சர் ஆக்கி உலகமே வியக்கும்படி வாழவைக்கிறேன். பெண் இன்பத்துக்கு மிஞ்சின இன்பம் ஏது? *SEX IS THE PRIME - MOVER OF LIFE* இல்லையா? உங்களுக்கு வசியசக்தி கொடுக்கிறேன். *AND THE CREAM OF FEMININE BEAUTY WILL BE YOURS.* என்னை ஏற்றுக்கொள்ளுங்கள் ...'

'எனக்கு நன்மை செய்யவிரும்புகிறவள் போல் பேசுகிறாய். அது மெய்யானால், நீ முதலில் என்னைவிட்டு விலகு. நான் சாதாரண மனிதனாக வாழவிடு. யாரை வழிபடுவது என்று தீர்மானிக்கிற உரிமை வழிபடுகிறவனுக்குத்தான்.' பெரும் சத்தம் இல்லை, மிரட்டல் இல்லை, விண்ணப்பச் சொற்கள் இனிமையான குரலில் வந்து கொண்டிருந்தன. வலையில் சிக்கிய புழுவைச் சுற்றி சிலந்தி இழை பின்னிக் கட்டுவதுபோல், அவளுடைய சொற்கள் தன்னைக் கட்டுகின்றன என்று உணர்ந்தான். சொற்களை வைத்தே அவள் தனக்கு ஒரு சமாதி எழுப்பிவிடுவாள் என்று தோன்றியது அவனுக்கு; நெடுமூச்சுக் கழித்தான்.

'மாலி என்னிடம் நீங்கள் இப்படித்தான் பேச வேண்டுமா? *HIGH ASPIRATION* வேண்டும் என்று உங்கள் பிள்ளைகளுக்குப் புத்தி சொல்வீர்களே, நீங்கள் ஏன் சாதாரண மனிதனாய் வாழ விரும்புகிறீர்கள்?'

ஒரு புதிய குரல் ஒலி தலையிட்டது: 'ஏண்டி, இவனிடமா கெஞ்சிக் கொண்டிருக்கிறாய்? இவன் கல்லுளி மங்கன், இவனிடம் உனக்கு என்னடீ இந்த மோகம்? எவ்வளவு பேர் எவ்வளவு காலமாக உனக்காகத் தவம் செய்கிறார்கள்; நீ

ஏண்டி இவனிடம் கெஞ்ச வேண்டும்? எழுந்து வாடீ!' என்று கோபமாக ஆணையிட்டது.

'இரு அம்மா, அவசரப்படாதே. எத்தனை பேர் எனக்காகத் தவம் செய்தால் என்ன, எனக்கு *MEAL TICKET* இவர்தானே? எவ்வளவு காலத்துப் பசி!'

'பெரிய மீல் – டிக்கெட்டு! விரும்பி வருகிற பெண்ணை ஆண்மை உள்ளவன் வேண்டாம் என்பானா? நபும்சகன். ஆண்டி என்று கௌபீனம் கட்டிக்கொண்டு, பெண்ணைத் தொட்டால் பாவம் என்கிறான். அவனைக் கும்பிடுகிறவன் தானே இவன்? வேறு என்ன புத்தி இருக்கும்? வாடி இங்கே...'

'அம்மா வந்திருக்கிறாள். என்னைவிட அவள் கோபக்காரி. நான் போக வேண்டும். *Mr. Mali, have you no desire to make love with me? I give you five minutes to make up your mind,'* என்றாள் மிக அழுத்தலாய்க் கடிகாரத்தைப் பார்த்தவாறு; அவளுடைய குரலில் இருந்த மென்மை மறைந்துவிட்டது.

மகாலிங்கம் மௌனத்தைக் கலைக்காதிருக்கவே அவள் நகைத்தாள். *Okay if you have no desire to make love with me i will make love with you,...'*

'அவனிடம் என்னடீ ரகசியம் பேசுகிறாய்? இங்கே வாடீ என்கிறேன்?'

'இதோ வந்துவிட்டேன், அம்மா. *MR. MALI, GOOD BYE, FRNW!'*

மறுநொடி; தோட்டம், செடி கொடிகள், மேடை, காதல் பெண், தயார்க்காரி முதலிய தோற்றங்கள் யாவும் மறைய அவன் முன்னைப்போல் பழைய நாற்காலியிலேயே சாய்ந்திருந்தான். உடம்பே மரத்துவிட்டாற் போலிருந்தது; அந்த இடத்தைவிட்டு எழுந்திருக்க வேண்டும் என்று தோன்றவில்லை; அப்படியே அசையாமல் கிடந்தான். பெண்ணுருவில் வந்த பிரமை இரண்டு காட்சிகளை நடித்து முடித்துவிட்டது. 'இப்போதைக்கு விடை பெறுகிறேன்' என்று சொல்லிக் கொண்டே போயிற்று. மறுபடியும் கட்டாயம் வரத்தான் போகிறது. ஆனால், இன்று இரவு இனிவராது என்று தோன்றுகிறது. 'எனக்கு ஏற்படும் சோர்வு அதற்கும் ஏற்படாதா?'

அவன் அவ்வாறு நினைத்துக்கூட முடிக்கவில்லை, மேலே, டிராயிங் ரூம் இருந்த திசைக்கு நேர் எதிர்த் திசையிலிருந்து குரல் ஒலி இசையாகப் பிறந்தது.

ட்ரல ட்ரல ட்ரலலல
ட்ரல ட்ரல ட்ரலலல

காதல் கன்னியாகப் பேசிய குரல் அல்ல அது. வயது முதிர்ச்சி காட்டும் கட்டைக்குரல். உருவம் தெளிவு பெறாமல் கலங்கலாக இருந்தது. கீழே இறங்காமல் மேலே இருந்தவாறே பேசத் தொடங்கியது.

'மாலி, சின்னஞ்சிறு சிட்டுக்குருவிபோல் இருந்துகொண்டு ஒரு சிறிய அழகான பெண்ணான நான் இவ்வளவு பெரிய பிரமையை உனக்கு எப்படி ஊட்ட முடிகிறது என்று உனக்கு ஒரே ஆச்சரியமாக இருக்கிறது; இல்லையா? நான் DRUGS ஒன்றும் உபயோகிப்பதில்லை. ஆனால், என்னிடம் ஓர் அற்புதமான PROCESS இருக்கிறது. அதை நான் உனக்குக் கற்பிக்கப் போகிறேன்...'

– என்று குரல் கூறும்போது, மகாலிங்கத்தின் கண்கள் இருளடைவது போல் இருந்தது. இரண்டு பெரிய செங்கண்கள் மட்டும் தன்னை மிக அருகிலிருந்து மிகக் கூர்ந்து பார்ப்பது தெரிந்தது; குனிந்தாலும், நிமிர்ந்தாலும், எந்தப் பக்கம் திரும்பினாலும் அந்தச் செங்கண்களின் நேர்ப்பார்வை அவனுக்குத் தெரிந்தபடி இருந்தது. தன் கண்களோடு அக்கண்கள் பின்னிப் பிணைந்து ஒன்றுவதைக் கண்டான். பின், அந்தச் செங்கண்கள் தன் கண்களோடு ஒட்டினாற்போலப் பொருந்த, தன் கண்கள் பின்னடைந்துவிட்டன போலும், தான் அச்செங்கண்களாலேயே எல்லாவற்றையும் பார்ப்பதாகவும் உணர்ந்தான் – வண்ணக் கண்ணாடி அணிந்தாற்போல்.

'என் அருமை மாலி, உனக்குக் காமம் மிக அதிகம். அதனால்தானே முற்றிய கர்ப்பிணி என்கிற அறிவை இழந்து மனைவியைத் துன்புறுத்தி, வயிற்றிலிருந்த சிசுவின் உயிரைப் பலியிட்டாய்? ஆனால், நீ சுவைத்த இன்பம் இருக்கட்டும், உடம்பு முழுவதும் வலியால் துடித்துக்கொண்டு இருந்த நிலையில் அவள் பெற்ற இன்பத்துக்கு ஈடு உண்டா? இளமைப் பருவத்திலிருந்தே, காமத்தை வெல்லவேண்டும் என்று முயற்சி செய்கிறாய். காமத்தை வென்றால்தான் ஆத்ம ஞானம் கிட்டும் என்று உனக்கு துர்ப்போதனை செய்து வைத்திருக்கிறார்கள். காம சுகத்துக்கு மிஞ்சிய சுகம் என்ன இருக்கிறது, வாழ்க்கையில்? தாய் தன் மணாளனோடு ஆடிய சுகத்தை மகளுக்கு எப்படி விவரிக்க முடியும் என்று பாடினவன், உண்மை அறிந்தவன். சொல்லைச் சோர்வுபடுத்தித் திகைக்க வைக்கும் ஒரே இன்பம் – கலவி இன்பம்தான். காமத்தைத் துறந்தவர்களுக்கே ஆத்மஞானம் கிட்டும் என்று அறிவீனர்கள் பேசுவார்கள். காமவுணர்ச்சி எவ்வளவு உயரச் சிகரத்துக்கு ஏற்ற முடியும் என்பதை நான் உனக்கு உணர்த்தப் போகிறேன்; பிறகு காமசுகப் பரவசத்தால்

உனக்கு ஆத்ம ஞானத்தைக் கொடையாக வழங்கப் போகிறேன், பார் !'

பார் என்று அவள் உரைத்ததை அடுத்து ஒரு கால்புள்ளி கூட இல்லை. அவள் பாடத் தொடங்கினாள். மகாலிங்கத்தின் செவிகள் – மற்ற எல்லா ஒலிகளையும் ஒதுக்கிவிட்டு அவளுடைய பாட்டிலே லயித்துப் போயிற்று.

'பெண்ணு வேணும்
பொண்ணு வேணும்
பொண்ணு வேணும் டா
உன்னை நீ அறிந்திடப்
பொண்ணு வேணும்
பொண்ணு வேணும்
பொண்ணு வேணும் டா'

– என்று ஆரம்பமான பாட்டு கலவியின் பலவகைக் கோணங்களையும் கோணல்களையும் யதார்த்தமும் ஆபாசமுமான சொற்களால் வருணித்தபடி வளர்ந்துகொண்டே இருந்தது. மாட்டுச்செக்கு சுற்றும்போது ஞொய் ஞொய் என்றோர் ஓசைவருமே, அது போன்ற குரல் ஒலி தவிர, அவனுக்கு உலகத்தைப் பற்றின மற்ற உணர்வுகள் அனைத்தும் உறங்கிப்போயின. தான் என்னும் உணர்வு வெகு வெகு ஆழத்தில் இருந்தது; இசை ஒலி வெகு வெகு மேலே தொலைவிலிருந்து வருவதாய், வந்துகொண்டு இருப்பதாய், வந்துகொண்டே இருப்பதாய் அவனுக்குத் தோன்றியது.

ஐந்து, பத்து, இருபது, முப்பது நிமிடங்கள் ... இல்லை, நேரம் என்பதே வெறும் ஓசைதான் என்றும், அந்த ஓசை காம அறிவும் உணர்வும் கொண்டது என்றும் தோன்றியது. ஒரே மாதிரிக் குரலில் பாட்டாக வடிவெடுத்து வந்த, காம ஒலியுண்ட சொற்கள் அவனைச் சுற்றிலும் கொசுக்கள் போலவும், ஈக்கள் போலவும், வண்டுகள் போலவும், பூச்சிகள் போலவும் மெய்த்துக் கொண்டு ரீங் ... க்ரிங் என்று ரீங்காரம் செய்தன. காம ஒலியுண்ட சொற்கள் எறும்புகள் போலவும், புழுக்கள் போலவும் அவனுடைய உடல் எங்கும் ஏறி அடர்ந்து ரோமத் துவாரங்கள் வழியாக அவனைக் கடித்துத் துளைத்துக்கொண்டு உள்ளே புகுந்துவிட முயன்றன. நேரம் செல்லச் செல்லச் செல்ல ...

பருத்துக் கொழுத்து வளர்ந்து ஆடு மாடுகள் போலவும் சிங்கம், புலிகள் போலவும், யானை, காண்டாமிருகங்கள் போலவும் அவன் மேலேறி மிதித்துத் துவைத்தபடி ஓடின.

காம ஒலி – அவனை மண்ணில் அறைந்து மண்ணைத் தோண்டி மண்ணுக்குள் புதைப்பதாகத் தோன்றியது; நீர் வெள்ளமாய்ப் பெருக்கெடுத்து அவனைச் சுற்றிச் சுழற்றி இழுத்துக்கொண்டு செல்வதாய்த் தோன்றியது; காட்டுத் தீயாக மூண்டு பல்லாயிரம் நாக்குகளால் அவனை நக்கி நக்கிப் பொசுக்குவதாய்த் தோன்றியது; பெரும் காற்றாய் சூறாவளியாய் அவனை மூலைக்கு மூலை எறிவதாய்த் தோன்றியது. அவனை நீறாக்கி ஆகாசத்தில் தூவுவதாய்த் தோன்றியது.

அவள் பாடப்பாட, அவள் வாயிலிருந்து வெளியே வந்த ஒவ்வொரு சிறு சொல்லும், சிற்றொலியும் ஓரிடத்தில் விழுந்து குவிந்துகொண்டே போவது போலவும், அவை குவிந்து கூடி ஒரு பெரும் சொல்பாறையாகவும் பேரொலியாகவும் உருக்கொண்டு விட்டது போலவும், அப்பெரும் சொல்பாறையையும் பேரொலியையும் யாரோ படீர் என்று அடித்து உடைத்து நொறுக்கி நுணுக்கி அணுவளவு அணுவளவு சிறு சிறு சொல்லாகவும் சிற்றொலியாகவும் மாற்றுவது போலவும், அந்த அணுச் சொல்லும் ஊசி ஒலியும் தன் உடலின் ஒவ்வொரு ரோமக்காலிலும் மிகச்சுளுவாய் ஊடுருவி உள்ளே நுழைவதுபோலவும் அவன் உணர்ந்தான்...

தான் என்னும் உணர்வு தனக்குள் எங்கோ புதைந்திருந்த அப்பெரும் ப்ரமத்திலும், 'கால்ஷியம் இஞ்செக்ஷன் போல் – எனக்குக் காமவெறி இஞ்செக்ஷன் செய்யப்படுகிறது' என்ற எண்ணம் அவனுக்குள் இழையோடியது...

ஒலியுண்ட காமமோ, காமம்கொண்ட ஒலியோ, அது இப்போது சொற்கள் என்ற தோற்றத்திலிருந்து ஒரு புதிய உலகமாகப் பரிணமிக்கத் தொடங்கியது.

அனாதி காலமாக 'ஆண் பெண்ணையும், பெண் ஆணையும் வேண்டித் துடிதுடிக்கும் வேட்கையின் வீறு அவனுக்குள் கிளர்ந்து எழுந்தது; அக்கணமே, அவனுக்கு அருகிலும் சுற்றிலும் தொலைவிலும் ஆண்களும் பெண்களும் கூட்டம் கூட்டமாய்க் கலவியின்பம் நுகர்ந்து, நுகர்ந்ததால் வெறியாசை கொண்டு மீண்டும் மீண்டும் என்று...லோ...ல்...லோ என்று சொல்லிழந்த கூக்குரலிட்டுக் களித்தாடிடும் காட்சி அவனுடைய கண்களுக்கு முன்னால் எழுந்தது...

கூச்சமாக இருந்தது, அவனுக்கு மிக மிக அருவருப்பாக இருந்தது, இதுவரை மறதியில் மறைந்திருந்த முருக நாமத்தை ஜபிக்கலானான். ஆனால், எங்கே பார்த்தாலும் பார்க்காமல் கண்களை மூடிக்கொண்டாலும் ஜனனேந்திரியங்கள் படைப்புத்

தொழிலில் தங்களை இழந்திருந்த காட்சிகளே தென்பட்டன. கூடவே, அடக்கவொண்ணாத இச்சைவெறி பொறியாகத் தோன்றிப் பெரு நெருப்பாகித் தனக்குள் தன்னைத் துரத்திச் சூழ்வதை உணர்ந்து அவனுக்கு ஒரே அச்சமாக இருந்தது.

'சுவாமி, குருநாதா, என்ன இது?' என்று மனத்தில் வீறிட்டு அலறினான்.

'இது என்ன என்று கூடவா தெரியவில்லை?'

'இதுதான் சிருஷ்டி. சிருஷ்டி இன்றிப் பிரபஞ்சம் ஏது?' என்றவாறு அவனை இடித்துக்கொண்டு நின்றது ஓர் உருவம்.

அதை நிமிர்ந்துபார்க்கவும் அவனுக்குத் துணிவு வரவில்லை.

'நான்தான் உன் ஆதிகுரு, நீ என்னை மறந்தாலும், நான் உன்னை மறவாமல் உடனிருந்து காக்கிறேன்' என்றது அது. 'இப்போது நான் உனக்கு ஆத்மஞானம் புகட்டப்போகிறேன்.'

கண்களை மூடித் தன்னைப் பார்த்துக்கொள்ளாமல் இருக்க எண்ணினான்; ஆனால், கண்கள் தாமாகத் திறந்துகொண்டன.

'நீ என்னை லவ் பண்ணாவிட்டால், நான் உன்னை லவ் பண்ணுவேன் என்று சொன்னேனா இல்லையா? எத்தனையோ காலமாய் நான் காத்திருந்த இன்பம் எனக்கு இப்போது கிட்டப்போகிறது. அணியும் ஆபரணங்களும் ஆடையும் அழகானவைதான்; எனினும் அவை இன்பத்துக்கு இடையூறு கள்... நான் எல்லாவற்றையும் அவிழ்த்து எறியப்போகிறேன்...'

அவள் நகைகளை எடுத்து எறிந்துவிட்டு ஆடை களையலானாள். அவசரஅவசரமாகச் சேலையையும், உள்பாவாடையையும், ஜெட்டியையும், சோளியையும், பிராவையும் மட்டும் அல்ல, சதையையும் கழற்றி எறிந்துவிட்டுக் காமத்தின் பிறந்த மேனியாக அவனிடம் ஓடிவந்தாள். அந்தக் காம கோரம் தன்மேல் பாய்வதையும், தான் தரையில் சாய்வதையும் உணர்ந்தான். செய்வதறியாது, அவன் அகமுகமாய் முருகா முருகா என்று கூவினான்.

'முருகன் சின்னப் பிள்ளை என்றுதானே உன்னைத் தேடி வந்தேன்? இந்த நேரத்தில் அவனை ஏன் கூப்பிடுகிறாய்?

'அவனுடைய பரம்பரையே செவிட்டுப்பரம்பரை: அது உனக்குத்தெரியாது' என்ற மோகவெறி அவனைத் தரையோடு அது பிடியைத் தளர்த்திவிட்டு எழுந்து ஒதுங்கியபோது, அந்தச் சில நிமிடங்களில், தான் மிகவும் ஆபாசமாக அசிங்கப்பட்டு விட்டதாய் அவன் உணர்ந்தான்.

‘ஆத்மஞானம் – *SELF REALISATION* என்பது இதுதான். *You realise yourself by transcending flesh by means of flesh. Was that not a marvelous experience? Oh, you want a repeat perfomance?… No, no, not now. I'am damn tired. Thank you very much, Mali! Ta ta…,’* என்றவாறு அந்தப் பெண்ணுருவம் மறைந்தது.

அது போய்விட்டது. ஆனால், அதன் ஸ்பரிசத்தால் உண்டான அசிங்கவுணர்ச்சி அவனை விட்டு நீங்கவில்லை. உடல் என்பதற்ற ஆபாசமாய்த் தான் இருப்பதாக அவனுக்கு தோன்றியது. தான் பிசுபிசுவென்றும் பொல பொலவென்றும் மண்ணில் கிடப்பதாக அவன் உணர்ந்தான். திடீரென்று மந்தை மந்தையாகப் பன்றிகள் வாலை ஆட்டிக் கொண்டும் கீங் கீங் என்று கத்திக்கொண்டும் அவனை நோக்கி ஓடி வந்தன. அவை தன்னை மிகச் சுவைத்து வேகம் வேகமாக உண்பதை உணர்ந்தான். பலப்பல மூலைகளிலிருந்து மூச்சு இரைக்க ஓடி வந்த நாய்களும் அவனை நக்கித் தின்றன. பன்றிகளும் நாய்களும் கத்திக்கொண்டும் குரைத்துக்கொண்டும் ஒன்றோடு ஒன்று சண்டை இட்டுக் கொண்டும் அவனைச் சாப்பிட்டன. புழுக்கள் அவனைச் சிறு சிறு உருண்டைகளாக உருட்டி வெகு சுறுசுறுப்பாய்த் தள்ள முடியாமல் தள்ளிக் கொண்டு செல்வதும் தெரிந்தது.

தன் நாற்றம் தனக்கே சகிக்கமாட்டாமல் அவனுக்குக் குமட்டியது, வாந்தி வந்தது.

‘குருநாதா, சரவணபவா, என்னை அநாதையாகத் தெருவோரம் எறிந்து விட்டீர்களே!’ என்று வாய்விட்டுக் கதறினான் மகாலிங்கம்.

❍

அருவருப்புக்கு முடி சூட்டுவது போன்ற இந்தக் கொடிய பிரமையால் இவன் இவ்வாறு துன்புறுத்தப்பட்டதைக் கண்டு நான் கண்ணீர் பெருக்கினேன். என்னதான் நடக்கிறது? இவனைத் தாக்குவது மாயாசக்தி என்று சன்மார்க்க சங்கத்து ராமதாஸ் சொன்னார்; அது மாயா சக்தியா, தேவதா சக்தியா என்று பெயர் பற்றி நான் கவலைப்படவில்லை. தெய்வங்களை இகழ்ந்து, தானே பெரிய தெய்வம் என்று கூறிக்கொண்டு தாக்குதலைத் தொடங்கி இருக்கும் அந்தத் தாமச சக்தி மந்திர தந்திரங்களில் மிகுந்த தேர்ச்சி உடையது என்பது வெளிப்படை. இந்தப் பகையோடு போராட இவனுக்கிருந்த பலம் என்ன? இந்தப் பிறவியில் இவன் கடவுளுக்காகச் செய்த முயற்சி மிகவும் சொற்பம்; முருகனின் நாமத்தைத் தியானம் செய்ததும் கந்தரநுபூதி பாராயணம் செய்ததும் மிகவும் சிறிய

அளவில்தான், அப்படி இருக்க, அந்த நாசசக்தியோடு எப்படிப் போராட முடியும். குருபலம் இருந்தால்தான் இவனால் அதை எதிர்க்க முடியும்? குருபலம் இருக்கிறது என்று ராமதாஸ் போன்றவர்கள் சொல்வது மெய்யானால், நாசசக்தி இவனை இவ்வளவு கொடுமைப் படுத்துகையில், அந்தக் குருபலம் என்ன செய்தது? இவனுடைய இந்த அனுபவத்தில் தெய்வ சம்பந்தம் இருக்காது. இவனைப் பைத்தியம் ஆக்குவேன் என்று அச்சுறுத்தும் அத் தீயசக்தியே இவனை அப்படிச் செய்யாமல் விட்டுவைத்து விளையாடிக் கொண்டிருக்கலாம் என்ற சந்தேகம் என்னைப் பற்றிக் கொண்டது. இவனுக்குச் சாதனைப் பலம் போதவில்லையோ என்றும் நான் சில சமயம் சந்தேகப்படுவது உண்டு. ஆனால், இவனுடைய உடலும் மனமும் மூளையும் சூழலும் எந்தச் சாதனையும் செய்ய முடியாத நிர்ப்பந்தத்தில் இருக்கையில் இவனை எப்படிக் குறைகூற முடியும்?

என்னுடைய தூண்டுதலின் பேரில் இவன் அவ்வப்போது துறவிகளோடும், உபாசகர்களோடும் ஆசிரமங்களோடும் தொடர்புகொண்டு சந்தேகங்களுக்குத் தெளிவு தேடிக்கொண்டு இருந்தான்.

கும்பகோணத்திலேயே, ராமதாசைத் தவிர, வெங்கட் ராமசாஸ்திரி என்பவரை இவன் அடிக்கடி சந்தித்து ஆறுதல் பெறுவது வழக்கம். நகர உயர்நிலைப் பள்ளியில் ஹிந்தி ஆசிரியராக இருந்த அவர் ஸமஸ்கிருதத்திலும் தேர்ச்சி பெற்றவர். அவர் ஸ்ரீவித்யா உபாசகர் என்று அவரோடு பழகுகிறவர்கள் பலருக்குத் தெரியாது. மந்திரசாஸ்திரங்களையும் நன்கு கற்று அறிந்தவர். தம் உபாசனா பலத்தையும் மந்திர ஞானத்தையும் உலகியல் காரியங்களுக்காக அவர் பயன்படுத்தவில்லை. பரம சாத்விகரான அவர் ஒருமுறை தம் பூஜை அறையில் இவனைப் பக்கத்தில் அமர்த்திக்கொண்டு தியானத்தில் இருந்தார்; பத்துப் பதினைந்து நிமிடங்களில் தியானம் கலைந்து, எழுந்து வெளியே சென்று முகமும் கைகால்களும் கழுவிக்கொண்டு மறுபடியும் தியானத்தில் நீண்ட நேரம் இருந்த பிறகு கூறினார்: 'முருகப்பெருமான் உங்கள் கையைப் பற்றி ராஜவீதி வழியாக அழைத்துச் செல்லும் காட்சியைக் கண்டேன். உங்களுடைய குரு உங்களோடு இருக்கிறார்,' என்று உறுதி கூறியவர் தொடர்ந்து, 'நிஷ்டையில் உட்காரும்போது துஷ்ட தேவதைகளோ வேறு தீய சக்திகளோ என்னை நெருங்க முடியாதபடி பாதுகாப்பு செய்து கொள்வது என் பழக்கம். உங்களை எதிர்க்கும் துஷ்ட சக்தி என் தியானத்தில் குறுக்கிட்டுக் கலைத்து விட்டது. அதனால்தான் இரண்டாவது முறை அமர்ந்தேன். அது மிகவும் பயங்கரமானது,' என்றார்.

‘குரு காப்பாற்றுகிறார் என்கிறீர்கள். எதை வைத்து நான் அதை நம்புவது?’ என்று இவன் கேட்டான்.

‘உங்களைத் துன்புறுத்தும் துஷ்ட சக்தியின் பலம் புரியாமல் பேசுகிறீர்கள்; குருபலம் இல்லாமல் நீங்கள் அதைச் சமாளிக்க முடியாது. குருபலம் இல்லாதிருந்தால் நீங்களும் குடும்பத்தினரும் பைத்தியங்களாக அலைந்து கொண்டிருப்பீர்கள். தெய்வ சக்தியால்தான் இந்தத் தீயசக்தியைக் களைய முடியும். தெய்வம் குருவாக உடனிருந்து வழி நடத்திக்கொண்டு போவதால் நீங்கள் உங்கள் கஷ்டங்களைக் கதை பண்ண முடிகிறது.’

அவருடைய சொற்கள் அவனுக்கு மனவுறுதியை மேலும் வலுப்படுத்த உதவின.

பஞ்சாபைச் சேர்ந்த ‘ராமாசாது’ என்னும் யோகியார் ஆண்டுக்கு ஒருமுறை கும்பகோணத்துக்கு வந்து காவிரிக் கரையில் தங்குவது வழக்கம். அச்சமயம் அவருடைய சீடர்களும் நண்பர்களும் அவரைச் சந்தித்துத் தங்கள் சந்தேகங்களுக்குத் தெளிவு பெறுவார்கள். அவருடைய வரலாறே சுவாரசியமானது. அவருக்கு ஓர் அண்ணா, ஒரு தம்பி; இருவருமே மணம் புரியாமலே துறவு பூண்டார்கள். இவர் மட்டும் இல்லறத்தில் இருந்ததால் இவருக்கும் ஒரு மகானைச் சந்திக்கும் வாய்ப்புக் கிட்டியது; தம்மைச் சிஷ்யனாக ஏற்று சந்நியாசம் தரும்படி இவர் அந்த மகானைக் கேட்டுக் கொண்டார். பெரியவர் உடனே ஒப்புக் கொள்ளவில்லை; ‘உன் மனைவியின் சம்மதம் இல்லாமல் உனக்குத் துறவு கொடுக்கமுடியாது?’ என்று கூறி மனைவியையும் கேட்டார். ‘என் கணவர் தங்கள் சீடர் ஆவதைப் பெரிய பாக்கியமாய்க் கருதுகிறேன்; அவருக்குப் பணிவிடை செய்து நான் கரையேறுவேன் என்றார் அந்த அம்மையார். பிறகுதான் அந்தப் பெரியார் இவருக்கு உபதேசம் செய்தார்; தெற்கே சென்று காவிரிக்கரையில் தங்கி பன்னிரண்டு ஆண்டுகள் யோக சாதனைகள் செய்துவிட்டுத் திரும்புமாறு குரு சிஷ்யனுக்குக் கட்டளை இட்டார். இவருடைய தர்மபத்தினி இரண்டு சகோதரர்களின் பாதுகாப்பில் இருப்பதென்று ஏற்பாடாயிற்று.

குருவின் ஆக்ஞைப்படி தெற்கே வந்து ராமாசாது காவிரிக்கரையில் சக்கரப் படித்துறையில் ஓரிடத்தில் தங்கிப் பன்னிரண்டு வருடங்கள் கடுமையான யோக சாதனைகள் செய்து சித்தியும் பெற்றார். சொந்த ஊருக்குத் திரும்பியவர் ஆண்டுக்கு ஒருமுறை இங்கே வந்து சில நாட்கள் தங்கிப் பழைய நண்பர்களைச் சந்திப்பார். விபூதி கொடுப்பதில்லை. சமய சம்பந்தமான உரையாடல்கள் நடக்கும். அக்கினி வளர்த்துக்கொண்டு, தியானத்தில் இருப்பார்; மழலையாகத் தமிழ்

பேசுவார். ஆறடி உயரம்; சுடர்விட்டு எரியும் நெருப்புப்போன்ற மேனி; கருமையான தாடி; இடுப்பில் ஒரு துண்டு கட்டியிருப்பார். மரப்பாதுகை அணிந்து அடலேறுபோல் அவர் நடந்து வருவதைப் பார்க்கிறவர்களுக்குக் கைகள் தாமாகக் குவியும்.

அவரிடம் இவன் தன் கதையைக் கூறினான். சற்று யோசித்துவிட்டு அவர், நாளுக்கு மூன்று பிராணாயாமமாக மூன்று நாள் செய்தபின்னர் தம்மைப் பார்க்கும்படி பணித்தார். பூஜை அறையில் இவன் பிராணயாமம் செய்யத் தொடங்கியபோது, யாரோ, ‘உன் குரு உனக்கு சூக்குமப் பிராணாயாமம் செய்விக்கிறார்; இந்த ஸ்தூலப் பிராணாயாமம் உனக்குத் தேவையில்லை. நான் இப்படிச் சொன்னதாக ராமா சாதுவிடம் சொல்லு’ என்று குரல் கொடுத்தார்கள். பல குரல்களுக்கும் சத்தங்களுக்கும் மேலே இப்படி ஒரு குரல். இவன் நம்பவில்லை; பயிற்சியை ஆரம்பிக்கப் போனான். ‘நான் சொன்னதை ராமாசாதுவிடம் சொல்லு. சொன்ன பிறகும் அவன் பிராணாயாமம் செய் என்றால், நாளைக்கே ஆரம்பித்துவிடு. எனக்காக ஒருநாள் தள்ளி வைக்கக்கூடாதா?’ என்று குரல் நயமாகத் தடுத்தது. அன்று பயிற்சி செய்யாமல் மறுநாள் காலையிலேயே சாதுவிடம் போய் நிகழ்ந்ததை உரைத்தான்

சாது நீண்டநேரம் மௌனத்தில் ஆழ்ந்தார்; ‘பையா, ஏன் பயப்படுகிறாய்? பெண்டாட்டி பிள்ளைகள் செத்துவிடுவார்கள் என்றா? நீ வேண்டாம் என்றால் சாவு நின்றுவிடுமா? காசு பணம் போச்சே என்று கஷ்டப்படுகிறாய். கஷ்டப்பட வேண்டிய நேரத்தில் கஷ்டப்பட வேண்டியதுதான். இந்தக் கஷ்டங்களுக்கு முடிவாக உனக்குப் பேரின்பம் கிடைக்கப் போகிறது... எங்கள் குரு கூட இருந்து என்ன செய்தாரோ அதை எல்லாம் உன் குருவும் உனக்குச் செய்கிறார். தெய்வம் குருவாக நிற்பதாலும், கண்ணுக்குத் தெரியாமல் இருப்பதாலும், அவர் எப்படி உதவுகிறார் என்று உனக்குப் புரியவில்லை... நீயாக ஒரு சாதனையும் செய்ய வேண்டியதில்லை; எந்த நேரத்தில் என்ன செய்யவேண்டுமோ, அதை உன் குரு செய்விப்பார்,’ என்றார் அவரும்.

‘இதற்குக் கால எல்லை இல்லையா?’

‘கால எல்லை சொல்ல நம்மால் முடியாது. வினைப்பயனை அனுபவித்துத் தீர்க்கவேண்டும்.’

‘இப்படியே, ஆயுள் முடிந்துவிடும்போல் இருக்கிறதே!’

‘முடியட்டுமே! அடுத்த ஜன்மம் இருக்கிறதே!’ என்றார் அவர் சிரித்தபடி.

வலிக்கிறது, மருந்து சொல்லுங்கள் என்றால் அடுத்த பிறவியிலாவது வலி நிற்காமல் போய் விடுமா என்று ஒரு டாக்டர் சொன்னால் எப்படி இருக்கும்? அவருடைய பதில் அந்த வகைதான் என்று இவன் நினைத்துக் கொண்டான். ஆனால், அவர் கூறியது பொருத்தமான விடையே என்று எனக்குத் தோன்றியது.

காஞ்சீபுரம், பழைய பெரியவாளைத் தெய்வமாக வழிபடுகிறவன் இவன். அவரையும் தரிசனம் செய்து, தீய சக்தியிடமிருந்து காத்திடும்படி வேண்டிக்கொண்டான். இவ்வூருக்கு அருகில் உள்ள பல சிவ விஷ்ணு ஆலயங்களைத் தொடர்ந்து சுற்றி வருமாறு அவர் யோசனை கூறினார். அதற்கான வசதி தனக்கு இல்லை என்று இவன் சொல்லவே, 'பயப்படாதே, உன் குரு உன்னைக் காப்பார்,' என்று ஆறுதல் உரைத்துத் திருநீறு வழங்கி அனுப்பினார்.

அரவிந்தாசிரமத்திலிருந்து விவரமான பதில் வந்தது. அன்னை பூசித்த பூவிதழ்கள் கடிதத்தோடு வந்தன. அவற்றைப் பூஜை அறையில் வைக்கும்படி கடிதம் கூறியது; 'கடவுள் வேட்கை கொண்டவர்களைப் பகைச்சக்திகள் (HOSTILE FORCIS) தாக்கி வீழ்த்த முயலுவது இயற்கை என்றும், குருதேவர் பால் உள்ள நம்பிக்கை காப்பாற்றும்' என்றும் கடிதம் விவரித்தது. 'யாரிடமும் உங்கள் அனுபவத்தைச் சொல்லாதீர்கள்; குறிப்பாக, புலவர்களிடம் (SCHOLARS) யோசனை கேட்காதீர்கள்,' என்றோர் அருமையான எச்சரிக்கையும் கடிதத்தில் இருந்தது. கடிதத்தில் M.P. பண்டிட் கையெழுத்து இட்டிருந்தார் என்று ஞாபகம் 'அன்னை தரிசனம் தரும் சமயம் பாண்டிச்சேரிக்கு வாருங்கள்; தரிசனத்தால் நன்மை விளையும்,' என்றும் அவர் அழைத்திருந்தார். இவனுக்கும் எனக்கும் விருப்பம்தான்; போகமுடியவில்லை.

இந்தக் கொடிய அனுபவம் தொடங்கிப் பத்து ஆண்டுகளுக்குப் பிறகு மயிலாப்பூர், ராமகிருஷ்ண மடத்துத் தலைவர் கைலாசானந்தாவை நேரில் சந்தித்துத் தன் கதைக்கு விளக்கம் வேண்டினான். ஆச்சரியத்துடனும் பொறுமையுடனும் எல்லாவற்றையும் கேட்டுக்கொண்ட அவர், 'This is a great experience: Only a master - mind can explaint it. Go the way your Lord takes you. You must not expect immediate results. Wait and be patient,' என்றார்.

'இதற்கு ஒரு கால எல்லை இல்லையா?' என்று அவரிடமும் கேட்டான். 'God is not that cheap,' என்றார். 'நீங்களோ, மடத்தைச் சேர்ந்த வேறு பெரியவரோ பூஜையில் இருந்து இதைச் சொன்னால் எனக்குத் தைரியமாக இருக்கும்,' என்று இவன் வற்புறுத்தினான். 'நீ சொல்வது சரி. ஆனால், ராமகிருஷ்ணருக்கும்

விவேகானந்தருக்கும் பிறகு, நீ எதிர்பார்க்கிற அளவு பெரியவர்கள் யாரும் எங்கள் மடத்தில் தோன்றவில்லை,' என்று விடை கொடுத்தார் அவர்.

இந்தச் சந்திப்புகளும் உரையாடல்களும் ஒன்றை அடுத்து ஒன்றாய்த் தொடர்ச்சியாக நிகழ்ந்தவை அல்ல; மாதங்களுக்கும் ஆண்டுகளுக்கும் இடையில் அவ்வப்பொழுது நடந்தவை. மேலே கூறியுள்ள துறவிகளில் ஒருவரையோ, உபாசகர்களில் ஒருவரையோ கண்டு பேசிவிட்டு வந்தால் இவனுக்குச் சற்றுத் தெம்பாக இருக்கும். நம்பிக்கை வலுக்கும்; கொஞ்சக்காலம் தான் இந்தத் தெம்பு நீடிக்கும், பௌதிகத் துன்பங்களும் உள்ளக் குளறுபடிகளும் இறுகினால் மறுபடியும் அதைரியமும் சந்தேகமும் தலை தூக்கும்; மறுபடியும் யாரையாவது தேடி ஓடுவான். இந்தச் சத்சங்கம் அவனைப் பலவீனன் ஆகாமல் காத்தது.

'ஒரு *PHYCHIATRIST*-ஐக் கன்சல்ட் செய்வதைவிட்டு, கடவுள் – குரு – நாசசக்தி என்று பிதற்றிக்கொண்டு இருந்தால் நோய் எப்படிக் குணமாகும்? இந்த *SPACE AGE*-லும் இந்த மூட நம்பிக்கையா!' என்று சில நண்பர்கள் சொல்வார்கள்; இவனுக்கும் அம்மாதிரி விருப்பம் இருந்தது; ஆனால், எந்த விருப்பத்தையும் நிறைவேற்றிக்கொள்ளப் பொருளாதார வலிமை தேவைப்படுகிறதே!

'அகத்தில் சித்தப்பிரமை உடையவன் நான்; புறத்தில் சித்தசுவாதீனம் உள்ளவன் போல் நடித்துக்கொண்டு இருக்கிறேன்' என்று இவனே தன் பிள்ளைகளிடம் சில சமயம் சொல்லுவான். இவனுடைய பொழுதில் ஒரு பகுதி படிப்பில் கழிந்தது; எழுத்தாள நண்பர்களும் ரசிகர்களும் சில சமயம் இவனைப் பார்க்க வருவார்கள்; அவர்களுக்கு இவனுடைய ஏழ்மைதான் பளிச் என்று கண்களை உறுத்தியது; முன்னைப்போலப் பிரபுவாக இவன் இருப்பதாய் எண்ணிக்கொண்டு வந்த நண்பர்கள் சிலர் இப்போது இவன் வசிக்கிற சூழ்நிலையைப் பார்த்துத் திகைத்துக் கலங்கியதும் உண்டு. இவர்கள் எல்லாரிடமும் இவன் தனக்கு இயல்பான சாதுரியத்துடன் பேசிப் பழகினான். இது எப்படிச் சாத்தியம் ஆகிறது என்று நான் வியப்பதுண்டு. உள்ளத்தில் ஏழூர் ஊழல்கள் கொட்டம் அடிக்கும்போது, இவனால் எப்படி வழக்கம்போல் எல்லா உலக நடப்புகளையும் சமாளிக்க முடிகிறது?

'பைத்தியக்காரன்' என்று முத்திரை குத்தி, உலகத்தில் இவனை ஊர்வலம் விட்டுப் பிறகு இவனுடைய உயிரைப் பலி கொள்ளவே தீயசக்தி இத்தனை நாடகமாடுகிறது என்று எனக்கு மிகத் தெளிவாய்ப் புரிகிறது. இவனை அது

பெரும்பாலும் தன்வசப்படுத்திக் கொண்டுவிட்டது என்று நான் அஞ்சுகிறேன். இந்நிலையில் அது இவனைச் சுளுவாகப் பித்தன் ஆக்கியிருக்க முடியும்; ஏன் ஆக்கவில்லை? அல்லது, அதனால் ஆக்கமுடியவில்லையா? – எனக்கும் இது குழப்பமாக இருக்கிறது.

காதுகளின் கலகத்துக்குப் பரிவு காட்டி, மற்ற நாலு புலன்களும் அவற்றோடு ஒத்துழைத்து, அவற்றின் ஆணைக்கு அடங்கி நடப்பது போன்ற ஒரு விசித்திரமான நிலைமை இப்போது உருவாகிவிட்டது. எந்தப்புலனும் வேலைநிறுத்தம் செய்யவில்லை. மாறாக, அவை மிகை வேலை செய்தன. அதுமட்டும் அல்ல; ஒவ்வொரு புலனுக்கும் ஒரு தனித்துவம் ஏற்பட்டு, ஒவ்வொன்றும் தனக்கு இஷ்டப்பட்ட காரியத்தைத் தான் இஷ்டப்பட்டபோது செய்வது என்று தீர்மானித்து விட்டாற்போல் இருந்தது. இந்தப் புலன்களின் சுயாட்சியை (AUTONOMY OF SENSE ORGANS எனலாமா?) யாரும் வழங்கியதாகத் தெரியவில்லை; தாமாகவே புலன்கள் தன்னாட்சியை ஏற்படுத்திக் கொண்டுவிட்டன. மத்தியஅரசை – மூளையின் நிர்வாகத்தை அவை அலட்சியம் செய்து எதிர்க்கத் தொடங்கியிருந்தன.

செவிகள் மீன் சந்தை இரைச்சலை எழுப்பின என்றால், நாசி இல்லாதபொல்லாத நாற்றத்தையும் வாசனையையும் நுகர்ந்தது. விழித்திருக்கும்போது மட்டும் அல்ல, தூங்கும் போதும் கண்கள் விபரீதமான காமவிகாரக் காட்சிகளைக் கண்டவண்ணம் இருந்தன. காதுகள் பேசிய ஆபாசச் சொற்களைச் சகவாச தோஷத்தால் ஏற்றுக்கொண்ட வாய் அவனுடைய விழைவு இன்றித் தன்னிச்சையாகப் பேசலாயிற்று, பொய்யும் செயற்கையுமான அச்சத்தையும் காமத்தையும் சினத்தையும், வெறுப்பையும் மெய்போல் ஏற்று வெளியிட்டது மெய்.

ஐம்புலன்களால் இவ்வாறு அடிபட்ட மனம் திசைகெட்டு அலைந்துகொண்டு இருந்தது.

புத்தி மட்டும் தன்னிலை கெடாமல் புலன்களும் மனமும் தன்வசம் இல்லாமல் இயங்குவது பற்றிக் குழம்புவதும் திருத்திக் கொள்வதுமாக இருந்தது.

'நாசசக்தி என்புத்தியையும் கவர்ந்துவிட்டால், எனக்குப் பைத்தியம் பிடித்துவிடும்' என்று மகாலிங்கம் பெருமூச்சு விட்டான். நீண்டகாலத்துக்கு முன்னர் படித்த 'டாக்டர் ஜெகிலும் மிஸ்டர் ஹைடும்' என்னும் இங்கிலீஷ் நாவல் அவனுக்கு அடிக்கடி நினைவுக்கு வந்தது.

டாக்டர் ஜெகில் கடும் ஆராய்ச்சி செய்து மனிதனுடைய தீயகுணங்களைப் பிரித்து வெளிப்படுத்தும் ஓர் அரியமருந்து

கண்டுபிடிக்கிறான். இந்த மருந்தை உண்கிறவர்கள் நல்ல பண்புகளை இழந்து முற்றிலும் தீயவர்கள் ஆகிவிடுவார்கள். இந்த மருந்துக்கு ஒரு முறி மருந்தையும் கண்டுபிடித்தான்; இதை உண்கிறவர்கள் மீண்டும் நல்லவர்களாக மாறிவிடுவார்கள். அவனே தன் கண்டுபிடிப்புகளைச் சோதனைசெய்ய விழைந்து முதல் மருந்தைச் சாப்பிடுகிறான்.

கலப்படமில்லாத தீயகுணங்களின் உறைவிடமான அவனுடைய உருவமே பயங்கரமானதாக மாறிவிடுகிறது. மிஸ்டர் ஹைட் என்று பெயர் வைத்துக்கொண்டு, கொலை கற்பழிப்பு முதலிய கொடிய செயல்கள் புரிவதில் இன்பம் காண்கிறான்.

தீச்செயல்கள் அலுத்துப்போனதும், அல்லது ஆபத்தில் சிக்க நேரும் என்ற நிலைமை வந்ததும் முறிமருந்து சாப்பிட்டு டாக்டர் ஜெகிலாக மாறி சமுதாயத்துக்கு நல்ல பணிகள் புரிகிறான். ஆயினும், மிஸ்டர் ஹைடாக இருந்து கொடிய வேலைகள் செய்யும் ஆர்வம் மிகுந்து அடிக்கடி மருந்து தின்று தீயவனாக மாறுகிறான்.

ஒருமுறை கொலை செய்துவிட்டு வீட்டுக்கு ஓடிவந்த ஹைட் முறிமருந்து பாட்டிலை எடுத்தபோது அது காலியாக இருந்தது. ஹைடுக்கு முறிமருந்து செய்யும் ஆற்றலும் இல்லை. தீயகுணத்துக்குக் கொஞ்சம் இடம் தந்தால், அது முழு இடத்தையும் ஆக்கிரமித்துக்கொள்ளும் என்பது கதையின் நீதி.

மகாலிங்கத்துக்கு எந்தவித மருந்தையும் யாரும் புகட்ட வில்லை. ஆனால், தீய குணத்துக்கு ஓர் உருவம் அல்ல, பல உருவங்கள் உண்டு என்பதை அனுபவத்தால் அறிகிறான். அவையாவும் அவனைத் தேடிவந்துள்ளன; எந்நேரமும் அவனைச் சூழ்ந்துள்ளன; எதைப் பேசக்கூடாதோ, அதைப் பேசுகின்றன, பேசவைக்கின்றன; எதைச் செய்யக்கூடாதோ அதைச் செய்கின்றன, செய்ய வைக்கின்றன. சகவாசதோஷம் என்பார்கள். இந்தத் தீய சகவாசம் அவனை எப்படிப் பாதிக்கும் என்று யாரால் கூறமுடியும்? டாக்டர் ஜெகில் மிஸ்டர் ஹைட்போல் இரட்டை மனிதனாக (DUAL PERSONALITY)க்கூட அல்ல (MULTIPLE PERSONALITY) 'பல' மனிதனாக மாறக்கூடிய அபாயம் இருப்பதை உணர்ந்து அச்சமுற்றான். தன்னை வெறியனாக்குவதற்காகச் செய்யப்படும் இந்த முயற்சியை எதிர்த்துக் கடுமையாகப் போராட வேண்டும் என்று உறுதி செய்துகொண்டான்.

வாய் தன் விருப்பப்படி பேச இயலாதவாறு அதைத் தாம்பூலத்தாலும் புகையிலையாலும் அடைத்து வைத்தான்.

கண்களை அடக்குவதற்காகவும் பெண் பார்வையிலிருந்து தப்புவதற்காகவும் ராமலிங்க வள்ளலார் போன்று தலைகுனிந்து நடந்தான்.

வெள்ளத்தைப் பிடி மணலால் தடுக்க முயலுவது போன்ற சிறுபிள்ளைத் தனமான அவனுடைய இச்சிறு முயற்சிகளை எள்ளி நகையாடுவது போல் நாசசக்தி தன் பிடியை இறுக்கிக்கொண்டு இருந்தது. பல பிறவிகளாய்க் காதலனுக்காகக் காத்திருந்த காதலி நாடகம் நடந்து இரண்டு ஆண்டுகள் ஆகிவிட்டன. அந்த நாடகத்தில் பங்கேற்க நேர்ந்ததன் விளைவாக மகாலிங்கத்துக்கு ஏற்பட்ட வெறுப்பு பெரும்பாலும் ஆறின கஞ்சியாகிவிட்டது. நாடகமாக நடக்கவில்லையே தவிர சொற்கள் தேய்ந்தோ ஓய்ந்தோ போய்விடவில்லை. சிறிதோ, பெரிதோ, அவன் எந்த வேலை செய்ய முற்பட்டாலும் சொற்கள் குறுக்கிட்டபடி இருந்தன.

வறுமையின் விளைச்சல் ஆண்டுதோறும் மிகுந்தது. அக்குடும்பத்தில் வெளிச்சம் கூடத் தூசிபடிந்து மங்கி வந்தாற்போல் இருந்தது. நோய்களுக்கு இலவச நுழைவுச் சீட்டு கிடைத்தாற்போல் இருந்தது. வீட்டில் லட்சணமாக இருந்தவை எல்லாம் எட்டேகாலைச் சேர்த்துக் கொண்டன. ஒவ்வொருவருடைய முகத்தில் மட்டும் அல்ல, உடம்பு முழுவதும் மட்டும் அல்ல, உடுப்பில் மட்டும் அல்ல, பேசுகிற பேச்சிலும் விடுகிற மூச்சிலும் கூட வறுமை மிக ஆடம்பரமான கொட்டை எழுத்துகளில் வெகுதூரம் தெரியப் பிரகாசித்தது. வெளியார் யாராவது வீட்டில் நுழைந்தால் ஐயோ என்று குன்றிப்போவார்கள். குடும்பத்தில் அப்போதைய கடைக்குட்டியான செந்திலுக்குக் கூட 'என்ன வாழ்க்கை இது' என்று விரக்தியும் வைராக்கியமும் உண்டாகி இருந்தன.

ஆறாவது குழந்தை குறைப் பிரசவத்தில் போனதுபோல, ஏழாவதும் காரசாரமான நாட்டு மருந்துகளால் அழிந்தது. இம்முறை 'அபார்ஷனி'ல் காமாட்சி கட்டாயம் கரை ஏறி விடுவாளா என்று அவன் மட்டும் அல்ல, குழந்தைகளும் அஞ்சியபடி இருந்தனர். ஆனால், இம்முறையும் அவள் எமனை ஏமாற்றிவிட்டு ஆஸ்பத்திரியிலிருந்து வீட்டுக்கு மீண்டுவிட்டாள். மற்றும் ஒரு குழந்தையை வளர்க்கும் சிரமத்துக்கு அஞ்சித் தானே கர்ப்பச்சிதைவு செய்துகொண்டாள்? ஆனால் அவளே ஒரு சவலைக்குழந்தை போல் வந்து சேர்ந்தாள். சதையை நறுவிசாக வழித்து எடுத்த வெறும் எலும்புக்கூடாக, கால்களால் நடக்க இயலாமல், தரையில் அமர்ந்து கைகளை ஊன்றி நகரவேண்டிய அவலநிலையில் அவள் இருந்தாள். அவள் அவ்வாறு வீடு

முழுவதும் நகர்ந்து நடமாடிய வண்ணம் பெண்களையும் பிள்ளைகளையும் வெண்கலக் குரலில் அதட்டியும் திட்டியும் வேலை வாங்கும் காட்சி, வீட்டின் சோகமயமான சூழலுக்கு ஒரு புதிய 'ஷேட்' கொடுத்தது.

அவளைப் பார்க்கும்போது காமவிகாரம் தனக்கு 'இஞ்செக்ட்' செய்யப்பட்ட காட்சி மகாலிங்கத்துக்கு அடிக்கடி நினைவுவரும். அதன் காரணமாக, நேரம் கெட்ட நேரத்திலும் வேட்கை எழுவதும், அதை அடக்க வேண்டும் என்று விழைந்தாலும் அடக்க முடியாமல் அவளைக் கொள்ளையடித்ததும் ஞாபகம் வரும். 'செயற்கை வெறிக்கு இவள் 'காவு' ஆகிவிட்டாள்' என்று வருத்தப்படுவான். உடம்பை வழிக்குக் கொண்டுவர என்ன வழி என்று அவனுக்கு விளங்கவில்லை. ஆயிரம் தத்துவம் தெரிந்த அறிஞனும் குழந்தை பெறும் காரியம் புத்திபூர்வமானது அல்ல என்று அதை நிறுத்தி விடுகிறானா என்ன? மகாலிங்கத்தின் கேஸ் சற்று வித்தியாசமானது; இயல்பான அவனுடைய மோகவுணர்ச்சி இப்போது ஒரு நூறு சதவிகிதம் கூடியிருந்தது! தெருவோடு போகிற பெண்கள்மீது அவன் பாய்ந்து கடித்துக் குதறவில்லை என்றால், அதற்கு முக்கியமான காரணம் அவனுடைய மற்ற கவலைகள்.

'எனக்குப் பொருளாதாரப் பாதுகாப்பு மட்டும் இருந்தாலும் இந்தத் தீயசக்தியை இன்னும் தீவிரமாக எதிர்ப்பேனே! கை கால்களை ஒடித்துப் போட்டுவிட்டுத் துப்பாக்கிக்காரனோடு சண்டை போடச் சொல்கிறார் என் குருநாதர்!' என்று அடிக்கடி நொந்து கொள்வான். ஆனால், பணபலம் இருந்திருந்தால், காமவெறி இவனை இரையாக்கிக் கொண்டிருக்கும். காமவெறி இல்லாதிருந்தால், மனைவியை முற்றிலும் வெறுத்திருப்பான். மனைவி மக்களிடம் பாசம் அற்றுப் போயிருந்தால் அவன் வீட்டைத் துறந்து ஓடியிருப்பான். ஒரு துன்பம் மற்றொரு துன்பத்துக்கு முட்டுக் கொடுத்து நிறுத்தி, நாசசக்தியின் தாக்குதலைச் சமாளிக்க உதவியது.

கையில் இருந்த தொழில் நசித்துவிட்டது. புதிதாய் ஆரம்பிக்கவும் வசதி இல்லை. தன்னுடைய தொழில் திறனைப் பயன்படுத்திக் கொள்ள, முதலீடு செய்ய வசதி உள்ளவர்கள் யாராவது முன்வருவார்களா என்று சில சமயம் ஆசை வரும். ஆசைப்படவேண்டாம், ஏமாற்றம் அடைய வேண்டாம்; நீரோட்டத்தோடு சென்று கரையேற முயலுவதுதான் விவேகம்; அவனுக்கு நீந்தவும் தெரியாதே!

எல்லோரும் தூங்கும்போது விழித்திருப்பது – சினிமா ஆபரேட்டர்கள் போல் – அவனுக்குச் சகஜமாகிவிட்டது.

அவனுக்காகப் பிரத்தியேகமாக நடந்த சினிமாக்களும் நாடகங்களும் பெரும்பாலும் இரவில் நடந்தன என்றாலும் சில சமயம் பகலிலும் நடந்தன. அவை எல்லாம் அவனை மிகவும் பாதித்து ஹிம்சித்தன என்பது உண்மை; ஆனால், எல்லாவற்றையும்விடப் பெரிய, கொடியதாக வறுமை தோன்றியது. வறுமைக்கு இருப்பது ஒரே ஒரு பிரச்சனை: பசி. பசி தீர்ந்தால் பிரபஞ்சத்தின் பிரச்சனைகள் யாவும் பறந்து போகும் என்பது வறுமையின் தத்துவம். அவன் தன்னொருவன் பசியைக் கருதவில்லை; குடும்பமே நடுத்தெருவுக்கு வந்துவிடுமோ என்ற அச்சம் அவனை ஆட்கொண்டிருந்தது. யாராவது சிறுவர்கள் தெருவில் கையேந்திப் பிச்சை எடுப்பதைப் பார்த்தாலே அவனுக்கு அடி வயிற்றில் நெருப்பு மூளும்.

அன்று மாலை ஒரு சிறுவன் அவனிடம் எப்படியோ வந்து சேர்ந்தான். பையன் சிவப்பாய்க் கண்ணுக்கு லட்சணமாக இருந்தான், வயது பன்னிரண்டு இருக்கும். அப்பா இல்லை; அம்மாவுக்கு 'சீரியஸாக' உடல் நலம் கெட்டுப் படுத்தபடுக்கை; டாக்டர் எழுதிக் கொடுத்த மருந்து வாங்கப் பணம் இல்லை; ஒன்பது ரூபாய் தேவை என்று சிறுவன் கண்ணீரோடு கதை சொன்னான்; உருக்கமாகவும் சொன்னான். அவன் சொன்னது கதையாக இருக்கலாம், மெய்யாகவும் இருக்கலாம். மகாலிங்கத்துக்கு நம்பிக்கை உண்டாகவில்லை; சிறுவன் நன்கு பயிற்சி அளிக்கப்பட்ட நடிகன் என்று புரிந்தது; ஆனால், இல்லை என்று சொல்ல நாக்கு எழவில்லை. பூராவும் கொடுக்க அவனுக்கு வலிமை இல்லை; ஒரு ரூபாயாவது – மறுநாள் அரிசிக்கான சேமிப்பிலிருந்து கொடுத்து அனுப்பலாமா என்று தயங்கிக் கொண்டிருந்தான். நல்ல வேளையோ, கெட்ட வேளையோ, இந்த நேரத்தில் காமாட்சி ஊர்ந்து வந்து சேர்ந்தாள். கதையைக் கேட்டுவிட்ட அவள் போட்ட சத்தத்தில் பையன் போன இடம் தெரியவில்லை.

அரிசிப்பணம் தப்பிவிட்டது. ஆனால், அவனுடைய மனசு சுண்டிவிட்டது. அந்தச் சிறுவனின் கண்ணீரும் கலங்கலுமான முகம் அவனைப் பேய்போல் பின்தொடர்ந்தது. இரவு சாப்பிட்டுவிட்டுப் பாயை விரித்துக்கொண்டு சாய்ந்த பிறகு, அந்த லட்சணமான பையனின் முகத்திற்குப் பதிலாக அவனுடைய குழந்தைகளின் முகம் ஒன்றன்பின் ஒன்றாக வந்துகொண்டு இருந்தது. அவனுடைய அச்சம் திகில் கொண்டது.

'அவ்வளவு கையாலாகதவனாக என்னை என் குருநாதர் கைவிடமாட்டார். எப்படியாவது எனக்கு உதவிசெய்வார், என்று தனக்குத் தைரியம் சொல்லிக் கொண்டான். ஆனால்,

அவனுடைய மனசில் ஏதோ ஒரு எதிர்பார்ப்பு இருந்தது. ஒரு *MIRACLE* – அதிசயம் – நடக்கப்போகிறது; குருநாதர் வறுமையின் கொடுவாயிலிருந்து மீட்டுப் பங்களா வாசமும் கார் சவாரியுமாகத் தன் சீடனை ராஜபோகத்தில் வைக்கப்போகிறார் என்ற குருட்டு எதிர்பார்ப்பு மனசின் அடித்தளத்தில் இருந்து வந்தது. அவனுடைய கோரிக்கை இறைவனின் செவிகளில் விழுந்து விட்டது போலும். இரவு மணி பதினொன்று இருக்கும். முருக நாமத்தை அல்ல, பணத்தை ஜெபித்துக் கொண்டிருந்தான். தலைப்பக்கம் யாரோ நிற்பதாய்த் தோன்றியது. தலையைத் தூக்கிப் பார்க்காமலே, நிற்பவர் கையில் தண்டத்தோடும், அரையில் வெள்ளை வேட்டியும், தோள் மீது துண்டுமாக – கும்பேசுவரர் கோவில் தண்டாயுதபாணி மாதிரி இருப்பதை உணர்ந்தான். ஒரு நொடி அவர்தான் வந்துவிட்டார் என்ற எண்ணம் அவன் மனசில் ஒரு குளுமை உண்டாக்கியது. மறுநொடி, இந்தக் காரிருளில் இருளோடு இருளாக என் குருநாதர் வரமாட்டார்; அவர் வந்தால், இந்த இருள் எங்கோ ஓடி ஒளிந்து கொண்டிருக்கும் என்னும் எண்ணம் அவனைத் திருத்தியது. ‘மகாலிங்கம்! உன் பெற்றோர் உனக்கு எவ்வளவு அழகான பெயரைச் சூட்டியிருக்கிறார்கள்! நீ மகாலிங்கமேதான். உன்னுடைய சந்தேகம் நியாயமானது, இந்தக் காரிருளில் இருளோடு இருளாக உன் தெய்வம் வரவில்லை; தெய்வவொளி வந்திருந்தால் இந்த இருள் அதற்கு எதிரில் நிற்க முடியாது என்று நீ நினைப்பது சரி. ஆனால், நான் தெய்வமாக இப்போது இங்கு வரவில்லை. உன் குருவாக வந்திருக்கிறேன். இது என் சுயரூபம் அல்ல; உரிய வேளையில் நான் உனக்குத் தரிசனம் தருவேன். அருணகிரி சித்தாந்தியாக என்னை அடைந்தான்; அத்துவைதியாக நீ என்னை அடையப் போகிறாய். காளி சக்தி உன்னை மிகவும் துன்புறுத்தி வருகிறது; அவளிடமிருந்து உன்னை விடுவிக்கவே இப்போது வந்திருக்கிறேன். என் வருகையை அறிந்து அவள் ஒளிந்துகொண்டு இருக்கிறாள். உன்னுடைய வினைப்பயனுக்கு ஏற்ப அவளைச் சூழ்ச்சியோடு வெளியேற்றப் போகிறேன்.’

நேர்த்தியான ஆண்மைக்குரல்; மகாலிங்கத்துக்கு அதைக் கேட்கவே இதமாக இருந்தது. அந்தச் சொற்கள் உண்மையின் குரலே என நம்பத் தோன்றியது. சந்தேகமாகவும் இருந்தது. ‘நீ சந்தேகப்படுவதற்காக நான் வருந்தவில்லை. நம்பி நம்பி ஏமாந்தவன் நீ. உன்னைக் காக்கக் கடமைப்பட்டவன் நான். உன்னுடைய துயரத்தைப் பார்த்து நான் கண்ணீர் விடுகிறேன்...’ கடவுளாவது, கண்ணீர் விடுவதாவது. இது சுத்த அபத்தம், என்று எண்ணினான் மகாலிங்கம். ‘கடவுள் கண்ணீர் விடுகிற

நேரங்கள் உண்டு என்பதை நீ உரிய நேரத்தில் அறியப் போகிறாய். இப்போது நடப்பதைச் சாட்சியாக இருந்து கவனி.'

மகாலிங்கத்துக்கு நம்புவதா இல்லையா என்பது பிரச்சினையாக இல்லை. இந்த இரவும் தூக்கம் பறிக்கப்படுகிறது; கவனிக்கச் சொன்னாலும் சொல்லாவிட்டாலும், அவன் கவனிக்காமல் எப்படி இருக்கமுடியும்? இப்படி அவன் நினைக்கும்போதே, கால்பக்கமாக யாரோ வருவதுபோல் இருந்தது.

தலைப்பக்கத்து உருவம், கால்பக்கத்து உருவத்தைக் கேட்டது.

'கறுப்பா என்னைத் தெரியவில்லையா?'

'தெரியல்லியே சாமி; எங்கேயோ பார்த்த முகமாத் தெரியுது . . .'

'ஞாபகப்படுத்திக் கொண்டு சொல். என்னைப் பார்த்துச் சொல்லு.'

'மொட்டைத் தலை. களுத்திலே கொட்டை இருக்கு. கையிலே கனமா தடி வச்சிருக்கிங்க. ரொம்ப வயசானவங்களாத் தெரியுது . . .'

'என்னைக் கிழவன் என்கிறாயா?'

'சாமி, கன்னத்திலே போட்டுக்கிறேன். மாலி எஜமான் விளக்கை அணைச்சிட்டாரா, எனக்குத் தடுமாறிப் போச்சு. உங்களைப் பார்த்தா இளங்குமரனாத் தெரியுது . . .'

'அவ்வளவுதானா? நான் யார் என்று நினைவு வரவில்லையா?'

'அடடா, அந்தச் சண்டாளி காளி என்னெ கொன்னு போட்டப்போ, மந்திரம் போட்டு எனக்கு உசிரு கொடுத்த முருகசாமி இல்லே நீங்க? அப்போ குடுமியோட அளகாயிருந்தீங்களே, ஏன் சாமி மொட்டை அடிச்சிட்டீங்க?'

'அதை அப்புறம் பேசலாம். உன்னைக் கொன்றாளே காளி, அவளைப் பழிவாங்கப் போகிறாயா, இல்லை, ரோசம் கெட்டவனாய் பேசாமல் இருக்கப் போகிறாயா?'

'அவ ரொம்பப் பெரிய காளிங்க. சாமி, தயவா கேட்டுக்கிறேன். அவ ஜோலிக்கு போவாம இருக்கிறதுதான் எனக்கு நல்லது, ஒங்களுக்கும் நல்லது. ஏதோ ஆத்திரத்திலே அவ என்னெ அடிச்சிக் கொன்னுட்டா, நீங்கதான் உசிரு குடுத்துட்டீங்களே?'

'உயிர் கொடுத்தேன் என்பதற்காக நான் சொல்வதை நன்றியோடு மறுக்கிறாயா? காளி என்றால் அவ்வளவு பயமா உனக்கு?'

‘பயம் என்ன சாமி பயம்? அவ கெட்டபயமவ. அவ ஜோலிக்குப் போவ வேணாம்னு சொன்னேன். அவ என் உசிரே எடுத்தவ; நீங்க எனக்கு உசிரு கொடுத்தவங்க. என்ன செய்யணும்னு சொல்லுங்க, செஞ்சு போட்றேன்.’

‘மாலி என் அருமைச் சீடன். காளி அவனை மிகவும் துன்புறுத்தகிறாள் ...’

‘நான் பார்த்துகிட்டுதானே இருக்கேன்; இந்த மாலி சரியான அப்பாவி சாமி. தலையைக் காளிகிட்டே குடுத்து ‘குட்டுமூ ஆத்தா குட்டு’ன்னு பேசாமே இருக்காரு. குட்டினா வலிக்குதா? ‘முருகா, என்னெ இப்படிக் கஷ்டப்படுத்துகிறீங்களே, ஒங்களுக்கு இரக்கமே இல்லியா’ன்னு ஒங்களெ போட்டு திட்டறார், சாமி, பெரிய கண்றாவி போங்க.’

‘நான் அவனுடைய குரு. நான் அவனுடைய கஷ்டத்தைத் தீர்க்கவில்லையே என்று உரிமையோடு என்னைக் கோபித்துக் கொள்கிறான். அவனுடைய கோபத்தைத்தான் ஆற்ற வேண்டும்; உன்னை அவமதித்தவனை நீ பழிவாங்க வேண்டும். அதற்காக, நீ அவளைக் கட்டிப் போடவேண்டும்.’

‘பலமாக் கட்டிறேன் சாமி; நீங்க என்னோட வர்ரீங்க, இல்லியா?’

‘உனக்குக் கட்டளை இட்டபின் நான் மௌனவிரதம்?’

‘நீங்க பேசாம மௌனமா அவளெக் கெட்டியா கட்டுங்க. நான் பேசிகிட்டே அவளெ அடிச்சி நொறுக்கிட்றேன் ...’

‘விரத காலத்தில் நான் ஆயுதம் தொடுவதில்லை. நீ மட்டும் போக வேண்டும்.’

‘காளிகிட்டே தனியாவா போச் சொல்றீங்க?’

‘உனக்குத் துணையாக ஒரு மந்திரம் தருகிறேன். அதைச் சொல்லிக்கொண்டே போனால் அவளைச் சுலபமாய்ப் பிடிக்கலாம்.’

‘அவ பொல்லாதவ, எசமான். ஒரு மந்திரம் போறாது. நாலஞ்சு குடுங்க. எதுக்கும் கையிலே இருக்கட்டும். எதுக்கும் ஒரு ஆபத்துக்கு ஒதவும் பாருங்க ...’

‘ஒன்றே போதும், இது மிகவும் பெரிய மந்திரம்.’

‘பெரிய மந்திரம்னா உரக்க கத்திச் சொல்லணுமா சாமி?’

‘பயமாக இருந்தால் உரக்கச் சொல்லலாம். மந்திரபலத்தால் அவளை நீ சுளுவாய் பிடித்துக் கட்டலாம்.’

‘சரி, வர்றேன். வேலே முடிச்சிக்கிட்டு வர்றேன், சாமி.’

‘மந்திரம் வாங்கிக்கொள்ளாமல் புறப்படுகிறாயே?’

‘எனக்குப் பின்னாலே அனுப்புவீங்கன்னு நினைச்சேன். எங்கையிலியா குடுக்கப் போறீங்க?’

‘கவனமாய்க் கேட்டுக்கொண்டு, நீ அதைப் பிழை இல்லாமல் திருப்பிச் சொல்ல வேண்டும். அஹம் பிரம்மாஸ்மி… எங்கே சொல்லு பார்க்கலாம்?’

‘இதென்னங்க பிரமாதம்! அகம் பிரம்மாச்மி?

‘சரி; புறப்படு?’

‘சாமி, வர்ரேன், என் உசிரே வாங்கின சண்டாளி தலெமயிர பிடிச்சி இளுத்துவந்து எசமானுக்கு முன்னாடி போட்டு, ஒதெ ஒதென்னு ஒதெக்கிறேனா இல்லியா, பாருங்க… அட, முருகசாமி ஓடிட்டாரா? அதெக் கவனிக்காம இந்த மாலிப் பயித்தியம் கணக்கா நான் பாட்டிலெ என்னோட பேசிகிட்டே நிக்கிறேன். இப்போ அந்தப்பெரிய காளியெ கண்டுபிடிக்கணும். அவ எங்கே போவா, எப்போ வருவான்னு அவ புருஷனுக்கே தெரியாது. நான் அவ புருசன் என்கிறது எனக்கே மறந்து போவுது. உசிரே குடுத்தசாமி சொல்லுதுன்னு வந்தாச்சு, மந்திரத்தாலே அந்த அவிசாரியே அடிக்க முடியுமா? மந்திரம் கத்திகிட்டே நான் அவகிட்டே போயி, அவ என்னெ மறுபடி நறுக்கிட்டா? முருகசாமிகூட லேசா லூஸ்போல இருக்கு. சண்டெக்குப் பொறப்பட்டா கையிலே ஒரு கத்திகபடா குடுப்பாங்க; இவர் என்னடான்னா மந்திரம் குடுக்கிறாரு. மாலி எசமான், எதுக்கும் ரெண்டு பேரா போனா தேவலாம். என்னெ காளி பிடிச்சிட்டா நீங்க ஒரே ஓட்டமாக ஓடி முருகசாமி கிட்ட சொல்லிட்லாம்; என்னோட வர்ரீங்களா மாலி எசமான்?’

ராமன்: மாலிக்குள்ளே காளி புகுந்து அட்டகாசம் செய்கிறாள். மாலியைத் துணையாகக் கூட்டிக்கொண்டு போனால், காளியை எங்கே தேடுவது?

கறுப்பன்: நீயாரய்யா, திடீர்னு முளைச்சிட்டே? இந்த இடம் கடைத்தெரு நடுவே இருக்குற சந்துபோல ஆயிட்டுது. கிழக்கே போறவன் மேற்கே போறவன் எல்லாம் சந்திலே ஓட்றாங்க. யார்ய்யா நீ?

ராமன்: காளியைத் தேடப் போகத் துணை வேண்டும் என்று நினைத்தாயே; நான் உன்னோடு வரப்போகிறேன்.

கறுப்பன்: நெனச்சவொடனே எதுக்க வந்து நிக்கிறீங்களே? பாக்கிறத்துக்கு மகாராஜாவாட்டம் இருக்கீங்களே…

ராமன்: நான் முன்னாள் மகாராஜாதான், தசரதராமன்.

கறுப்பன்: பிஞ்சின் கூட நிறுத்திட்டாங்க. வேலெ தேடிக் கிளம்பினீங்களா? வில்லும் அம்பும் தூக்கிட்டி வந்துருக்கீங்களே, எதுக்கு சாமி?

ராமன்: சண்டை போடத்தான்.

கறுப்பன்: ஐயோ ஐயோ! (பலமாய்ச் சிரிக்கிறான்) இந்தக் காலத்திலே வில்லும் அம்பும் என்னாய்யா செய்யும்?

ராமன்: முருகன் கொடுத்த மந்திரத்தை நீ சொல்லு...

கறுப்பன்: அந்தச் சாமி கயிறு தராமே மந்திரம் குடுத்துக் காளியை கட்டி இளுத்துகிட்டு வாடா எங்கிறாரு, நீங்க அம்பு போட்டு ஆளைப்பிடிச்சிடுவேன் எங்கிறீங்க. சாமீ, நாம என்ன *Pre-historic period*லேயா இருக்கோம்? இது *twentieth century* சாமி, அணுகுண்டு யுகம் கூடப் பழசாப்போச்சு.

ராமன்: இது என் பழைய வில் இல்லை இது ஒரு nuclear *weapon*, அம்புவிட்டால் எதிரிகளை எல்லாம் தீர்த்துக்கட்டிவிட்டுக் கோவில் மாடுபோலே நம்மிடமே திரும்பிவந்து விடும்.

கறுப்பன்: அது அப்படீங்களா. பெரிய தமாசா இருக்குமே பொய் பேச மாட்டீங்களே?

ராமன்: நான் எதற்கப்பா பொய் சொல்ல வேண்டும்?

கறுப்பன்: எதுக்கு எம்பின்னாலே வர்ரேங்குறீங்க? வீட்டிலே வேலே வெட்டி ஒண்ணுமில்லியா?

ராமன்: மாலி என் பக்தன். அவனைக் காப்பாற்றுவது என் பொறுப்பு ஆகிவிட்டது. முருகன் காப்பாற்றுவான் என்று நினைத்தேன். என்ன செய்தான் பார்த்தாயா?

கறுப்பன்: அவர் பலே சாமி. மௌனவிரதம், ஆயுதம் தொடமாட்டேன்னு சொல்லி நயிசா நளுவிட்டாரு. காளிகிட்டே ஒதெ வாங்கிக்கோன்னு என்னெத் தள்ளிட்டாரு. காளியெ பிடிக்க அவருக்கு இஷ்டமில்லியா, சாமி?

ராமன்: இஷ்டம் இருக்கிறது. எப்படியும் நான் வந்து மாலியைக் காப்பாற்றுவேன் என்று அவனுக்குத் தெரியும்; செய்யட்டுமே என்று ஒதுங்கிவிட்டான்.

கறுப்பன்: நீங்க சாமிங்க எல்லாம் இப்பிடிச் சண்டெ போட்றத்தினாலே உலகமே கெட்டுப்போச்சு, போங்க. அது எக்கேடு கெட்டா எனக்கு என்னா? ஒங்களே எங்கூடக் கூட்டிகிட்டுப் போவ பயமாருக்கு சாமி.

ராமன்: காளி இருக்கிற இடம் உனக்குத் தெரியாது; எனக்குத் தெரியும், அவள் ஒளிந்திருக்கும் இடத்துக்கே அழைத்துப் போகிறேன்.

கறுப்பன்: எனக்கு வேலெ கம்மி; ரைட்டுதான். ஆனா, ஊர் ஒலகம் ஒங்களெப்பத்தி என்ன சொல்லுது தெரியுமா? பொம்பிளையக் கொன்னவரு, மரத்துக்குப் பின்னாலே ஒளிஞ்சிகிட்டு எதிரியெச் சுட்டவரு, பொஞ்சாதியெ பிறத்தியான் வூட்லே வுட்டுட்டு ஒண்ணும் செஞ்சிக்க முடியாமெ கொரங்குகளை வச்சி சண்டை போட்டவருன்னு எல்லாம் ஒங்கெளப்பத்தி ஒரெ கெட்ட பெயரா இருக்கு. ஒங்களோட சேர்ந்தா என்னெயும் அந்த லிஸ்டுலே இல்லே சேர்ப்பாங்க?

ராமன்: கதை எழுதுகிறவர்கள் செய்த தப்புக்கு நான் என்ன செய்ய முடியும்? காளியைத் தேடி அலையவேண்டும் என்று ஆசையாக இருந்தால் தனியாகப் போ.

கறுப்பன்: எனக்கும் பேசறதுக்கு ஆள் வேணும். நீங்க என்னோட வரணும்னா ஒரு கண்டிசன். அந்தப் பொம்பிளை இருக்கிற எடத்தெ காமியுங்க. ஆனா, நீங்க அவமேலே அம்பு போடக்கூடாது; கையும் வெக்கக்கூடாது, நான்தான் அவளெ கட்டி உருட்டிகிட்டு வருவேன் ...

ராமன்: சரி, கறுப்பா, உன்னிடம் வாய்ப்பேச்சுதான் அதிகமாயிருக்கிறது. எங்கே வந்திருக்கிறோம், பார்.

கறுப்பன்: என்னாசாமி, கும்மிருட்டிலே அளெச்சிகிட்டு போறீங்க? அந்தப் பிடாரி இங்கேயா ஒளிஞ்சிட்டிருக்கா? இது எந்த எடம் எசமான்?

ராமன்: இது மகாலிங்கத்தின் வாய்,

கறுப்பன்: அம்மாடீ, என்னா நாத்தம், கொடலே பிடுங்கற நாத்தம்! இந்த ஊர் சாக்கடைங்க ஜங்சன் போல இருக்கு சாமி; ராமாசாமி, எனக்கு வாந்தி வருது ...

(மகாலிங்கம் படுத்தபடி இருந்தான். கன்னங்கள் மீதும், நெற்றியின் மீதும் கேட்டுக்கொண்டிருந்த பேச்சு இப்போது வாய்க்குள்; நாக்கின்மீது நின்றுகொண்டு இருவர் உரையாடுவது போல் இருந்தது. நாக்கின்மீது பூச்சிகள் ஊர்வதுபோல் குறுகுறுவென்று இருந்தது. மெஸ்மெரிஸ சக்தியால் கட்டுண்டவன் போல் அவன் அசையாமல் கிடந்தாலும், நடப்பதை எல்லாம் சாட்சியாக இருந்து பார்த்துக் கொண்டும் கேட்டுக்கொண்டும், உணர்ந்துகொண்டும் இருந்தான். கறுப்பன் என்ற பெயரில் பேசிய குரல், 'வாந்தி வருது' என்றதும் அவனுக்கு ஓக்களித்தது.)

ராமன்: மாலி புகையிலை போடுகிறவன், இல்லையா? அந்த நெடிவருது. மந்திரம் சொல்லவில்லையே? சொல்லு. நாத்தம் தெரியாது. பலம்வரும்.

கறுப்பன்: (உரக்க) அகம் பிரம்மாச்மி, அகம் பிரம்மாச்மி, அகம் பிரம்மாச்மி ...

ராமன்: அடப்பாவி, மெதுவாய்ச் சொல்லு. மாலிக்கு அதிக தொல்லை தரக்கூடாது. சுற்றிப்பார், காளியைத் தேடு.

கறுப்பன்: அகம் பிரம்மாச்மி,... அகம் பிரம்மாச்மி... மாலி எசமானோட வாய் பெரிய குகையாட்டம் இருக்கு. ராமாசாமி! டார்ச் வெளிச்சத்திலே எல்லா இடத்திலியும் தேடிட்டேன். என் பொஞ்சாதியோட வாசனைகூட வரல்லே, இங்கே எனக்கு ஒரே பயமா இருக்கு. கீளே கால் வளுக்குது. மேலே அண்ணாந்து பார்த்தா ரத்தம் உறைஞ்சாப் போல ஒரே சேப்பூ. மாலியோட பல்லா இதெல்லாம்? பல ஆயிரம் வருசமான பாறைங்கபோல இருக்கு. அதுங்களுக்கு பின்னாடி என்ன பூச்சி புளு இருக்கோ. பாறெங்களிலே பிசாசு இருக்கும்னு எங்கம்மா சொல்லுவா, அந்தக் கோடியிலே பாருங்க ரவுண்டா ஒரு குளியிருக்கு. டார்ச்போட்டுப் பார்த்தா, டார்ச் வெளிச்சம் ஏங்கிட்டயே திரும்பிட்டுது. மெவா எட்டிப்பார்த்தேன். ஐயோ, அந்தக் குளியிலே, இருட்டிலே, பாம்பு, பூரான், நண்டு, தேள் என்ன என்னவோ தெரியுது, ராமாசாமி, என்னைக் காப்பாத்துங்க...

ராமன்: தம்பி, அஞ்சாதே. நீ பார்த்தது மாலியின் தொண்டைக்குழி ...

கறுப்பன்: ஐயோ, அதிலே இறங்கித் தேடுடான்னு சொல்லப் போறீங்களா சாமி. ஒரு மனுசன் வாயிலே இத்தினி ஆபாசங்களெ மறெச்சி வச்சிருப்பான்னு எனக்குத் தெரியாமப் போச்சு. இந்த ஒலகத்திலே இருக்குற எந்தக் கஃசும் இந்த வாய்கிட்டே நிக்காது. தொண்டெ குளியிலே இந்த ஆளு என்ன என்ன எளவு வச்சிருக்காரோ, நான் அதுலே எறங்கமாட்டேன், சொல்லிட்டேன் சாமி.

ராமன்: தொண்டைக்குழியிலே நீ இறங்க வேண்டாம். அந்தப் பெண்பிள்ளை நம்மிடம் தந்திரம் செய்கிறாள். மகாலிங்கத்தின் பிராணசக்தியில் புகுந்து மறைந்துகொண்டு இருக்கிறாள். நாம் அவளைக் கொன்றால் அவளோடு மாலியும் இறந்துவிடுவானாம்.

கறுப்பன்: ராமாசாமி, காளியெ கொல்றதா இருந்தா நான் இப்பவே இந்த வேலெயெ ராஜிநாமா செய்துட்றேன்.

ராமன்: காளியை உயிரோடு பிடிக்க வேண்டும் என்றுதானே இவ்வளவு பாடுபடுகிறோம்? மந்திரம் சொல்லிக்கொண்டே, மூக்குக்குள்ளே போய்த் தேடு.

கறுப்பன்: ஐயோசாமி, வாயே பயங்கரமா இருக்கு. மூக்கிலியா போவச் சொல்றீங்க? பொண்டாட்டி வேணும்னா எத்தினி நாத்தம் பொறுத்துக்க வேண்டியிருக்கு!... மாலியோட வாயெ மன்னிச்சிடலாம் போலிருக்கு, மூக்கு அப்பிடி நாறுது. நிமிந்தா தலெயிலே கொளகொளன்னு என்னவோ கொட்றாப்பல இரக்கு: கீளே சேத்திலே கால் சிக்கியது. வேகமா கால்வெச்சா ஒடம்பெல்லாம் பொதர்முள்ளு குத்துது. நாலுகால் நடையா, கைகளை இந்தக் கண்றாவிலே வச்சி நடக்க வேண்டியிருக்கு. முருகசாமி குடுத்த உசிரு எங்கிட்ட சொல்லிக்காமலே மறுபடி ஓடிடும்போல இருக்கு. ராமாசாமி, மாலி எசமானோட மூச்சு புயலாக வருது. எனக்கு மூச்சுமுட்டுது... அகம் பிரம்மாச்மி, அகம் பிரம்மாச்மி...

(மகாலிங்கத்துக்குச் சங்கடமாக இருந்தது. மற்ற உறுப்புகள் எல்லாம் மௌனமாக இருக்க, நாக்கின் மேலிருந்து ஒரு குரலும், முக்குக்குள்ளிருந்து ஒரு குரலும் பேசின. நாவின்மேலிருந்து முதலில் ஒலிவந்தபோது, அது பெரிய கஷ்டம் என்று அவனுக்குத் தோன்றியது. இப்போது நாசிக்குள்ளிருந்து குரல் ஒலி கேட்கத் தொடங்கியதும், அதைவிட இது பெரியதுன்பம் என்று தோன்றியது. நாக்கின் மேல் ஏதோ பூச்சி நடமாடுவது போல் இருந்தது என்றால் மூக்கிற்குள் இறகுவிட்டுத் துழாவுவது போல் அவனுக்கு ஒரே கூச்சமாக இருந்தது; தும்மல் வந்துவிடும் போன்ற ஒரு துருதுருப்பு இருந்துகொண்டே இருந்தது)

கறுப்பன்: மாலி எசமான், உசிரோட நான் கீளே எறங்கினா ஒங்க காலெத் தொட்டு கும்பிட்றேன். தும்மிவிடாதீங்க சாமி, தும்மிவிடாதீங்க. வவுத்திலே இருக்க வேண்டிய அசிங்கமெல்லாம் மூக்கிலே வச்சிருக்கீங்க. நீங்க தும்மினா, அந்த அசிங்கத்தோடு நானும் உருண்டு கீழே விழுந்தா, அந்த அசிங்கத்துலே கையைப் போட்டு என்னெ தேடி எடுக்கிறத்துக்கு எம்பொஞ்சாதியுமில்லே, சாமி, தும்மீடாதீங்க!

ராமன்: கறுப்பா, என்ன அரட்டை அங்கே? தேடினாயா, இல்லையா?

கறுப்பன்: அரட்டெ இல்லிங்க. இந்த மாலி எசமான் தும்மிடுவேன், தும்மிடுவேன்னு பூச்சாண்டி காட்டறாரு.

ராமன்: அவன் தும்மமாட்டான். நான் அதற்கான பந்தோபஸ்து செய்து இருக்கிறேன். நீ இன்னும் தேடி முடிக்கவில்லையா?

கறுப்பன்: வலது டன்னல்லே மூணுதபா, இடது டன்னல்லே மூணுதபா, நாலுகால் நடையா நடந்து, ஒரு நாத்தம் விடாம மோப்பம் பிடிச்சித் தேடிட்டேன். காளியோட கால் சுண்டுவிரல் நாத்தம் கூட இங்கே இல்லே. இன்னும் தேடட்டுமா?

ராமன்: மூக்கிலே தேடினது போதும். பைத்தியக்காரி ஓடித் தப்பிவிடப் பார்க்கிறாள். நீ வாய்க்குள்ளே திரும்பிவந்துவிடு. அவள் ஓடிவிடாமல் வாசலில் நான் காவலுக்கு நிற்கிறேன். அவள் உள்ளே தான் இருக்கிறாள். இண்டுஇடுக்கு விடாமல் தேடு. மண்டு, மந்திரமும் மறக்காமல் சொல்லு.

கறுப்பன்: இந்த நாத்தத்திலேருந்து மறுபடி அந்த நாத்தத்துக்கா? சரி, பேய்க்குத் தாலிகட்டினவன் வாய்க்குள்ளே போவாம இருக்க முடியுமா?... மண்டு, மந்திரம் சொல்லுடா... அகம் பிரம்மாச்மி... அகம் பிரம்மாச்மி ராமாசாமி, நாத்தம் தவிர இங்கே வேறே ஒண்ணும் காணம்.

ராமன்: கூரை மேலே ஏறிப்பார்.

கறுப்பன்: சேப்பா இருந்தாலும் இந்த இடம், மொசெயிக் தளம் போட்டாப்போலே ஜோரா இருக்கு. நாத்தம் கம்மி ஏஸியிலே இருக்காப்போலே இருக்கு. ராமாசாமி, முளிப்பாக் காவல் பாத்துக்குங்க. நான் அந்த முண்டச்சியெப் பிடிச்சி, மொட்டை அடிச்சி, களுதெ மேல ஒக்காரவச்சி, ஊர் ஊரா ஊர்வலம் வுட்டு, தெருவிலே போறவங்க வர்ரவங்க எல்லாம் அவ தலையிலே குட்டி, மூஞ்சிலே காறித்துப்பி, அவளுக்கு ஏளு பொறவிக்கும் புருஷன் போறும் போறும்னு ஆக்கி, அப்புறம் அந்தத் தட்டுவாணிக்குப் புத்திவந்து, என் கால்லே விளுந்து, இனிமே நீங்க சொல்றதே கேக்கிறேன்னு அழுது... அப்பவும் நான் அவளெ மன்னிப்பேனா? மாட்டேன், அகம் பிரம்மாச்மி, மாட்டேன்.

ராமன்: இப்படி மூச்சுவிடாமல் பேசிக்கொண்டு இருந்தால் வந்த வேலை எப்படி முடியும்?

கறுப்பன்: அதெ கவனிக்காம இருப்பேனா? பொண்டாட்டியெ பறிகுடுத்தவன் நானில்லே? எனக்கு இல்லாத அக்கரியா ஒங்களுக்கு . . . (டொக் டொக் என்று வாய்க்குள் – பலகையைத் தட்டுவது போல் – சத்தம் கேட்கிறது.)

ராமன்: பொண்டாட்டியைத் தேடுகிறாயா? கூரை ரிபேர் செய்கிறாயா?

கறுப்பன்: எசமான், நான் ரொம்பக் கோவமா இருக்கேன். பொண்டாட்டி காணமேன்னு ஆத்தங்கரெயிலியும் குளத்தங்

கரையிலியும் குந்திகிட்டு பொலம்பறத்துக்கு நான் ஒங்க கூட்டாளி இல்லே. ஒரு பொட்டைகுட்டி என்னெ காட்டிலேயும் மோட்டிலேயும் அலெய வய்க்கிறா. அவ தலைமயிரெப் பிடிச்சி...

ராமன்: மறுபடியும் ஆரம்பித்துவிடாதே, அவளைப் பிடிக்கவா கூரையைச் சுத்தியலால் தட்டுகிறாய்?

கறுப்பன்: அவ இங்கேதானே சாமி, ஒரு பல்லு இடுக்கிலே ஒளிஞ்சிட்டிருக்கா? சுத்தியாலே ஒவ்வொரு பல்லா தட்டிகிட்டு இருக்கப்போறேன். எந்த இடுக்கிலே இருந்தாலும் அந்தச் சிறுக்கி கீளே உதுந்து தானே ஆவணும்?

ராமன்: என்னைவிட நீ பெரிய வில்லன். பாவம், மகாலிங்கத்துக்கு ஏற்கனவே இரண்டு பல் குறைவு. நீ பொண்டாட்டியை உதிர்க்கிறேன் என்று அவன் பல்லை உதிர்த்து விடாதே. அவன் என் பரமபக்தன். என்ன பேசினாலும் ராமா ராமா என்று உருகுகிறவன். மறந்துவிடாதே.

கறுப்பன்: எனக்கு எம் பொஞ்சாதி பத்திக் கவலெ. எவன் பக்தன் பல்லு எங்கே போனா எனக்கு என்னாய்யா?

ராமன்: சொன்னால் கேட்கிற பிள்ளையா நீ, கொஞ்சம் மெதுவாகவாவது தட்டு. நான் காவலுக்கு நிற்பதை மறந்து விடாதே நீ. உன் சத்தம் எனக்குத் தொல்லையாக இருந்தால் நான் போய்விடுவேன். அப்புறம், உன் பொண்டாட்டியை நீ தனியாகத் தேடவேண்டியதுதான்.

கறுப்பன்: சாமி, சாமி, போயிடாதிங்க. நான் பாத்துப் பல் விளுந்துடாம கணக்காத் தட்டறேன்.

ராமன்: மகாலிங்கம், நீ தெரிந்தவன். பெரிய வலியைக் கொல்லச் சிறிய வலியைப் பொறுத்துத்தானாக வேண்டும், இல்லையா? இப்போது கொஞ்சம் சிரமமாக இருக்கும். பைத்தியம் பிடிக்கிறதோ என்று கொஞ்சம் பயமாய்க் கூட இருக்கும். ஆனால், காளி என்ற பெரிய கொடுமையை ஒழிக்க இந்தச் சிறிய துன்பத்தை நீ பொறுக்க வேண்டியதுதான். இவை எல்லாம் நீயாக விலைக்கு வாங்கிய துன்பங்கள். முருகனை வழிபடுகிறவர்கள் இம்மாதிரி துன்பம் நுகர்ந்தாக வேண்டும், வைஷ்ணவமதத்தைச் சேர்ந்தவர்களுக்கு இந்தக் கஷ்டமில்லை. காளியிடமிருந்து மட்டும் அல்ல, முருகனிடமிருந்தும் உன்னைக் காப்பாற்றவே நான் வந்திருக்கிறேன்...

... மகாலிங்கம் படுத்தபடி இந்தப் பிரமையில் தடுமாறிக் கொண்டு இருந்தான்; இப்போதும் அவனுக்குத் தன்னுணர்வு பிசகவில்லை; தான் பிரமைவயப்படுவதைத் தெளிவாக

உணர்ந்தான்; ஆனால் எதிர்ப்புக்காட்ட இயலாத பலவீனத்தோடு அந்தப் பிரமையில் ஒன்றிப்போனான். தன்னுடைய வாய் ஓட்டுக்கூரையுள்ள ஓர் அறை போலவும், கூரையடியில் பரண்கட்டிக் கொண்டு மல்லாந்து படுத்தபடி ஒருவன் சுவர் போலுள்ள பற்களை ஒன்று ஒன்றாகச் சுத்தியலால் தட்டுவது போலவும், அவனுக்குத் தோன்றியது. தட்டுவதால் வலி ஒன்றும் உண்டாகவில்லை; பலமாகவும் தட்டவில்லை; ஆனால், இரண்டொரு நிமிடங்களுக்கு ஒரு முறை மெதுவாக 'டொக் டொக்' என்று ஒரே மாதிரி சத்தம் கேட்டபடி இருந்தது; இந்தத் தச்சு வேலை சத்தங்களுக்கு இடைச் செருகலாக 'அகம் பிரம்மாச்மி' என்ற சொற்கள் முழக்கம் செய்தபடி இருந்தன.

பிரமையில், வாயின் மேலண்ணம் என்கிற உயர உச்சியி லிருந்த கறுப்பன், மிகக்கீழே நிற்கும் ராமனோடு சற்று உரத்தே பேசவேண்டி இரந்தது. ராமனோ இரண்டு உதடுகளின் மீதும், இரண்டு உதடுகளுக்கு இடையிலும் நாக்கு நுனியிலும் வாயில் காவலனாக நடமாடியவாறு, சில சமயம் தலையைப் பின்பக்கமாய் மிக நொடித்து அண்ணாந்து பார்த்து மேலே உள்ள கறுப்பனோடு பேசுவதாய்த் தோன்றியது.

மேலண்ணத்திலிருந்து ஓராளும் உதடுகள் மீதும் நாக்கு நுனியிலும் நின்றபடி ஓராளும் அரட்டை அடித்துக் கொண்டிருக்கையில், தன்னால் வாய் திறந்தோ நாக்கைப் பயன்படுத்தியோ எப்படிப் பேச முடியும் என்று அவனுக்கு விளங்கவில்லை நல்ல வேளை, எல்லோரும் உறங்கியிருந்த நேரமானதால் அவன் பேச வேண்டிய தேவை இல்லை. பிரமை ஏற்றிய முழு போதையோடு அவன் உரையாடலில் காதுகளைச் செலுத்தியிருந்தாலும், டொக் டொக் ஒலியும் அகம்பிரம்மாச்மி கோஷமும் தன் தூக்கத்தை வதைப்பதாய் மகாலிங்கம் எண்ணினான்.

ராமன்: கறுப்பா, மந்திரத்தை மனசில் சொல்லிக்கொள். தட்டுவதையும் நிறுத்து. எனக்குப் பைத்தியம் பிடித்துவிடும் போல் இருக்கிறது.

கறுப்பன்: என்னா சாமி, அளக்குறீங்க? மந்திரத்தெ மனசாலே எப்பிடி சொல்றது? எம் மனசு முச்சூடும் எம் பொஞ் சாதி நிறெஞ்சிருக்கா. மந்திரத்துக்கு அங்கே ஏது சாமி இடம்? ஒரு காலத்திலே நீங்களும் பொண்டாட்டியே பறிகுடுத்துட்டுப் பாட்டு பாட்டா புலம்பினவங்கதானே? எனக்கு புத்தி சொல்ல வந்துட்டீங்களா?

ராமன்: கறுப்பா, ஒரு சின்னக் கேள்விக்கு ஆயிரம் பக்கமா பதில் சொல்வது? உன்னைக் கெஞ்சிக் கேட்டுக்கொள்கிறேன்.

என் பக்தனுக்கு மிகவும் சிரமமாக இருக்கிறது; சத்தத்தை நிறுத்தாவிட்டாலும், குறைத்துக்கொள் ஐயனே!

கறுப்பன்: இப்ப சொன்னீங்களே இது அசல் ஞாயம் நம்மளாலே மாலி எசமான் கஷ்டப்படக்கூடாது.

... சத்தம் நிற்கவில்லை. ஆனால், கறுப்பன் சொன்னபடி குறைகிறது. டொக்டொக்கும், அகம் பிரம்மாச்மியும் மெல்ல வருகின்றன. ஆனால், வந்து கொண்டே இருக்கின்றன. சற்று நேரத்தில், மேலுதட்டக்கும் கீழுதட்டுக்கும் நடுவிலிருந்து மகாலிங்கத்துக்குப் புரிய, சன்னமான ஒலி கேட்கிறது–குறட்டை ஒலி.

கறுப்பன்: அது கெட்டுது போங்க! தூங்கறத்துக்கா பக்தனுக்குப் பரிஞ்சி பேசினீங்க? என்னெ மேலே ஏத்திட்டு, நீங்க பாட்டிலே தூங்கினா என்னாய்யா அருத்தம்? காவலுக்கு இருக்கிற சாமி மொகரக்கட்டையெப்பாரு; அந்தப் பெண்ணு முக்கெ பிடுங்கிகிட்டுப் போனாக்கூட இந்த ஆளுக்குத் தெரியாது போலிருக்கு; சாமி குறட்டெ இல்லெ விடுது, குறட்டெ, யோவ். ராமசாமி, எளுந்திருங்கய்யா! இல்லே, தெருப்பள்ளி எளுச்சி பாடினாத்தான் கண் தொறப்பீங்களா?

ராமன்: (திடீரென்று தூக்கம் கலைக்கப்பட்ட குரலில்) ராவணனா? அதுதான், கொன்றுவிட்டேனே? மறுபடி எங்கே வந்தான்? எங்கே சீதை?

கறுப்பன்: சாமி, சாமி, நிறுத்துங்க, நிறுத்துங்க! நானில்லே என் சீதெயெ தேட்றேன்?

... பொழுது நன்றாகப் புலர்ந்து விட்டது. எல்லாரும் எழுந்து தங்கள் வேலையைப் பார்த்துக்கொண்டு இருந்தார்கள். மூத்தவன் ஏதோ பேப்பர் படித்துக்கொண்டு இருந்தான். இரண்டு, மூன்றாவது பிள்ளைகள் கையில் புத்தகம் இருந்தது. இளையபெண் கடைக்கு ஏதோ சாமான் வாங்கப் போயிருந்தாள். தாயார்க்காரியோ சுகாசன நிலையில் அமர்ந்து மயூராசன நடையில் கைகளை ஊன்றி அடுப்படிக்குப்போய், மூத்தப்பெண்ணை அதிகாரம் செய்து வேலை வாங்கிக்கொண்டிருந்தாள். வறுமை ஆளை வறுத்து எடுத்தாலும் அவளுடைய குரலைத் தொடவும் முடியவில்லை.

எல்லாவற்றையும் பார்த்தபடி மகாலிங்கம் படுக்கையிலேயே இருந்தான். வாயும், நாக்குநுனியும், உதடுகளும் மேடையாக, விடிய விடிய நடந்த நாடகம், இடைவேளை இல்லாமல், விடிந்தபிறகும் தொடர்ந்தது. வாய் மேலண்ணத்திற்கு அடியில்

பரண்மீதிரந்த கறுப்பன் மெதுவாக டொக் டொக், அகம் பிரம்மாச்மி சத்தங்கள் எழுப்பியபடி இருந்தான். நா நுனியிலும் உதடுகளிலும் நின்ற ராமன் கறுப்பனோடு அவ்வப்போது பேசியதைத் தவிர, மற்ற நேரங்களில் மகாலிங்கத்துக்கு ஏதாவது அறிவுரைகளைக் கிசுகிசுக்கும் குரலில் சொல்லியபடி இருந்தான். மகாலிங்கத்துக்குப் படுக்கையை விட்டு எழுந்து தினசரிக் கடமைகளில் இறங்கவே பயமாக இருந்தது. எப்படியும் அவன் எழுந்தேயாக வேண்டும்: எழுந்து மற்றவர்களோடு பேசியாக வேண்டும். மேல் அண்ணத்திலிருந்து, நா நுனி, உதடுகளிலிருந்து வந்த சொற்கள் அவனுடைய வாய்க்குப் பூட்டு போட்டன. வாயைத் திறந்தால், ராமன் – கறுப்பனின் பேச்சுகள் தன் சொற்களாகத் தன் நாவிலிருந்து புறப்பட்டால் – அவன் பைத்தியக்காரன்தானே? குடும்பமே நடுங்கிப் போகும்.

இந்த அச்சத்துடனேயே அவன் எழுந்து, காலைக்கடன்கள் முடித்து, குளித்து, டிபன் சாப்பிட உட்கார்ந்தான். யாரிடமும் அதிகமாய்ப் பேசவில்லை. ஆனால், அவன் தேவைக்குப் பேச நேர்ந்த சிலசொற்கள், இடையில் குறுக்கிடும் திரையை விலக்குவதுபோல், உதடுகளின் பிரளயச் சொற்களை ஒதுக்கிக் கொள்வதைக்காண அவனுடைய அச்சம் சற்றுத் தணிந்தது; ஆனால் அவனுடைய கவனம் பிரமை ஒலிகளில் இருந்தால் பிறர் பேசுவதைக் கேட்க மிகவும் சிரமமாயிருந்தது; இது அவனுக்குப் பழகிப்போன சிரமம் என்பதோடு, டிபன் சாப்பிட்டதும் 'உடல் நலமில்லை' என்று படுக்கையைச் சரணடைந்துவிடலாம் என்று எண்ணிக் கொண்டான். வாயிலும் உதடுகளிலும் சதுராடும் பிரமை ஒலிகள் கட்டாயம் வேறு இடத்துக்குக் குடிபெயரும்; அதுவரையில் வீட்டில் இருப்பவர்களைத் தவிர, வேறு அந்நியருடன் பேசவாய்ப்பு ஏற்படாமல் ஜாக்கிரதையாகப் படுக்கையிலேயே இருந்து விடலாம் என்று முடிவு செய்து கொண்டான்.

இவ்வாறு தீர்மானித்து, இரண்டாவது இட்டிலியை விண்டு கொண்டிருந்தபோது, முன்னாள் இரவு கறுப்பன் தன் வாயை வருணித்தது திடீரென்று நினைவு வந்தது. அந்த நினைவை ஒதுக்கிச் சமாளிக்க வேண்டும் என்று எண்ணும் போதே கறுப்பன் கூரையிலிருந்து குரல் எழுப்பினான்: 'மாலி எசமான், அதைப்பத்தி எல்லாம் நெனைக்காதிங்க. நான் என்ன சும்மாவா குந்தியிருக்கேன்? எல்லாத்தையும் கூட்டி அள்ளி எறிஞ்சி, பினாயில் தெளிச்சிவச்சிருக்கேன். நீங்க பாட்டிலே சாப்பிடுங்க சாமி ராத்திரி வேறே தூக்கமில்லே; ரொம்ப அசதியாயிருக்கிங்க..?

மகாலிங்கத்துக்கு அருவருப்பாயிருந்தது. இட்டிலியை அப்படியே போட்டுவிட்டுக் கைகழுவினான்.

'சாப்பிடவில்லையா? ஏன் எழுந்துவிட்டீர்கள்?'

'இல்லை வாய் கசக்கிறது ...'

'காப்பியாவது கொஞ்சம் சாப்பிடுங்கள்' என்ற காமாட்சி காபி கலக்கத் தொடங்கினாள். காபி வேண்டுமா, வேண்டாமா என்று தீர்மானிக்க முடியாமல் அவனும் உட்கார்ந்தான்.

மல்லாந்து படுத்திருந்த கறுப்பன் ஒருக்களித்து, 'மாலிசாமி, ஒங்கௌப் பார்க்க யாரோ வந்திருக்காங்க, பெரிய மனுசனாத் தெரியுது?' என்று அறிவித்தான்.

வாயில்காவலனாக நின்ற ராமன், 'கறுப்பா, அவர் வந்தது உனக்கு எப்பிடித் தெரிந்தது?' என்று கேட்டான்.

'நான் 'டாப்'பிலே இருக்கேன் சாமி, 'டாப்'பிலே. எனக்குத் தெரியாத சங்கதி இல்லே.'

'கறுப்பா, நீ இந்த விசயத்திலே தலையிடக்கூடாது. மாலிக்குப் புதிய தொழில் வரப்போகிறது. இத்தனை காலம் அவன் பட்ட கஷ்டத்துக்கு விமோசனம் பிறக்கிறது' என்றான் ராமன்.

'மாலி எசமான் ஜாலியா இருக்கட்டும். எனக்கு எம் பொஞ் சாதி பத்திக் கவலெ; நான் பாட்டிலே அவளைத் தேடிகிட்டே இருக்கேன். ஒங்களுக்கு ஒங்க பக்தன் பத்தி கவலெ: நீங்க அவரெ காப்பாத்துங்க'

'மகாலிங்கம், உனக்கு நல்லகாலம் வருகிறது. மிகவும் தந்திரமாய் ஆளை அழைத்துக்கொண்டு வந்திருக்கிறேன். ஜாக்கிரதையாகப் பேசிக் காரியத்தை முடித்துக் கொள்' என்று அறிவுரை கூறினான் கீழுதட்டில் நின்ற ராமன்.

வழக்கம்போல் இதுவும் ஒரு கிண்டல் என்று எண்ணிய மகாலிங்கம் ஒரு வாய் காபி சாப்பிடும்போது இரண்டாவது பெண் சமையலறைக்கு வந்து, 'அப்பா, உங்களைப் பார்க்க யாரோ வந்திருக்கிறார்கள், என்று தெரிவித்தாள்.

அவனுக்கு அலுப்பாக இருந்தது. தன் வீட்டுக்கு யாரும் வருவதை அவன் இப்போதெல்லாம் விரும்புவதில்லை. கறுப்பனும் ராமனும் கலாட்டா செய்கிற இந்நேரத்தில் யார் வந்துதொலைந்து விட்டார்கள் என்று நொந்தபடி, அவசரம் அவசரமாகச் சூடான காபியை வாயில் கொட்டிக்கொண்டான், 'மாலிசாமி, என்னெ உள்ளேவச்சி வேகவைக்கப் பார்க்கிறீங்களா?'

என்று வாய்க்குள் கத்திய கறுப்பனைப் பொருள்படுத்தாமல் வெளியில் வந்தான்.

உச்சிவெயில்போல் ஜொலிக்கும் டினோபால் சலவை செய்த வெள்ளைவேட்டியும் சட்டையும் அணிந்துகொண்டு ஓர் இளைஞன் நாற்காலியில் உட்கார்ந்திருந்தான். 'அட, சுந்தரமா? இவன் எதற்கு இப்போது?' என்று எண்ணி மேலும் சோர்ந்தான் மகாலிங்கம்.

சுந்தரம் பக்கத்துத் தெருக்காரன்; மகாலிங்கத்துக்குத் தூரத்து உறவினன், காலில் தங்கச் சலங்கை கட்டிக்கொண்டு பிறந்து வளர்ந்தவன். அவனுக்கு மகாலிங்கத்திடம் ஒரு மரியாதை; தன் குடும்பவிவகாரங்களில் மகாலிங்கத்தின் ஆலோசனையைக் கேட்டுக்கொள்வான். 'ஏதாவது விவகாரம் சொல்ல வந்திருப்பான். என் குழப்பத்தில் இவனுக்கு நான் என்ன யோசனை சொல்ல முடியும்?' என்று பெருமூச்சு விட்டபடி, 'வா சுந்தரம், ஏது அருமையாக இருக்கிறது?' என்று அலுத்துக்கொண்டே பக்கத்து நாற்காலியில் அமர்ந்தான் மகாலிங்கம்.

'உங்களை ஒரு விஷயம் கன்சல்ட் செய்யவந்தேன், எங்களுக்குள் பாகம் ஆகிவிட்டது; தெரியுமல்லவா?' – சுந்தரம் நாலு சகோதரர்களில் கடைக்குட்டி. அண்ணன்கள் தன்னை மோசம் செய்கிறார்கள் என்ற குறை அவனுக்கு; அவர்களைப்பற்றி அடிக்கடி மகாலிங்கத்திடம் புகார் செய்வான். அவனுடைய வளமையான குடும்பத்தில் இதுவரை ஓரளவு அமைதி நிலவியது என்றால் மகாலிங்கம் சுந்தரத்துக்குப் பொறுமையைப் போதித்து அடக்கிவைத்திருந்ததும் ஒரு காரணம். அது பழைய கதை, மகாலிங்கமே மறந்து விட்ட கதை.

'அப்படியா? எனக்குத் தெரியாதே யார் மத்தியஸ்தம் பார்டிஷனுக்கு?'

'யாரும் மத்தியஸ்தம் இல்லை. எங்களுக்குள் விட்டுக் கொடுத்துப் பிரித்துக்கொண்டோம். நீங்கள் வியாபாரம் செய்யவில்லையாமே, ஏன்?'

'ஏஜன்சி ஒன்றும் கிடைக்கவில்லை. எப்படியோ, போய் விட்டது' என்று பதிலைச் சுருக்கிக்கொண்டான் மகாலிங்கம்.

'எனக்கு ஒரு யோசனை ...'

தன்னுடைய பொருளாதாரக் கேட்டைப் பழுது பார்க்கத் துணை வேண்டும் என்று விழைந்தவன்தானே மகாலிங்கம்? அந்த வாய்ப்பு தன்னைத் தேடி வந்திருக்கிறது என்று அவன் உணர்ந்தான்.

காதுகள்

'ஜாக்கிரதையாகப் பேச வேண்டும். பார்ட்னராக வியாபாரம் செய்ய ஆசைப்படுகிறான். Termsலே ஏமாந்து விடாதே' என்று நாக்கு நுனியிலிருந்த ராமன் எச்சரித்தான். 'என்ன யோசனை என்று சொல்லவில்லையே?' என்று மகாலிங்கம் சுந்தரத்தைத் தூண்டினான்.

சுந்தரத்தின் பார்வை வீடுமுழுவதும் சுற்றிப்பார்த்துக் கொண்டிருந்தது. செல்வத்தோடும் செல்வாக்கோடும் வாழ்ந்த அவனுக்குப் பிறருடைய துன்பங்களைப் புரிந்து கொள்ளும் ஆற்றல் குறைவு. மகாலிங்கத்தின் வீட்டிலோ, அரசாங்கப் பரிசைத் தட்டிக்கொண்டுபோகக் காத்துக்கிடப்பதைப் போல், வறுமை தன் அமோக விளைச்சலை மிக ஆடம்பரமாய்க் குவித்துக் காட்டிக்கொண்டு இருந்தது, 'இந்தக் கண்கொள்ளாக்காட்சியே இவன் மனசைக் கெடுத்துவிடும்' என்று எண்ணினான் மகாலிங்கம். 'உனக்கு Inferiority complex அதிகம் ஆகிவிட்டது. தைரியமாக இரு' என்று கீழுதட்டில் இருந்த ராமன் தட்டிக்கொடுத்தான். 'அகம் பிரம்மாச்மி, அகம்பிரம்மாச்மி' என்று மெதுவாக மந்திரம் சொன்னான் கூரைக் கறுப்பன்.

சுந்தரம் வந்திருக்கிறான். தொழில்பற்றிப் பேசுகிறான் என்ற நல்ல செய்தி சமையலறைக்கு எட்டவே சாப்பிடுவதை நிறுத்திக் கை கழுவிக்கொண்டு, தரையில் கைகளை ஊன்றியவாறு மிக வேகமாக வந்து சேர்ந்தாள் காமாட்சி, அவளுக்கு சுந்தரம் சற்று நெருக்கமான சொந்தம், அக்கா தம்பி உறவாகும். அதனால்தான் தன்னைக் காப்பாற்ற வேண்டும் என்ற பரந்த நோக்கத்துடன் சுந்தரம் வந்திருக்கிறாள் என்று அவள் எண்ணிவிட்டாள். தன் தோற்றமே சுந்தரத்தை வளைத்துப் பிடிக்க ஒரு பெரிய சிபாரிசாகும் என்றும் அவளுக்குத் தோன்றிவிட்டது.

'வா அப்பா, சுந்தரம், இப்போதாவது வழி தெரிந்ததா?' என்று வரவேற்றாள் அவள்.

இளம்பிள்ளைவாத நோயாளி போல் வந்து, ஆஸ்த்மா நோயாளிபோல் மூச்சுவிடத் திணறியபடி தன்னை வரவேற்ற எலும்புசரீரியின் குரலைக் கொண்டு அவள் யார் என்று கண்டுகொண்ட சுந்தரத்துக்கு ஒரே திகைப்பாக இருந்தது. அவனுடைய மற்றொரு குணநலன் – அவனுக்கு எந்தவிதமான ஊனமும் பிடிக்காது. இங்கோ, எல்லாரக ஊனங்களும் ஹோல்சேலில் கிடைக்கும்போல் இருந்தன. புதிசாய்ப் பூத்த பூ போல் வந்தவன் வெயிலில் விழுந்த பூ போல் வாடிக்கொண்டு இருந்தான்.

'அக்கா, உங்கள் உடம்புக்கு என்ன? அடையாளமே தெரியவில்லையே?' என்று பரிவு நடிக்கும் குரலில் கேட்டான் சுந்தரம்.

காமாட்சியை எட்டிப்பார்த்து விசாரிக்க உறவினர்கள் யாரும் வருவதில்லை; சுந்தரத்தின் பரிவு அவளுக்கு மகிழ்ச்சி தந்தது. தங்களைப் பீடித்துள்ள பிணி நீங்கக் கண்ணபிரானே வந்துவிட்டார் என்ற உற்சாகத்தில் தன் அபார்ஷன் கதையை உருக்கமாய்ச் சொல்லி ஒரு 'கோர்ஸ்' கண்ணீரும் வடித்து முடித்தாள்.

அழுகையினால் அவள் முகம்மேலும் விகாரப்படுவதைப் பார்த்து, சுண்டிய முகத்தை லேசாகச் சுளித்தபடி, 'இந்த உடம்போடு சமையலறையிலிருந்து இவ்வளவு தூரம் ஏன் வரவேண்டும்? என்ன சாப்பிட்டீர்கள்?' என்று கேட்டான் சுந்தரம்.

'காமாட்சியை உள்ளே போகச் சொல்லு. அவள் எதற்கு நடுவில் வந்து பேசுகிறாள்?' என்று மேலுதட்டிலிருந்த ராமன் மகாலிங்கத்திடம் எரிந்துவிழுந்தான்.

'ஒரு இட்டிலி, கொஞ்சம் காபி. மத்தியானம் முளைக்கீரை கூட்டில் சாதத்தைப் பிசைந்துகொண்டு சாப்பிடுகிறேன். தினம் ஒருகட்டு முளைக்கீரை வாடிக்கை. உரப்பும் புளிப்பும் ஒத்துக்கொள்ளவில்லை. வயிறாகவா இருக்கிறது? ஒரே புண்.'

'உடம்பைக் கவனித்துக்கொள்ளுங்கள் அக்கா. குழந்தை ஆசையும் விட்டுவிடுங்க' என்றான் சுந்தரம் சிரித்தபடி.

'அதெ அவளுக்கு' மட்டும் சொல்லி என்ன பிரயோசனம்? மாலிசாருக்கும் சொல்லுங்க எசமான். மாட்னி ஷோ கூட நடக்குதே', என்று மேலண்ண முகட்டில் படுத்திருந்த கறுப்பன் கொட்டாவி விட்டான்.

'என்னைச் சொல்லிவிட்டு நீ தூங்குகிறாயா, கறுப்பா?' என்று அதட்டினான் ராமன்.

'நானா தூங்கறேன்! நல்ல இருக்கே?' 'டொக்... டொக்' என்று தட்டிப் பதில் சொன்னான் கறுப்பன்.

மகாலிங்கம் வாயைத் திறக்கவில்லை. பைத்தியம் என்று தனக்குப் பட்டம் கட்டும் முகூர்த்தம் நெருங்கிக்கொண்டு இருப்பதாய் அவனுக்குத் தோன்றியது. நடப்பது நடக்கட்டும் என்று மனத்தைத் திடப்படுத்திக் கொண்டான். பைத்தியம் பிடித்தால் என்ன? இந்த அல்லலைவிட, அது மேல். பைத்தியமான பிறகு, என்னைப்பற்றி யார் என்ன சொன்னால் எனக்கு என்ன?'

'அகம் பிரம்மாச்மி, அகம் பிரம்மாச்மி...' என்றான் கறுப்பன்.

'அக்கா, நீங்கள் உள்ளே போய்ப் படுத்துக்கொள்ளுங்கள். ரெஸ்டில் இருந்தால்தான் உடம்பு தேறும்' என்றான் சுந்தரம்.

தான் வெளியேற்றப்படுவது காமாட்சிக்குப் புரிந்தது. ஆனால் சொல்லவந்ததைச் சொல்லாமல் போக அவளுக்கு மனம் வரவில்லை; 'அதென்னவோ தம்பி, நான் உன்னைத்தான் நம்பியிருக்கிறேன். இவர் மனசு ஒடிந்து மூலையில் உட்கார்ந்து விட்டார். நீதான் ஏதாவது வழி செய்யவேண்டும்?' என்று வேகமாய்க் கூறிவிட்டு மெதுவாகப் பின்வாங்கினாள் அவள்.

அவள் வந்தது தப்பு என்று மகாலிங்கம் எண்ணினான்; அவளுடைய புறப்பாடும் தப்பு என்று தோன்றியது.

'வியாபாரத்தை ஏன் நிறுத்திவிட்டீர்கள்?' என்று விட்ட இடத்திலிருந்து ஆரம்பித்தான் சுந்தரம்.

'இவரா நிறுத்தினாரு, நாணயம் இல்லாமே நடந்துகிட்டாரு. வியாபாரம்தானா நின்று போச்சு' என்றான் மொட்டை மாடியிலிருந்த கறுப்பன். டொக்டொக் டொக்டொக்...

'கறுப்பா, நீ சத்தத்தை நிறுத்தப் போகிறாயா இல்லையா? மகாலிங்கம் பேசிமுடிக்கிறவரை நீ பேசாமல் இருக்க வேண்டும்' என்று கட்டளை இட்டான் ராமன்.

'சொன்னேனே. இன்வெஸ்ட்மென்ட் போதவில்லை. அதைப்பற்றிப் பேசி என்ன ஆகப்போகிறது? நடக்க வேண்டியதைப் பேசுவோம்' என்றான் மகாலிங்கம் பெருமூச்சோடு. 'என்னவோ யோசனை என்றாயே, என்னது?'

'நீங்கள் செய்த ஏஜன்சி வியாபாரம் செய்ய எவ்வளவு மூலதனம் வேண்டும்?'

'இது என்ன கேள்வி? முதலீடு செய்யாமலே வியாபாரம் செய்கிறார்கள்; ஒரு கோடி போட்டும் செய்யலாம். நீ எவ்வளவு போடுகிறாய் என்று சொல்லு. அதற்குத் திட்டம் போடலாம்?'

'ஒரு லட்சம் போட்டால் நல்லபடி நடத்தலாமா?'

'தாராளமாய்ச் செய்யலாம். ஆரம்பத்தில் ரொக்கத்துக்கு வாங்கினால் நல்ல லாபம் கிடைக்கும்?'

'எனக்கு இதைப்பற்றி ஒன்றும் தெரியாது. நீங்கள் இருந்து நடத்தலாம் அல்லவா?'

'சும்மாத்தானே இருக்கிறேன். செய்வோமே?'

சற்று நேரம் சுந்தரம் ஏதோ சொல்லத் தயங்கிக் கொண்டு இருந்தான். இல்லாமை கொடிகட்டிப் பறக்கும் இந்த இடத்தில் தான் என்ன சொன்னாலும் வெல்லும் என்று அவனுக்குத்

தோன்றியது போலும். 'என்ன சம்பளம் எதிர்பார்க்கிறீர்கள்?' என்று கேட்டான்.

'சம்பளமா?' என்று மலைத்தான் மகாலிங்கம்.

டொக்டொக், டொக்டொக் –

'சுந்தரம் சொல்வதை ஒப்புக்கொள். கிடைக்கிற பிடியை விடாதே' என்று அட்வைஸ் செய்தான் ராமன்.

'கூடுதல் குறைச்சல் என்று நாளைக்கு நமக்குள் ஒரு வித்தியாசம் வரக்கூடாது. புதிதாய் ஆரம்பிக்கிறோம். முதலில் ஒரு சம்பளம் பேசிக் கொண்டு ஒரு வருஷம் செய்வோம். ஆதாயம் பார்த்துக் கொண்டு அடுத்த வருஷம் சம்பளமும் போனசும் பேசிக்கொள்ளலாம். முதல் வருஷம் என்ன வேண்டும், சொல்லுங்கள்' என்று முடிவு செய்கிறவனாய்ப் பேசினான் சுந்தரம்.

மகாலிங்கத்துக்கு யோசனை ஆகிவிட்டது; 'இதுவரை நான் சம்பளத்துக்கு வேலை செய்ததில்லை. சம்பளத்துக்கு என்றால் எனக்குப் பிடிக்கவில்லை?'

அவன் கோட்டைவிட்டு விடுவானோ என்று நாநுனியில் இருந்த ராமன் பதறிவிட்டான் போலிருக்கிறது; 'மாலி, காரியத்தைக் கெடுத்துவிடுவாய் போல் இருக்கிறதே! தந்திரமாக சுந்தரத்தை அழைத்துக்கொண்டு வந்தால் அடாவடியாகப் பேசுகிறாயே!'

'இந்த ஆளுக்கு நேக்காப் பேசத் தெரியாது. நான் கீளே எறங்கி வந்து இவருக்குப் பதிலா முதலாளியோட பேசட்டுமா?' என்று மாடிக் கறுப்பன் அனுமதி கேட்டான்.

'கறுப்பா, வாயை மூடிக்கொண்டு இருக்க மாட்டாயா?'

'டொக்டொக், டொக்டொக்...'

'பணம் பூராவும் நான்தானே போடப் போகிறேன்?' என்றான் சுந்தரம்.

'பெரிய பணம்!' என்றான் கறுப்பன்.

'வாயைமூடு, பேசாதே!' என்றான் ராமன்.

'சுந்தரம், நீ மூலதனம் போடுகிறாய். ஆனால், மற்ற எல்லா வேலையும் நான்தானே செய்ய வேண்டும்? சம்பளத்துக்கு வேலை செய்தேன் என்ற பெயர் எனக்கு வேண்டாம்' என்று மகாலிங்கம் உறுதியாகப் பேசினான்.

'மத்தியானம் அடுப்பிலே பூனை படுக்கப்போவுது. எசமானுக்கு வீரம் வருது' என்றான் கறுப்பன்.

'கறுப்பன் ஒரு முட்டாள்; அவனைக் கவனிக்காதே; சுந்தரத்தோடு உனக்குப் பேசத் தெரியவில்லை. நான் பேசுகிறேன்' என்று ரகசியம் பேசும் குரலில் நாக்கு நுனியிலிருந்து கவலைப்பட்டான் ராமன்.

'நானும் பேசுவேன்; அது என் பர்த்ரைட்!' என்று மேலண்ணத்திலிருந்து கறுப்பன் முழங்கினான்.

'கறுப்பா, கொஞ்ச நேரம் சும்மா இரப்பா. நான் சக்கரவர்த்தித் திருமகன். நான் பேசுகிறேன் என்றால் சுந்தரம் மரியாதை காட்டுவான்' என்று கறுப்பனிடம் கெஞ்சினான் ராமன்.

'கறுப்பன் பேசினா இளப்பமா போச்சா? முதலாளி, நான் சொல்கிறேன், கேளுங்கோன்னு மரியாதியா சொல்றேன். கேக்கல்லியோ, மொகரகட்டெயெப் பேர்த்து கையிலே குடுத்துடுவேன். நான்தான் முதலாளியோடு பேசுவேன்.'

'நான் பேசுகிறேன்...'

'நீங்க சும்மா இருங்க, நான் பேசப்போறேன்...'

நாக்கு நுனிக்குரலும் மேலண்ணக்குரலும் பேசுவதற்காகப் போட்டியிடுவதைக் கேட்டு மகாலிங்கத்துக்குத் திகிலாகி விட்டது. 'நான் சக்கரவர்த்தித் திருமகன் தசரதராமன். மகாலிங்கத்துக்காகப் பேசுகிறேன்' என்றோ, அல்லது, 'நான் கறுப்பன். மாலி சொல்றதே மரியாதியா ஒத்துக்கப்போறீங்களா, இல்லை. ஒதெ வாங்கப் போறீங்களா?' என்ற சொற்கள் மகாலிங்கத்தின் வாயிலிருந்து வெளிப்பட்டால் சுந்தரத்துக்கு என்ன தோன்றும் – என்பதை நினைத்ததும் அவனுக்கு நெஞ்சு படபடத்தது.

'பைத்தியக்காரனுக்குத்தான் பைத்தியம் என்ற பிரக்ஞை இருக்காது. எனக்குப் பைத்தியம் பிடித்திருப்பதையும், நான் பைத்தியமாகப் பேசுவதையும், பிறர் என்னைப் பைத்தியமாக நடத்துவதையும் நான் தன்னுணர்வோடு அனுபவிக்கப்போகிறேன்' என்ற எண்ணம் மாலியைச் சக்கையாய் அடித்தது.

'கறுப்பன் செய்கிற வேலை, எனக்கே பைத்தியம் பிடிக்கிறது' என்று நிரபராதியாகப் பேசினான் ராமன், இரண்டு உதடுகளுக்கு இடையிலிருந்து.

'என்ன யோசனை? நீங்கள் என்னதான் எதிர்பார்க்கிறீர்கள்?' என்று அவசரப்பட்டான் சுந்தரம்.

'நான் பேசுகிறேனே...' என்றது நாநுனி.

'நான் பேசுகிறேனே...' என்று திருப்பிச் சொன்ன மகாலிங்கம் திடுக்கிட்டான்.

எம்.வி. வெங்கட்ராம்

'பேசுங்களேன். எவ்வளவு நேரம் யோசனை செய்வீர்கள்?' என்றான் சுந்தரம் அலுப்போடு.

ஆவலோடு எதிர்பார்த்த ஒரு நல்லவாய்ப்புடன் சுந்தரம் வந்திருக்கிறான் என்பதை மகாலிங்கம் மறக்கவில்லை; ஆனால் தனக்குள் ஒரே குளறுபடி நடக்கையில் ஒரு காரியமும் செய்ய முடியாது என்பது நிச்சயம்; இன்னொரு நாள் வரும்படி சொல்லி சுந்தரத்தை அனுப்பி விடலாமா என்று யோசித்தான்.

'ஐம்பது – ஐம்பது, கூட்டு வியாபாரமாகச் செய்யலாம். நானும் கொஞ்சம் சம்பாதித்துக் கொள்கிறேனே, சுந்தரம்?' என்று ஒரு வழியாகத் தன் கருத்தை வெளியேற்றிவிட்டான் மகாலிங்கம்.

'கறுப்பனுக்கு புத்தி இல்லை என்றால், உனக்கும் புத்தி இல்லை. நடக்கிறதை எல்லாம் பார்த்தால் எனக்குப் பைத்தியம் பிடித்துவிடும் போல் இருக்கிறது. சுந்தரம் ஒப்புக் கொள்ள மாட்டான் ஒன்றும் நடக்காது . . .' என்று உதடுகளுக்கு இடையிலிருந்த ராமன் அங்கலாய்த்தான்.

'ஃபிப்டீ ஃபிப்டீயா? குறைத்துச் சொல்லுங்களேன் . . .'

'ராமாசாமி, சாமின்னு மரியாதிகுடுத்தா என்னெ முட்டாள்னு சொல்றியே, என்ன ஞாயம்? நான் முட்டாள்னா, நீ பைத்தியம். நீயே ஒத்துகிட்டியே. நீ பைத்தியம் . . .'

'நீ தான் பைத்தியம் . . .'

'பைத்தியம்' என்றான் மகாலிங்கம்.

'என்ன சொல்கிறீர்கள்?' – என்றான் சுந்தரம், தன்னைப் பைத்தியம் என்று மகாலிங்கம் சொல்வான் என்று நம்பாமல்.

'ராத்திரி பூராவும் தூங்கவில்லை, பைத்தியம் பிடித்து விடும்போல் குழப்பமாயிருக்கிறது. சுந்தரம், இரண்டு நாள் யோசித்துச் சொல்லேன் . . .'

'நான் யோசிப்பதற்கு என்ன இருக்கிறது? ஃபிப்டீ ஃபிப்டீ என்கிறதைக் குறைக்க முடியாது என்கிறீர்களா?' என்று சுந்தரம் முடிவு தெரிந்துகொள்ள விரும்பினான்.

'விட்டுவிடாதே. ட்வென்டீஃபைவ் கேள் . . .' என்று கெஞ்சினான் நாக்குநுனி ராமன்.

'அது ரொம்ப கொறச்சல் தெர்டீஃபைவ் கேளுங்க சார்' என்றான் மேலண்ணக் கறுப்பன்.

'என்ன அவசரம் சுந்தரம்? நான் தேவை உள்ளவன்; பாதிக்குக் குறைந்தால் எனக்கு சௌகரியப்படாது. நானும் யோசிக்கிறேன். நீயும் யோசித்துக்கொண்டு பிறகு வாயேன்.'

'ராமாசாமி, ஏம்பொஞ்சாதி இங்கே இல்லே. ஒன் வாயிலே மண்ணு போட்டுட்டு ஓடிட்டா ...'

'அங்கேதான் இருக்கிறாள். இந்த வழியாக அவள் போகவில்லை ...'

'அந்த வழியாத்தான், ஒன் கண்ணுக்கு முன்னாலியே ஓடிப்போயிட்டா ...'

'நான் இல்லை என்கிறேன் ...'

'நீ சொல்லிகிட்டே இரு, காளியாத்தா பலே ஜாலக்காரி அவகிட்டே ராமாசாமி ஒண்ணும் செஞ்சிக்க முடியாது. முருகசாமியும் ஒண்ணும் செஞ்சிக்க முடியாது தெரியுமா?

'உள்ளேதான் இருக்கிறாள்: விட்டு விடாதே ...'

'அடப்போடா! இந்த மாலிப்பய சும்மா சும்மா வெத்திலையும் பொகயிலெயுமா போட்டுத் துப்பி கிட்டே இருக்கானா, எச்சலோட எச்சலா எம் பெஞ்சாதி ஓடியே போயிட்டா. காவலுக்கு நின்னியே ராமா, என்னடா முடிஞ்சுது ஒன்னாலே?'

மகாலிங்கம் அடிக்கடி ஏதோ யோசனையில் ஆழ்ந்து போவதையும், தான் சொல்வதை ஆர்வத்தோடு கவனியாதிருப்பதையும் கண்ட சுந்தரத்துக்கு, தன்னோடு சேர்ந்து வியாபாரம் செய்து மகாலிங்கம் விரும்பவில்லையே என்று தோன்றி விட்டது.

'இன்று உங்கள் முடிவு தெரிந்து கொள்ள வேண்டும். நீங்கள் ஒப்புக் கொள்ளவில்லை என்றால் நான் வேறு ஏற்பாடு செய்துகொள்வேன்.'

'ஏன் அவசரப்படுகிறாய் சுந்தரம்? இரண்டு நாள் யோசித்துக் கொண்டு வாயேன்' என்று மகாலிங்கம் பணிவாகவே கூறினான்.

அவன் தன்னை வெளியே போகச் சொல்வதாய் சுந்தரத்துக்குப்பட்டது. அவனுடைய கண்கள் மறுபடியும் வீட்டைச் சுற்றிப்பார்த்தன. இந்த அசட்டில் வாழ்கிறவனுக்கா இந்த ஆணவம் என்று கோபமும் வந்தது.

'சரி, நானாக ஒரு முடிவு செய்ய முடியாது. அக்காவையும் கலந்துகொண்டு வருகிறேன்' என்று புறப்பட்டான் சுந்தரம்.

'அடப்பாவி கெடுத்தானே! அக்காவெக் கேக்கிற வேலெ உருப்படுமா? தங்கச்சியெ இல்லே கேக்கணும்?' என்று ஒரு கமென்ட் கொடுத்தான் கூரைக் கறுப்பன்: 'பேசிப் பேசி தொண்டே வறண்டு போச்சு. இந்தத் தரித்திரியம் புடிச்ச எடத்துலே ஒரு சோடாவுக்கு வக்கில்லே. நான் மொதலாளிக்குப் பின்னாலே போறேன் ...'

'நான் சொல்வதைக் கேட்டுக் கொள். முருகனை நம்புகிறவனுக்கு 'காமன்சென்ஸ்' சுத்தமாக இருக்காது...'

சுவிட்சைத் தட்டியதும் விளக்கு அணைவதுபோல் பேச்சொலி நின்றுவிட்டது. வாய்க்குள்ளும் உதடுகளிலும் ரகளை செய்த குரல் ஒலிகள் நின்று விட்டன என்பதை அவனால் நம்ப முடியவில்லை. நின்று விட்டன என்பதை உறுதி செய்துகொள்ள நீண்ட நேரம் அப்படியே உட்கார்ந்திருந்தான். பேச்சு நின்றுவிட்டது, சந்தேகம் இல்லை. பொருளாதாரக் கேட்டை திருத்திக்கொள்வதற்காக எதிர்பார்த்த வாய்ப்பு நீர்க்குமிழிபோல் தோன்றி மறைந்தது என்பதால் உண்டான வருத்தத்தைவிட, பிரமையின் குரல் ஒலிகள் மறைந்தன என்பதால் ஏற்பட்ட நிம்மதி மிகுதியாக இருந்தது.

கணவனுக்கும் சுந்தரத்திற்கும் இடையில் நடைபெற்ற பேச்சுவார்த்தைகள் முறிந்துவிட்டன என்று காமாட்சிக்கு எப்படித் தெரியும்? சுந்தரம் வரம் கொடுத்தாயிற்று, குடும்பத்துக்கு விடிந்தாயிற்று என்று முடிவு கட்டிவிட்ட எலும்பு உடலில் கொஞ்சம் சதைபோட ஆரம்பித்துவிட்டது. சுந்தரம் புறப்பட்டுவிட்டான் என்று தெரிந்ததும் அவள் ஊக்கமான கை நடையாக வெளியில் வந்தாள்.

'எப்போது வியாபாரம் ஆரம்பிக்கப் போகிறான் சுந்தரம்?' என்று ஆவலோடு கேட்டாள்.

'உன்னைக் கொண்டு போய் வைக்கிறபோது!' என்று சீறினான் மகாலிங்கம்.

அவனுடைய கோபம் அவளை ஒன்றும் செய்யவில்லை. அதனுடைய உட்பொருள் அவளை உலுக்கிவிட்டது. தொழிலும் பிறக்காமல் 'அபார்ஷன்' ஆகிவிட்டது என்பதைப் புரிந்து கொண்டாள். உடனே, வளர்ந்ததைவிட அதிகமாக அவளுக்குச் சதை தேய்ந்து விட்டது.

'அவனாகத்தானே வந்தான்? ஏன் வேண்டாம் என்கிறான்?'

'அவனாகத்தான் வந்தான். நல்ல விஷயம் பேசவந்திருக் கிறானே என்று குஷ்டரோகி தள்ளுவண்டியில் உட்கார்ந்து தள்ளிக்கொண்டு வருவதுபோல வந்து, உங்கள் வீட்டில் செத்தவர் களை எல்லாம் நினைத்துக்கொண்டு பிலாக்கணம் பாட ஆரம்பித்தாயா? வியாபாரம் வேண்டாம் என்று ஓடிவிட்டான்?'

'நான் வந்து பேசினேன் என்றா...'

'நீ எங்கே பேசினாய்? ஒப்பாரி வைத்தாய். அவனுக்கு நம் யோக்கியதை தெரிந்துவிட்டது. சரி. இது பட்டினிப்பட்டாளம், காசுகாட்டினால் பின்னாலே ஓடிவருவார்கள் என்று

நினைத்துவிட்டான். என்ன சம்பளம் வேண்டும் என்று கேட்கிறான் . . .'

'அதனால் என்ன. முதலில் சம்பளமாய்ப் பேசிக் கொள்கிறது...'

ஏற்கனவே அவன் கொதித்துக் கொண்டிருந்தான். அவள் தலையிட்டுப் பேசியதை அவன் விரும்பவில்லை. அதற்கு மேல், பார்க்கச் சகிக்கமுடியாதபடி அழுததை நினைத்தாலே அவனுக்குப் பற்றிக்கொண்டு வந்தது. வியாபாரப் பேச்சு தோல்வியுண்டதற்கு இந்தத் துக்கிரியும் ஒரு காரணம் என்று தோன்றியது. இப்போது அவள் சுந்தரத்தின் கட்சியை ஆதரிக்கவே அவனுக்கு அளவு கடந்த ஆத்திரம் வந்து விட்டது.

'என்னது, சம்பளமாய்ப் பேசிக்கொள்கிறதா? கூலி வேலைக்குப் போகிறது என்ன, நீ இருக்கிற இடத்திலே பிச்சை எடுக்கும்படி கூட ஆகும் . . .'

'அந்த நிலைமையில்தானே குடும்பத்தை வைத்திருக்கிறீர்கள்? நீங்கள் எதற்குப் பிச்சை எடுக்க வேண்டும்? நாங்கள் எங்கேயாவது கேட்டு வாங்கிக் கொண்டு வந்து போடுகிறோம். நீங்கள் சாப்பிட்டுவிட்டு மூலையில் உட்கார்ந்து படித்துக் கொண்டே இருங்கள். குடும்பம் உருப்பட்டுப் போகும்'

அந்த எலும்புக்கு எத்தனை வலுவான குரல்! எதற்காகச் சண்டை ஆரம்பம் ஆயிற்று என்பதை இருவருமே மறந்து விட்டார்கள். யாருடைய தவறால் குடும்பம் இந்த இழிநிலைக்கு வந்தது என்பதைப் பற்றிச் சூடான விவாதம் நடத்த இந்த வாய்ப்பை இருவரும் பயன்படுத்திக் கொண்டார்கள்.

இவளால்தான், இந்தப் பீடையால்தான் குடும்பம் இந்த நிலைக்கு வந்தது என்று குமுறினான். அவனுக்குள் அந்தர்த்தானமான ராமனும் கறுப்பனும் வெறியாக வெளிப்பட்டார்கள் போலும். அவளை அடிக்க வேண்டும், உதைக்க வேண்டும். கழுத்தை நெரிக்க வேண்டும் என்று ஆத்திரமான ஆத்திரம் வந்தது. ஆனால், அதற்கான தகுதி அவனுக்கு இல்லை, தானாகச் சாகக்கிடக்கிறவளை நானாகக் கொன்றேன் என்ற பழிவந்துவிடும் என்ற அச்சம்தான் அவனுடைய கைகளைக் கட்டி இருந்தது.

❍

இந்த இருட்டிலா ஜோதி பிறக்கப்போகிறது என்கிறார்கள்?

ஜோதி பிறக்கிறபோது பிறக்கட்டும்.

இன்று இப்போது, இந்த நிமிடம் இந்த இருட்டுதான் நிசம்.

தட்டுவதும் தடவுவதும், தடுக்குவதும், தடுமாறுவதும், விழுவதும் எழுந்திருந்து உதறிக்கொண்டு, அடிபட்ட இடத்தைக்

கூடப் பார்க்காமல் நொண்டியபடி நடப்பதும் குடும்பத்தில் எல்லோருக்கும் நன்றாகப் பழக்கம் ஆகிவிட்டன.

வாடகை தராமல், வீட்டைக் காலியும் செய்யாமல் அடாவடியாக அழும்பு செய்வதோடு, கோர்ட் செலவுக்கும் அலைச்சலுக்கும் ஆளாக்கும் வாடகைக்காரன் போல் வியாதி அந்த வீட்டில் குடியிருந்தது. அரசினர் ஆஸ்பத்திரி, நகராட்சி ஆஸ்பத்திரி, மிஷன் ஆஸ்பத்திரி டாக்டர்கள் இந்தக் குடும்பத் தினருக்குத் தெரிந்தவர்கள் ஆகிவிட்டார்கள். பச்சிலை, மூலிகை, கைப்பாக வைத்தியத்திலும் அவர்களுக்கு நல்ல பயிற்சி கிட்டியது.

ஆனால், இந்த முறை மூத்தபெண் சாவித்திரியைப் பிடித்த காய்ச்சல் விடாக்கண்டனாக வந்திருந்தது கைப்பாகத்தாலும் சில்லறை வைத்தியங்களாலும் அது திருப்தியுறவில்லை. பகலில் விடைபெற்றுக் கொண்டு சென்ற காய்ச்சல் இரவில் முன்னைவிடக் கோபமாக எரியும். நீங்கள் சாப்பிடுகிறீர்களோ இல்லையோ, எனக்கு முதலில் போடுங்கள் என்று அது அதட்ட ஆரம்பித்தபோது வேறு வழி இல்லாமல் டாக்டர் எம்.கே. சுப்பிரமணியத்திடம் காட்டினார்கள். ஊரில் மிகப் பிரபலமான டாக்டர்; செல்வாக்கோடு மகாலிங்கம் வாழ்ந்த காலத்திலேயே பழகிய அவர் கவனமாய்த்தான் சிகிச்சை செய்து வந்தார்.

காமாட்சியால் இயலாத நிலையில் சாவித்திரி வீட்டு நிர்வாகத்தைப் பார்த்துக் கொண்டிருந்தாள் அவள் படுத்து விடவே நேரத்தில் வயிற்றுக்குப் பிண்டம் போடுவதே கஷ்டம் ஆகிவிட்டது. பணத்தேவை மருந்துச் செலவால் மேலும் வலுத்தது.

கவனிக்கக் கவனிக்க மேலும் கவனம் வேண்டிய காய்ச்சல், டாக்டரின் திறமையைப் பரிகசிப்பது போல், அவர் வந்தபோது பதுங்கியிருந்து, பொழுது விடியும் சமயம் பெண்ணின் பிரக்ஞையைப் பறித்துக் கொண்டது.

குழந்தைகளிடம் மகாலிங்கத்துக்கு அஞ்ஞானமான பாசம். சாவித்திரி உணர்வு பிசகிப் பிதற்றத் தொடங்கியதைக்கண்டு அச்சம் கொண்டான். வீட்டில் காமாட்சி முதலிய எல்லோரும் கண்ணீரும் கவலையுமாக இருந்தார்கள். டாக்டரை ஒன்பது மணிக்குத்தான் ஆஸ்பத்திரியில் பார்க்க முடியும். டாக்டரை அழைத்து வருவதாய் வீட்டில் கூறிவிட்டு ஒன்பது மணிக்கு மேல் புறப்பட்டான்.

அவனுடனேயே, மகளைப் பற்றிய பெரிய கவலை தலைமை வகிக்க, டாக்டருக்கு விசிட்டிங்ஃபீஸ் கொடுத்து விட்டால் மருந்துக்கும் வீட்டுச் செலவுக்கும் வெற்றிலைச் சீவலுக்கும் என்ன செய்வது என்பது போன்ற கவலைகள் ஊர்வலமாய்க் கிளம்பின. அது கட்டுப்பாடும் ஒழுங்கும் இல்லாத ஊர்வலம்;

அதற்கு நடுவில் புகுந்து கல்லெறியும் கலாட்டாவும் செய்த ஆன்ம விரோதப் பிரமை மிகச்சுளுவாய்த் தலைமையைப் பிடுங்கிக் கொண்டது.

பிரமைதான் அவனை நடத்தியது. ஆஸ்பத்திரிக்குப் போகவேண்டியவன் தடுமாறி திசைமாறி வேத நாராயணப் பெருமாள் கோயிலுக்குப் போய்ச் சேர்ந்தான். பெருமாளை சேவித்துக்கொண்டால் பெண்ணுக்குச் சேமம் என்று தோன்றியது. ஆலயவாயிலின் மூன்று படிகள் ஏறியதும், தன்னுடைய ஸ்பரிசத்தால் கோவிலும், தன்னுடைய பார்வையால் பெருமாளும் தோஷப்பட்டு விடுவார்களோ என்ற பெரிய தர்மசங்கடமான பிரச்சினை அவனை எதிர் கொண்டது.

இந்தப் பிரச்சினைக்கு விடை காணுமுன்னரே, அவனுக்கு ஒரு 'தெளிவான' யோசனை வந்தது. மகள் அபாயகரமான நிலையில் உயிருக்கு மன்றாடுகையில் டாக்டரை அழைத்து வரவேண்டியதுதான் நியாயமான அவசரம், பெருமாளைப் பிறகு தரிசித்துக்கொள்ளலாம் என்று தெளிவு பிறந்தது.

ஏறின படிகளில் இறங்கினான். 'பெருமாளே, மறுபடியும் வருகிறேன். எங்கேயும் போய் விடாதீர்கள், பிளீஸ் எக்ஸ் கியூஸ்மி' என்று சொல்லத் தோன்றியது, சொன்னான். வந்த வழியே திரும்பினான். கடந்து வந்த தெருக்களை மீண்டும் கடந்தான். டாக்டர் எம்.கே.எஸ். ஆஸ்பத்திரியை லட்சியமாய்க்கொண்டு நடக்கலானான்.

மௌனமாக வந்த வெயில் முதலில் மெதுவாகப் பேசியது. அவன் கவனிக்காததால் உரத்தக் கத்தத் தொடங்கியது. அப்போதும் அவன் அதைப் பொருள்படுத்தவில்லை. கடும் கோடையில் கடலோரம் உலாவுவதுபோல் மெள்ளவே நடந்தான். மகளைப்பற்றின துயரம் நெஞ்சில் பாறாங்கல்லாய்க் கிடந்தது. பொறுப்புத் தெரிந்தவள்; வயதுக்கு ஒவ்வாத கவலைகள் பட்டவள்; அவள் இப்படித் துன்புறக்கூடாது. அவள் பிழைத்துக்கொள்ள வேண்டும் என்ற எண்ணம் ஊளையிட்டபடி இருந்தது.

அவன் மருத்துவர்தெரு மேற்கு முனையை நெருங்கியபோது, 'கீழ்க்கோடியில் பூவரசமரம் இருக்கிறதே, அதில் ஒரு பிச்சைக்காரப் பயல் தூக்குமாட்டிக்கொண்டு தொங்குகிறான். வேடிக்கையாக இருக்கிறது' என்று பக்கத்திலிருந்து யாரோ சொன்னாற்போல் இருந்தது; நின்றுவிட்டான்.

அங்கே நின்றவனுக்குத் தூக்கத்தில் நிற்பதுபோல் இருந்தது. நிற்பதற்காகவே அங்கே வந்தாற் போலிருந்தது. நின்றபடியே நடமாடுவதாகவும் தோன்றியது.

அவன் திரும்பிப் பார்ப்பான். அவன் இப்போது நினைக்கிறவனாக இல்லை, பார்க்கிறவனாக மட்டும் இருந்தான். அவனுடைய கண்கள் நிகழ்காலத்திலிருந்து இறந்தகாலத்தில் சஞ்சரித்தன. அவன் இறந்தகாலத்தில் நின்றுகொண்டு இருந்தான். ஏழு எட்டு வயதுச் சிறுவனாக இருந்தபோது பார்த்ததையே இப்போதும் பார்த்துக்கொண்டு இருந்தான்.

இப்போது மருத்துவர் தெருக்கிளை பிரிந்து, தெருவுக்குள் தோன்றி, மாடி வீடுகளும் கீற்றுக் குடிசைகளுமாய் முப்பது நாற்பது வீடுகளே இருக்கும். தெரு கோணல் மாணலாக இருந்தாலும், ஒரு கோடியிலிருந்து பார்த்தால் மறுகோடி தெரியும்.

சிறுவனான அவன் தகப்பனார்க்காக ஹோட்டலிலிருந்து காபி வாங்கிக்கொண்டு மருத்துவர் தெருவுக்கு அருகில் வந்தான். வெயிலுக்குச் சூடு ஏறாத இளம் காலைநேரம். தெருவின் கிழக்கு மூலையில் ஒரு குட்டையான பூவரசமரம் இருந்தது. அதில் ஒருவன் தொங்குவதும், சுற்றிலும் நாலைந்து பேர் நிற்பதும் தெரிந்தது.

காபி ஆறுவதையும் அப்பாவின் கோபத்தையும் மறந்தவனாக, ஆள் தொங்கும் வேடிக்கையைப் பார்க்க அங்கே விரைந்தான் சிறுவன் மாலி.

பூஞ்சை உடம்பும் கந்தை வேட்டியும் பிரம்புக் கூடை மார்புமாக இருந்த ஒருவன், மிகத்தாழ்வான கிளை ஒன்றில் கிழிசல் துண்டை முறுக்கிக் கழுத்தில் சுருக்கிட்டுத் தொங்கியதைப் பார்க்கச் சிறுவனுக்குப் பயமாக இல்லை. பெரிய வேடிக்கையாக இருந்தது. அவனுக்கு வயிற்றுவலியாம். கால் கட்டை விரலைச் சற்று தாழ்த்தியிருந்தாலும் அவன் தரையில் கால் ஊன்றி உயிர்தப்பி இருக்க முடியும். ஆனால் அப்படி தப்பமுயலுவதில்லை என்கிற உறுதியோடு அவன் சுருக்கிட்டுக் கொண்டான் போலும்.

சுமார் முப்பது ஆண்டுகளுக்கு மேலாகியும் அந்தப் பிச்சைக்காரன் அன்றுபோலவே வெகு அலட்சியமாய்த் தொங்கிக் கொண்டு இருந்தான்.

இறந்தகாலத்தில் சற்று முன்வந்த மகாலிங்கத்துக்கு மற்றொரு தற்கொலைக்காட்சி தெரிந்தது.

அப்போதும் அவன் சிறுவன்தான். மாட்டுவண்டியில் தந்தையோடு அவன் ஒப்பிலியப்பன் கோயிலுக்குச் சென்று கொண்டு இருந்தான். காலையில் புதிதாய் இறக்கிய பதனீர்க்குடம் எதிர்ப்படவே அப்பா வண்டியை நிறுத்தினார்.

வண்டி ஒரு தொழிற்சாலை காம்பவுண்டுச் சுவருக்குப் பக்கத்தில் நின்றது. சுவர் ஐந்தாறடி உயரம் இருக்கும்.

காம்பவுண்டுக்குள் பரந்துவிரிந்து உயர்ந்த ஒரு வேப்பமரம் இருந்தது. பதனீரைச் சுவைத்துச் சாப்பிடும் சிறுவனின் பார்வை மரத்தின் மேல் ஏறியது. உச்சிக்கிளையில் ஒருவன் தொங்கிக்கொண்டு இருந்தான். விரையுயர்ந்த மில் வேட்டியும் இங்கிலீஷ் பாப்ளின் முழுக்கைச் சட்டையும் (அந்தக் காலத்தில் இவையே அந்தஸ்துச் சின்னங்கள்) கவனமாய்ச் சீவிக்கொண்ட கிராப்பும் அவன் பணக்காரன் என்பதைக் குறிப்பிட்டன.

தானும் தப்ப முயன்றுவிடக்கூடாது, பிறரும் தன்னைக் காப்பாற்றிவிடக் கூடாது என்பதற்காக அந்த உல்லாசி சுவர் ஏறி, மிகவும் சிரமப்பட்டு உச்சிக்கிளைக்குப் போயிருக்க வேண்டும்.

சுமார் முப்பது ஆண்டுகளுக்கு மேலாகியும் அந்தப்பணக்காரன் அப்படியே வெகு ஜாக்கிரதையாகத் தொங்கிக்கொண்டு இருந்தான்.

இந்த இரண்டு தற்கொலைக் காட்சிகளோடு, அவனே நீளமான தாம்புக்கயிற்றுடன் உத்திரத்தை அண்ணாந்து பார்த்தபடி நிற்கும் காட்சி தென்பட்டது அப்போ அவன் இளைஞன், பட்டப்படிப்பின் இறுதி ஆண்டுத் தேர்வின்போது நடந்த நிகழ்ச்சி அது. அவனும் நண்பன் ஒருவனும் தனிவீட்டிலிருந்து படித்துக்கொண்டு இருந்தார்கள். அவனுக்கு மணமாகிக் குடும்பத்தில் ஏகப்பட்ட அல்லல்கள். இளம் பிராயத்திலேயே அவனுக்கு வாழ்க்கையில் விரக்தி ஏற்பட்டிருந்தது. ஓர் இரவு நண்பன் வெளியே போயிருந்தபோது, வாழ்வைவிடச் சாவு சௌக்கியம் என்று தனிமை போதித்தது. சௌகரியமாகக் கிணற்றுக்கயிறு எதிர்ப்பட்டது. கையில் எடுத்துக்கொண்டான்.

உத்திரத்தில் கயிறு போடப் போகும்போது, மருத்துவர் தெரு பிச்சைக்காரனைப் பின்பற்றுவதா ஒப்பிலியப்பன் கோயில் ரஸ்தா பணக்காரனைப் பின்பற்றுவதா என்பது போன்ற சந்தேகம் உண்டாயிற்று. நீளமான கயிறு; அதை எவ்வளவு தாழ்வாக இறக்கவேண்டும், மொத்தமான அக்கயிற்றைக் கெட்டியாக எப்படி முடிச்சுப் போடவேண்டும் என்பது கூடப் பிடிபடவில்லை.

வெற்றிவீரர்களான அந்த இரண்டு தற்கொலைக்காரர்கள் துணியால் சுருக்கிட்டுக் கொண்ட புத்திசாலிகள். அவனுடைய தாம்புக்கயிறு சொரசொரவென்று இருந்தது; அது இறுகும்போது கழுத்தை ரம்பம்போல் அறுத்து வலியால் துடிக்கச்செய்யாதா?

இந்த யோசனைகளில் சில நிமிடங்கள் கழிந்ததும் அச்சம் வரத் தொடங்கியது. தாம்புக்கயிறோ, பட்டுக்கயிறோ, முறுக்கிய துணியோ – கட்டாயம் கழுத்து நெரிக்கப்படும்; மூச்சு திணறும்; விழிகள் பிதுங்கும்; நாக்கு பற்களுக்கு இடையில் கடிபடும்.

கடிபடுமா அல்லது மூச்சுவிடுவதற்காகத் திறந்த வாயிலிருந்து வெளியே துருத்திக்கொள்ளுமா? கால்கள் படபடவென்று உதைத்துக்கொள்ளும்... இப்படி கற்பனை செய்தபடி அஞ்சி மலைத்து நிற்கையில் நண்பன் திரும்பிவிட்டான். கையில் கயிறும் உத்திரநோக்குமாய் நிற்கிறவனைக் கண்டு உண்மையை ஊகித்துக்கொண்டான். மறுநாள் முதல் இங்கே வருவதை நிறுத்திவிட்டான்.

இறந்து தொலைந்த காலத்தில், சிறுவனாக இருந்தபோது, தற்கொலை என்பது வேடிக்கையான கண்காட்சி. இளைஞனான பிறகு அடிக்கடிக்கு அடிக்கடி விழைந்து அச்சம் காரணமாகக் கைவிட்ட ஒரு மனக்காட்சியாகவே தற்கொலை இருந்துவிட்டது. பார்க்கப் போனால், அவனுக்கு அறிவு முளைத்த அன்றே அல்லல் பிறந்துவிட்டது. அறிவோடு இருந்த நாட்களை விட அல்லல்களால் அறிவுகெட்டு இருந்த நாட்கள் அதிகம்.

பணம் இருந்தபோது ஒருவகைத் துன்பம்; பணம் இல்லாதபோது வேறுவகைத் துன்பம். வருகிற துன்பம் சந்தடி செய்யாமல் வருவதில்லை; பெரிய கோஷத்துடன் பிரமாதமாய் விளம்பரம் செய்து கொண்டு வரும்; ஊரில் நிமிரமுடியாதபடி தலையில் ஓங்கிக் குட்டும். சேர்ந்தாற்போல் சில ஆண்டுகள் நான் நிம்மதியாக இருந்ததாய்க் கூற முடியுமா?...

மனிதனைப் புழுவாய் நெளியவும் துடிக்கவும் வைக்க வறுமை ஒன்றுபோதாதா? அது போதாது என்று புலன்களையும் மனத்தையும் குழப்பும் இந்த மர்மமான தாக்குதல். அண்டை வீட்டிலோ, எதிர் வீட்டிலோ, இவ்வூரிலோ, வெளியூரிலே வேறு யாரும் அறியாத, அனுபவிக்காத கொடுமை. துன்பத்திற்கு இப்படி ஒரு *DIMENSION* இருக்கிறது என்று எத்தனை பேருக்குத் தெரியும்? உள்ளுக்குள் சித்தப்பிரமை வைத்துக்கொண்டு, புத்தி சுவாதினம் உள்ளவன்போல் வாழ்க்கைப் பொறுப்புகளை நிர்வாகம் செய்ய வேண்டிய நிலைமை இருக்கிறதே...

நான் அப்போதே சுருக்கிட்டுக் கொண்டிருந்தால், சிலநிமிடக் கஷ்டம். இந்த ஆயுள் காலச் சித்திரவதையிலிருந்து தப்பி இருக்கலாம். இப்போதும் என்ன? எதற்காக நான் உடம்பெல்லாம் அலகுகள் குத்திக்கொண்டு தேர் இழுக்க வேண்டும்? படுவது போதாது என்று என்னைக் கடவுளாய்க் கும்பிடும் என் அருமை மகளும் படுத்துவிட்டாள். மனைவியின் இரண்டு முழுக்கருக்களை உண்டு கொண்டாடும் கொடிய சக்தி என் மகளையும் தின்று விடுமா? எனக்கு முந்தி என் குழந்தை போவதா? நான்தான் சாக வேண்டும், செத்து ஒழிய வேண்டும்...

இந்தக் கருத்துகள் குரல் ஒலியாக முன்னிலையிலோ, படர்க்கையிலோ – வந்தவை அல்ல. தான் நினைக்கும் தன் நினைவுகள் போல் – தன்மையில் – எண்ண ஒலிகளாய் அடுக்கடுக்காய் வந்த வண்ணம் இருந்தன. 'நான் சாகவேண்டும்' என்று மெல்ல நினைத்தான். 'நான் சாகவேண்டும் என்று உரக்க நினைத்தான்.' சாகவேண்டும் என்று மனமே கூக்குரல் இட்டது; அந்தக் கூக்குரலுக்குக் கட்டுப்பட்டுப் புலன்கள் யாவும் சாவை விழைந்தன ...

இந்த மரண வேட்கையை ஒரு பிரமையாக அவன் நினைக்க வில்லை. தன் வாழ்க்கைச் சிக்கலுக்கு இதுவே நேர்த்தீர்வு என்று எண்ணினான். இந்த மரண வேட்கை தன்னை மயானத்தில் நிறுத்தி இருப்பதைக் கண்டான்; மயானம்தான் அமைதியின் ஜன்மபூமி; மயானத்தில்தான் வாழ்க்கையின் துன்பங்கள் சாம்பராகின்றன ...

எங்கு பார்த்தாலும் பிணங்கள் எரிகின்றன. காவிரிக் கரையில் சேர்ந்தாற்போல் இத்தனை சடலங்கள் கூட்டம் போட்டதை அவன் பார்த்ததில்லை. ஒவ்வொரு சவத்தையும் சுற்றி ஜனங்கள் கூடி அழுவதும், அரற்றுவதும், தலையிலும் மாரிலும் அடித்துக்கொள்வதும், மூக்கு சீந்துவதும், ஒருவரை ஒருவர் தேற்றிக்கொள்வதும், அரட்டை அடிப்பதும், சிரிப்பதும், சீட்டும் கட்டமும் ஆடுவதும், சுடுகாட்டுத் தோட்டியோடு பேரம் பேசுவதும், கிரியைகள் முடிந்து எப்படா வீட்டுக்குத் திரும்புவது என்று அலுத்துக்கொள்வதுமாக இருந்தனர். அங்கிருந்த எல்லோருமே அவனுக்குத் தெரிந்தவர்களாகவும் பழகினவர்களாகவும் தெரிந்தது ...

'இது உன்னுடைய பிரேதம்.'

மெய்தான். என் உடல் எரிவாயில் நீறு ஆவதை என் கண்களால் பார்க்கிறேன். சுற்றிலும் சற்று தூரத்திலும் காமாட்சியும், கொள்ளி வைத்த பிள்ளைகளும், பெண்களும் அழுகையை முடித்துக் கொண்டு காவிரியில் இறங்குவது தெரிகிறது. முதல்நாள், இரண்டாம் நாள் செலவுகள் எல்லாம் உறவினர்கள் ஏற்க வேண்டும் என்பது சம்பிரதாயம்; ஆகையால், மனையாளும் மக்களும் கவலையின்றி அழலாம். இனிமேல் இது வேண்டும், அது வேண்டும் என்று இவர்கள் என் பிராணனை வாங்க முடியாது என்று எண்ணியபோது எனக்குச் சிரிப்பு வருகிறது.

இது உன் முந்தைய பிறவியின் சடலம்... அதற்கு முந்தின பிறவி ... அதற்கு முந்தி ...

ஒவ்வொரு பிறவியின் பிணமும் ஒன்றன்பின் ஒன்றாய் என் பார்வைக்கு வருகிறது. அவை எல்லாம் என் உடல்களே என்று எனக்கு நன்றாய்த் தெரிகிறது. இத்தனை பிறவிகளா எனக்கு என்று எனக்கு மகிழ்ச்சி உண்டாகவில்லை; இத்தனை சாவுகளா எனக்கு என்று ஒரே மகிழ்ச்சியாக இருக்கிறது. பிறவி பிறவியாகக் கொட்டு, கொட்டு என்று கொட்டிக் கொடுமை செய்த உங்களிடமிருந்து – தூ! உலகத்திடமிருந்து தப்புவதற்குச் சாவு, சாவு, சாவு என்கிற மகாசாதனம் என்னிடம் எப்போதுமே இருக்கிறது.

இது 'நான்' இன் சுடுகாடு, இங்கே எரிவன எல்லாம் என் உடல்கள். வீட்டின் லட்சியம் சுடுகாடு என்று யாருக்குத் தெரியாது? தெரியும்; ஆனால் அதை மறந்துவிடுவதுதான் வாழ்க்கை என்று மூச்சுவிட்டுக் கொண்டிருக்கிறோம்.

'நான்தான் உன் குரு. நீதான் உன் குரு. நீ வேறு, நான் வேறு என்பது பிரமை. வாழ்க்கையின் அவத்தையும் சாவின் சிவத்தையும் உணர்த்தவே நான் உன்னோடு இருக்கிறேன். வேதனைக்கு எத்தனை வடிவங்கள் என்பதைத்தான் ஒவ்வொரு பிறவியிலும் கண்டு கொள்கிறாய், நீ யாரிடம் அதிக அன்பு கொள்கிறாயோ அவர்களால்தான் உனக்கு அதிக வேதனை! யாருடைய பிணம் வருகிறது பார் . . .'

இந்தச் சொற்கள் சத்தமிடவில்லை. மனத்தில் தனக்குத் தானே அறிவுறுத்திக் கொள்ளும் நினைவுகள் போலவும் நினைவு களாகவும் வந்து கொண்டிருந்தன. இந்த நினைவுகளால் இழுத்துச் செல்லப்படுகிறவனாய், தனது சொந்தச் சுடுகாட்டில் தான் நடமாடுகிற பிரமையில் அவன் மெள்ள நடந்தான்.

யாருடைய பிணம் இங்கே வருகிறது பார் என்று நினைக்க வைக்கப்பட்டவன் கவனித்துப் பார்த்தான். பார்த்தவன் பிரமித்தான். பிரமித்தவனை மேலும் ஒரு பிரமை கவ்விக் கொண்டது.

வீட்டில் காய்ச்சலாய்ப் படுத்திருந்த அவனுடைய புதல்வி சாவித்திரி நாலுபேரை வாகனமாக்கிக் கொண்டு, பச்சைத் தென்னை ஓலைப்பல்லக்கில் காற்று அற்ற வெற்றுடலாய் இங்கே வந்து கொண்டிருக்கிறாள்.

எல்லோரும் இங்கே வர வேண்டியவர்களே. ஆனால். அதிலும் ஒரு கிரமம் வேண்டாமா? அவனை முந்திக்கொண்டு அவள் ஏன் வரவேண்டும்? டாக்டரை அழைத்துவருவதற்குள் அவர் வந்து உயிர் தருவதற்குள், பெற்றவனும் பெற்றவளும் உயிரோடு இருக்கையில் பிறந்தவள் போக என்ன அவசரம்? இது என்ன அக்கிரமம்!

காதுகள்

அவனுக்கு அழுகைவந்தது.

அழுகை பந்துபோல் நெஞ்சில் எகிறிவந்தது; தொண்டையை அடைத்தது. கண்கள் வேர்த்தன.

ஒரு பிரமையோடு மற்றொரு பிரமை சண்டையிடத் தொடங்கியது. அவை நாய்கள்போல் கடித்துக் கொண்டன. அவனைப் பீடித்திருந்த பிரமையைப் பெற்றபாசம் என்ற பிரமை கடித்துக் குதறியது.

எங்கே போகிறோம் என்ற குறியை மறந்து, எங்கேயோ இருப்பதாக எண்ணிக்கொண்ட அவன் கால்களால் நடத்தப்பட்டுத் தன் தெருக்கோடியைத் தாண்டி கிழக்கு – மேற்குக் கடலங்குடித் தெருக்கள் கூடும் நாற்சந்திக்கு வந்து சேர்ந்திருந்தான். அங்குள்ள நீரற்ற கிணற்றருகில் நின்றவன், தூக்கம் கலைவது போன்ற கலக்கத்தோடு சுற்றிலும் பார்த்து விழித்தான். எதிரில் நிற்கும் மகளிடம் பேசுவது போல், 'சாவித்திரி, நீ செத்துவிட்டாயா?' என்று மிகத் தீனமாய் வாய்விட்டுக் கேட்டவன் விசும்பினான்.

'நடுத்தெருவில் நல்ல வெயிலில் என்ன யோசனை, சாக்ரடீஸ் போல்?'

நண்பன் ஒருவன் போகிற போக்கில் கேட்டுவிட்டு 'ஒன்றுமில்லை' என்று அவன் சொன்ன பதிலையும் காதில் வாங்காமல் சென்றுவிட்டான்.

வீட்டுக்குத் திரும்ப வேண்டும் என்று கால்களை அவன் திருப்பிய நொடியில், பாசம் பிரமையைக் கீழே தள்ளி அமுக்கிக்கொண்டது. அதே நொடி, 'பாவம், பொண்டாட்டி போயிட்டா: ஆஸ்பத்திரிகாரங்க இப்பத்தான் சொல்லிவிட்டுப் போறாங்க' என்று குறும்பாக அலையவைத்த குரல் ஒலி நினைவுக்கு வந்தது. அதே நொடி, டாக்டரை அழைத்து வருவதற்காக வீட்டிலிருந்து புறப்பட்டதும் எதிர்த் திசையில் சென்று பெருமாள் கோயிலில் முறையிட எண்ணியதும், அப்படியும் செய்யாமல் அங்கிருந்து அர்த்தம் இழந்து நடந்து கொண்டிருப்பதும் நன்றாய் ஞாபகம் வந்தது.

சாகாத மனைவியைச் செத்துவிட்டதாய் ஏமாற்றிய சொற்களே சாகாத மகளைச் செத்துவிட்டதாய்க் காட்டுகிற எண்ணங்களாக வருகின்றன. இது புதிய வேஷம்; அஞ்ச வேண்டிய வேஷம். ஒலியாகக் காதுகளால் கேட்பதைவிட எண்ணங்களாக மனத்தில் ஏற்பது அபாயகரமானது. பிரமை புகட்டும் எண்ணங்களை நான் என் எண்ணங்களாக ஏற்றுக்கொண்டு விட்டால், எனக்கு முழுசாகப் பைத்தியம் பிடித்துவிட்டது என்றுதானே அர்த்தம்? வேலாயுதனை ஆசிரியராக ஏற்றுள்ள என்னைக் காளிசக்தி பித்துக்குளி ஆக்கிவிட முடியுமா?

நான் இன்னும் ஜாக்கிரதையாக இருக்க வேண்டும். பெண்ணுக்கு ஜுரம் கடுமையாக இருக்கிறது என்பதற்காக நான் டாக்டரை அழைத்துவரப் புறப்பட்டேன். டாக்டரோடுதான் நான் வீட்டுக்குத் திரும்ப வேண்டும் – என்று உறுதி செய்து கொண்டு அவன் கால்களை ஆஸ்பத்திரிப் பக்கம் திருப்பினான்.

அப்போது, 'நான்தான் உன்குரு, நீதான் என்குரு' என்று மாயாசக்தி சொல் ஜாலம் செய்தது நினைவுக்கு வந்தது. 'பரமேசுவரன் நாராயணன் போன்ற தெய்வகுருமார்களால் மகாகுரு என்று போற்றப்பட்ட முருகப்பெருமானைக் குருதேவராக வழிபடும் எனக்கு, தான் குரு என்று கூறிக்கொள்ள என்ன ஆணவம் அவளுக்கு!'

என் மனைவி போகவில்லை – போகமாட்டாள். என் மகள் போகவில்லை – எனக்கு முன்னால் கட்டாயம் போகமாட்டாள். போகிற உயிரை யாரும் கட்டிப்பிடித்து நிறுத்திட முடியாது. அவசரமும், ஆத்திரமும் உயிரைக் காத்திடுமா? ஆஸ்பத்திரிக்குப் போகும் வழியில்தானே நாகேசுவரர் ஆலயம் இருக்கிறது? ஆலயத்துள் சென்று, குருநாதனின் திருவடியைத் தரிசனம் செய்து, ஐயா, நீங்கள் மிகவும் கொடியவர் என்று அவரிடம் நிர்த்தாட்சண்யமாய்க் கூறிவிட்டு – அப்புறம் ஆஸ்பத்திரிக்குப் போகிறேன் ... என்று தனக்குத்தானே பழுது பார்த்துச் செம்மைப்படுத்திக்கொண்டான்.

'என்னாய்யா இது, மாலிக்கு இருந்தாற் போலிருந்து இவ்வளவு கோபம் வந்துவிட்டது.?'

'பைத்தியத்துக்கு, தான் பைத்தியம் என்று எப்படித் தெரியும்? தெளிகிறது என்று நினைத்தேன்; ஒரேயடியாக முற்றுகிறது.'

'ஆளைப்பார்த்தால் பைத்தியமாகத் தெரியவில்லையே ...'

'பைத்தியத்தில் பல ஜாதிகள் இருக்கின்றன. இது மேல் ஜாதி. ஆள் ஆடம்பரமாக இருப்பான். ஒரு சின்னக்கஷ்டம் வந்தால் போதும்; சாமி, பேய் பிசாசு, ஆறு, குளம், குட்டை என்று தேடிக் கும்பிடுவான். கும்பிடு போடுவதற்கு ஆறு ஜோடிக் கை வேண்டும் என்பான் ...'

'பைத்தியத்திலே என்ன மேல் ஜாதி, கீழ் ஜாதி?'

'அது உபசாரத்துக்காகச் செய்த பாகப்பிரிவினை. பைத்தியக்காரன் ஜாதி சமய பேதங்கள் கடந்தவன். நாடு, உலகம் என்கிற குறுகிய மனப்பான்மை இல்லாதவன்.'

'இந்த உயர்நிலையில் மாலி இருக்கிறதாகச் சொல்லுகிறாயா?'

'அந்த உயர்நிலைக்குப் போய்க்கொண்டு இருக்கிறான் என்கிறேன்.'

மகாலிங்கம் உரையாடலைக் கேட்டும் கேளாதவனாக நடந்தான். மனசில் முருக நாமத்தைச் செலுத்தினான். நடையில் இருந்த பரபரப்புக் குறைந்தது. தடுமாற்றமும் குறைந்தது. நிதானமாக நடந்து தெற்கு வாசல் வழியாக நாகேசுவரர் கோவிலுக்குள் நுழைந்தான்.

❍

முற்பகலில், சுடுகிற வெயிலில், கோவிலுக்கு போய்க் கும்பிட வேண்டும் என்று யாருக்குத் தோன்றும்? ஆகையால், நிசப்தம் அணிந்துகொண்டு ஆலயம் ஆனந்தமாக இருந்தது. இக்கோயிலுக்கும் அவனுக்கும் பல வருடப் பழக்கம். கடவுளை மறுத்த காலத்தில் அவன் பொழுதுபோக்குக்கு நாடிய இடம் இதுதான்; பிறகு நம்புகிறவனாய் மாலை தவறாமல் வலம் வந்ததும் இக்கோயிலில்தான்.

ஜீவமரணப் போராட்டம் என்று அலறுகிற போஸ்டர் பரபரப்பை நன்கு உதறிவிட்டுத் தன் வழக்கப்படி ஆலய தரிசனம் செய்யலானான். முறைப்படி, பிள்ளையாருக்கு முன்னால் தோப்புக்கரணம் போட்டுக் குட்டிக்கொண்டு வணங்கிவிட்டு, ஆறெழுத்தை ஜபித்தவாறு பெரிய பிரகாரத்தை வலம் வந்தான். கொடிக்கம்பத்தைச் சுற்றி, நந்தியின் வாலைத் தொட்டு, படைவெட்டி மாரியம்மனையும் பிரளய காலருத்திரரையும் தரிசித்தபிறகு முருகப்பெருமான் சந்நிதியை அடைந்தான்.

நேருக்குநேர் குருவின் திருமுன் நின்றதும், நான் இங்கே எப்படி வந்து சேர்ந்தேன் என்று அவனுக்கு மலைப்பாக இருந்தது. ஒரு பிரமை மற்றொரு பிரமையைத் தள்ளிக்கொண்டு வந்துவிட்டது என்று அவனே பதில் சொல்லிக்கொண்டான். வள்ளியும் தேவயானையும் இரு மருங்கில் மென்மையாகத் துணை நிற்க, அண்டியவருக்கு அபயம் அளிக்கக் காத்திருக்கும் நிலையில் உள்ள கரமும், என்னைச் சரணடையுங்கள் என்று சுட்டுகிற கரமும் தவிர மற்ற கரங்களில் ஆயுதங்கள் ஏந்தி, ஆஜானுபாகுவாக நிற்கும் தேவ சேனாதிபதியைத் திருவடிமுதல் திருமுகம்வரை நோக்கும் போது, தன்னுடைய உடல் அங்கே நிற்க முடியாமல் வழுக்குப்பாறையில் நிற்பதுபோல் நிலைகுலைவதைக் கண்டான். கால்களை அழுத்தமாய் ஊன்றித்தான் ஸ்திரமாக நிற்க முடிந்தது. அவனை ஆக்கிரமித்திருந்த சொற்கள் கூட்டமாக ஓடிவிட முயன்று, ஒன்றை ஒன்று தள்ளிக்கொண்டு, ஒன்றோடு ஒன்று மோதிக்கொண்டு, ஒன்றின்மேல் ஒன்று விழுந்து, உருக்குலைந்து 'ஹோ' என்று பெரிய சத்தமாக இரைந்தாலும், வலுக்குன்றி விலகி, தொலைவில் கேட்கும் அலையோசை போல், பின்னணியாக மறைந்து நிற்பதாய் அவனுக்குத் தோன்றியது.

அவரோடு பேச வேண்டும் என்ற விழைவு மிகுந்தது. 'சுவாமி, சரவணபவா, குருநாதா, முருகா' என்னும்போதே அவனுடைய குரல் தழுதழுத்தது. கண்கள் நிறைந்தன. சிறு குழந்தையென விம்மினான்.

சற்று ஆற்றி நிதானித்துக்கொண்டான்; அவனுக்கு அவர்மீது மிகவும் கோபம் வந்தது. கோபத்தால், சற்றுநேரம் வாயிலிருந்து வார்த்தைகள் வெளிவரவில்லை.

'குருசாமி, மாணவனை வலிவும் வனப்பும் உள்ளவனாக்குவதுதானே ஆசிரியரின் வேலை? நீங்கள் எனக்கு என்ன செய்திருக்கிறீர்கள்? என்ன கொடுத்திருக்கிறீர்கள்? செல்வத்தைக் கவர்ந்துகொண்டு வறுமையை அள்ளிக் கொடுத்தீர்கள்; அதை நான் மன்னிப்பேன். அவலட்சணமான குடும்பவாழ்க்கையை வழங்கினீர்கள்; அதை நான் மன்னிப்பேன். என் கல்வி அறிவையும் கேள்வி அறிவையும் பறித்துக்கொண்டு அறியாமை நிறைந்தவன் ஆக்கினீர்கள்; அதையும் நான் மன்னிப்பேன். ஆனால், உங்களை நினைக்கிற புத்தியையும் குழப்பிப் பூரிக்கிறீர்களே, இதை நான் மன்னிக்க முடியாது' என்று வாய்விட்டு உரைக்கும்போது கண்ணீர் மணிமணியாகக் கீழே சிந்திக்கொண்டு இருந்தது.

அவன் நிறுத்தவில்லை; தேம்பியவாறு தொடர்ந்தான். 'வாத்தியார் ஐயா, வேலாயுதம் வேண்டும் என்று கேட்டீர்கள். உங்கள் கையில் வேல் கொடுத்தேன், எனக்கு ஆயுதபலம் தேவைப்படுகிற இந்நேரத்தில் நீங்கள் என்ன செய்கிறீர்கள்? ஆயுதங்களை எல்லாம் உங்கள் கைகளிலேயே பத்திரமாக வைத்துக் கொண்டுவிட்டீர்கள். ஏதாவது ஓர் ஆயுதத்தை எனக்காகப் பயன்படுத்த வேண்டும் என்றோ, என் கையில் ஓர் ஆயுதம் தர வேண்டும் என்றோ உங்களுக்குத் தோன்றவில்லை; இல்லையா? ஆயுதம் தருவது இருக்கட்டும்; என்னைக் காக்கவேண்டும் என்ற எண்ணமாவது உங்களுடைய திருவுள்ளத்தில் எழுந்தது உண்டா? வலிவும் வனப்பும் அற்ற வெறும் வெற்றன் ஆக்கி அந்தக் கொடியவளோடு சண்டையிட அனுப்பினீர்களே, உங்கள் கொடிய மனத்தை நான் மன்னிக்கவே மாட்டேன்.'

சில ஆண்டுகளுக்குமுன் இக்கோயில் சிப்பந்திகள் முருகப் பெருமானுக்குப் புதிய வேலாயுதம் செய்துதரும்படி கேட்டார்கள்; அவன் செய்து கொடுத்தான்; அதைத்தான் 'கையில் வேல் கொடுத்தேன்' என்று குறிப்பிட்டான்.

ஆசிரியரிடம் மாணவன் பேசத்தகாத முறையில் பேசுகிறோமோ என்று அவனுக்குத் தோன்றியது; எனினும் அவன் சினம் தணியவில்லை.

‘நான் மட்டுமீறிப் பேசுவதாய் நீங்கள் குற்றம்சாட்ட முடியாது. பிழையறப் பேசும் பழக்கம் உள்ள என்னைப் பிழையுறப் பேசும்படி குறைப்படுத்தியவர் நீங்கள்தானே? பிழைகளைத் திருத்துவது ஆசிரியப் பணி. ஆனால், நீங்களோ என் திருத்தத்தை எல்லாம் பிழை ஆக்கி விட்டீர்கள்!’

கேட்க வேண்டியதைக் கேட்க வேண்டிய விதத்தில் கேட்டாகிவிட்டதுபோல் அவனுக்குத் திருப்தி உண்டாயிற்று. ‘வாத்தியார் தலையைப்பார்த்து எறிந்த கல் குறி தவறவில்லை’ என்று மகிழும் இக்காலத்து மாணவன்தானே அவன்? முத்தமிழால் மட்டும் அல்ல வேறு எந்த மொழியால் வைதாலும் வாழவைப்பவர் என் ஆசிரியர் என்று எண்ணியபோது அவனுக்குச் சிரிப்பு வந்தது.

சந்நிதியில் அமர்ந்து கொண்டான். மனத்துக்குள் கந்தர் அநுபூதியை உரக்கப் பாடலானான்.

‘நெஞ்சக்கனகல்லு நெகிழ்ந்துருக’ – ஆமாம், உங்களுடைய நெஞ்சம் கனமான கல்தான். அந்தக்கல் நெகிழ்ந்து உருகும்படி நான் துன்பப்பட வேண்டும். பிறகு நீங்கள் தஞ்சம் அருள வருவீர்கள் இல்லையா சார்? என்று கமென்ட் செய்த வண்ணம் பாடத் தொடங்கினான்.

மகமாயை களைந்திட வல்ல பிரான்
முகமாறும் மொழிந்தம் ஒழிந்திலனே
அகமாடை மடந்தையர் என்றயரும்
ஜகமாயையுள் நின்று தியங்குவதே –

என்னும் பாடலைப் பாடும்போது அவனுக்கு ஒரு பொருள் தோன்றியது.

அருணகிரிநாதரும் அவனைப்போல் மகமாயையால் தாக்குண்டவராக இருக்கலாம். உடலையும் மனத்தையும் புத்தியையும் ஆக்கிரமித்து அவற்றோடு இணைந்து இசைந்துவிடும் மகாமாயையைக் களைந்து வெளியேற்ற வல்லது தெய்வசக்தி மட்டுமே என்பதை அவர் அநுபூதி வாக்காய்ச் சொல்கிறார் போலும்.

‘இந்தப் பாடல்தான் உனக்கு அனுபவம் ஆகிறது?’

மகாலிங்கம் தெளிவான குரல் ஒலி கேட்டு நிமிர்ந்து பார்த்தான். பேராசிரியர் பேசிய சொற்களா அவை? தொடர்ந்து அவர் லெக்சர் செய்வாரோ என்று தயங்கினான். ஆனால், கல்லாய் நின்ற பெருமாள் வாய்திறக்கவில்லை. ‘ஆயிரம் குரல்கள் கேட்டாயிற்று; பிரமையில் ஆயிரம் முருகன்களைப் பார்த்தாயிற்று; பிரமைக்குரல் ஒலிகளில் இது மற்றொன்று’ என்று எண்ணியவனாய்த் தொடர்ந்து பாடினான்...

செம்மான் மகளைத் திருடும் திருடன்
பெம்மான் முருகன் பிறவான் இறவான்
சும்மா இரு சொல் அற என்றாலுமே
அம்மா பொருள் ஒன்றும் அறிந்திலனே –

'சும்மா இரு!' என்று சொன்னால் போதாதா? 'சொல் அற' என்று பெரியவர் ஏன் சேர்த்தார்? அவனைப்போல் அருணகிரி சுவாமியும் மகாமாயையின் சொல்லடி வாங்கி இருப்பாரோ? சொல்லாய் வந்த அல்லலை நீக்கினால்தானே சும்மா இருக்க முடியும்? 'சும்மா இரு' என்று குருநாதர் உரைத்தால், அருணகிரி சும்மா இருக்கலாம்; அவரோடு இசைந்திருந்த மகாமாயை ஏதாவது சொல்லிக்கொண்டு இருக்கும் அதனால்தான் பேராசிரியர் சொல்லை அற்றுப்போகச் செய்து 'சும்மா இரு!' என்கிறார் போலும்...

வினையோட விடும் கதிர்வேல் மறவேன்
மனையோடு தியங்கி மயங்கிடவோ...

பாடலுக்கு இடையிலேயே ஒரு குரல் குறுக்கிட்டது.

'நீ என் கையில் வேல் கொடுத்தாய் அல்லவா? நான் உன் கையில் வேல் தரப்போகிறேன்?'

மகாலிங்கம் குருநாதரின் திருவுருவத்தை நோக்கினான். நாடாளு நாயகர் ராஜகம்பீரத்துடன் நின்றாரே அன்றி திருவாய் திறக்கவில்லை. 'என் கையில் வேல் தரப்போகிறாராமே! குருநாதர் சந்நிதியிலுமா ஏமாற்றுக்குரல் ஒலிகள்?' என்று பெருமூச்சு விட்டான்.

உருவாய் அருவாய் உளதாய் இலதாய்
மருவாய் மலராய் மணியாய் ஒளியாய்
கருவாய் உயிராய்க் கதியாய் விதியாய்க்
குருவாய் வருவாய் அருள்வாய்க் குகனே...

ஐம்பத்தொரு பாடல்களையும் முடித்தபின் சாஷ்டாங்கமாய் நமஸ்கரித்தான்.

'இந்த ஐம்பத்தொரு பாடல்களே ஒரிஜினல் அநுபூதி. அநுபூதியைச் சொல்லிக்கொண்டிருப்பதைத் தவிர நீ இப்போது வேறு ஒரு சாதனையும் செய்ய வேண்டியதில்லை. உனக்குத் தேவைப்படும்போது தேவையானதை நான் உடனிருந்து செய்கிறேன்!' என்று கம்பீரமான குரல் ஒலி எழுந்தது.

வணங்கிவிட்டு எழுந்தான். இந்தச் சொற்களை நம்பலாம் என்று தோன்றியது. ஏராளமாக நம்பி ஏராளமாக ஏமாந்தாயிற்று; நடப்பது நடக்கட்டும் என்று மனசில் சொல்லிக்கொண்டாலும், நட்ட கல் மறுபடியும் பேசுமோ என்று சற்றுத் தயங்கி நின்றான்.

சொற்களின் திரட்சி தூரத்து அலையோசை எனக் கேட்டதைத் தவிர வேறு ஒன்றும் கேட்கவில்லை.

பேராசிரியருக்குப் பக்கத்திலேயே இருக்க மனம் விழைந்தது. கடமை நினைவு வந்ததும், 'ஐயா, உங்கள் சித்தப்படி செய்யுங்கள்!' என்று தெரிவித்துவிட்டு சந்நிதியிலிருந்து இறங்கினான்.

கிரமப்படி துர்க்கை, சண்டேசுவரர், நாகேசுவரர், நவக்கிரகங்கள், சிவகாமி—நடராஜர், பெரியநாயகி—எல்லாரையும் நிறைவாகத் தரிசனம் செய்து கொண்டு வெளியே வந்தான். உள்ளுக்குள் கந்தரநுபூதியை உருட்டிய வண்ணம் மேடைமீது கொஞ்சநேரம் அமர்ந்திருந்தான்.

சந்நிதியில் இருந்தவரை கடல் முழக்கம்போல் தூரத்து இரைச்சலாய் ஒதுங்கி இருந்த சொற்கள் இப்போது அறிவோடும் தெளிவோடும் நாச வேலையைத் தொடங்கின. 'வீட்டில் மகள் செத்துக்கிடக்கிறாள். கோவிலும் பாராயணமும் என்ன வேண்டி இருக்கு! இந்த அடாமிக் ஏஜிலே இப்படி ஒரு மடையன்!'

'மகாலிங்கம் எந்தப் புத்தகம் வேண்டுமானாலும் படிக்கட்டும்; மறக்கத்தானே படிக்கிறான்? ஆனால், இவன் கந்தரநுபூதியைக் கட்டிக்கொண்டு அழுவதைப்பார்த்தால் எனக்கு வருத்தமாக இருக்கிறது. இலக்கணப்பிழைகள் நிறைவாக உள்ள ஒரு நூல் அது; என் சிற்றறிவுக்கு இதுவரை இருபத்தாறு பிழைகள் புலப்பட்டுள்ளன. மேலும் ஆய்வு செய்து ...'

'அது சரி அய்யா, இலக்கணம் தெரிந்தவனுக்குத்தானே பிழைகள் பற்றிக் கவலை? இவனுக்கு இலக்கணம் தெரியாதே.'

'காலம் நிரம்பவும் கெட்டுப் போய்விட்டது. நாம் செய்ய வேண்டிய பணிகள் பல உள. நாம் ஒரு மாநாடு கூட்டுவோம். இலக்கணம் தெரியாதவர்கள் எழுதக்கூடாது என்று ஒரு தீர்மானம் போடுவோம்.'

'போடுவோம்; நம் தலையில் கல்லைப் போடுவார்கள்!' ...

சொற்களின்பால் செல்லும் கவனத்தைத் திருப்ப முடியவில்லை. கந்தரநுபூதியில் மனத்தை ஊன்றப் பழக்கப்படுத்திக் கொள்ள வேண்டும் என்று எண்ணியவாறு ஆலயத்திலிருந்து வெளியே வந்தான். டாக்டரோடு வீட்டுக்குத் திரும்பவேண்டும் என்று குறிக்கோளை ஊர்ஜிதம் செய்து கொண்டான். கோயிலில் இருந்து எம்.கே.எஸ். ஆஸ்பத்திரி சமீபம்தான்.

'குருநாதரிடம் மிகவும் கோபமாய்ப் பேசிவிட்டேன். இப்படிப் பேசாவிட்டால் இந்தக் காலத்தில் ஆசிரியர்கள் ஒழுங்காக நடந்துகொள்ளமாட்டார்கள்' என்று சிரித்தவாறு

தாம்பூலத்தாலும் புகையிலையாலும் வாயை நிரப்பிக்கொண்டான். வெயில் வெகு உக்கிரமாக இருப்பதையும், தன் சட்டையும் பனியனும் வேர்வையில் நன்றாக நனைந்திருப்பதையும் இப்போதுதான் கவனித்தான்.

'பொணம், பொணம், நகருங்க, வழி விடுங்கோ!' என்று சொற்கள் கூக்குரல் இட்டன.

'பாவம், இப்படி அல்பாயுசிலே போயிருக்க வேணாம், நல்ல பொண்ணு!'

பாடைக்குப் பின்னால், 'என்னை விட்டுவிட்டு எங்கேடீ புறப்பட்டாய் மகளே, என் மகளே, என் அருமை மகளே!' என்று தலையிலும் மாரிலும் அடித்துக்கொண்டு அழுகிற தாயார்க்காரியை நாலு பெண்கள் கைத்தாங்கலாய் நடத்திச் செல்லும் காட்சியைச் சிலசொற்கள் சித்தரித்தன.

'கோவிந்தா! கோவிந்தா!' என்று கூவிப் பூக்கள் சொரிந்தன சில சொற்கள்.

'பாவமா இருக்கு. மாலியோட பொண்ணு, கலியாணத்துக்கு நிற்கிற பொண்ணு திடீர்னு நாலு நாள் படுத்துப் போயிட்டாடீ, வீட்டிலே ரொம்பக் கஷ்டம்; மூட்டைப்பூச்சி மருந்து சாப்பிட்டுச் செத்துட்டதா பேசிக்கிறாங்க' என்று சில சொற்கள் அரட்டை அடித்தன.

போனாளே மகராஜி போனாளே
கண்ணான மகராஜி போனாளே
போனாளே மகராஜி போனாளே
முத்தான மகராஜி போனாளே

என்று இரட்டைக்குரல்கள் ஒப்பாரி பாடின.

'பாட்டு அருமை, எல்லாரும் கைதட்டுங்க!'

படபடவென்று ஒரு பெரிய கூட்டம் கைதட்டும் பேரொலி அவனைச் சூழ்ந்தது . . .

உறுதியாகக் கந்தரநுபூதியைச் சொல்லிக்கொண்டு இருந்தாலும், சொற்கள் அவனுடைய கவனத்தை அடிக்கடி குலைத்தன. நாலைந்து பாடல்கள் பாடுவதற்குள் கவனம் கலையும்; மனம் சத்தத்துக்குப் பின்னால் சென்றுவிடும்; அதை இழுத்து நிலைக்குக் கொண்டு வருவான்; எந்தப்பாட்டில் நிறுத்தினோம் என்று நினைவு இராது; மறுபடியும் முதல் பாட்டிலிருந்து ஆரம்பம் செய்வான் இவ்வாறு சத்தத்துக்கு எதிராகத் தானும் சத்தம் போடுவது என்று தன்னைத் திடப்படுத்திக்கொண்டபடி அவன் ஆஸ்பத்திரியை அடைந்தான்.

வழக்கம்போல் அங்கே ஒரே கூட்டமாக இருந்தது. எல்லாருமே அவசரப்பட்டார்கள். ஒவ்வொருவராக உள்ளே அனுப்பிக்கொண்டிருந்த கம்பவுண்டர் மகாலிங்கத்துக்குத் தெரிந்தவர். 'அவசரமாக டாக்டரைப் பார்க்க வேண்டும்' என்று அவரிடம் சொல்ல, அவர் அவனை விரைவாக உள்ளே அனுப்பிவைத்தார்.

அவனைப் பார்த்ததும், 'என்ன விஷயம்?' என்றார் டாக்டர்.

'பெண்ணுக்கு ஃபீவர் ரொம்ப கடுமை. அன்கான்ஷஸாக இருக்கிறாள் ... ரொம்ப பயமாக ... நீங்கள் வந்து ...'

'நான் பார்த்தபோது குழந்தை நல்லபடி இருந்தாளே ...'

'நீங்கள் பார்த்தீர்களா? எப்போது?'

'தெர்டீ மினிட்ஸ் இருக்கும். உங்கள் தெருப்பக்கம் போனேன். அப்படியே உங்கள் வீட்டுக்கும் போனேன். இஞ்செக்ஷன் செய்தேன். நீங்கள் என்னைப் பார்க்கப் போனதாய் சொன்னார்கள் ...'

முறுக்கிக்கொண்ட நரம்புகள் தளர்ந்தாற்போல் அவனுக்கு நிம்மதி உண்டாயிற்று. 'குருநாதர் என்னை முந்திக்கொண்டு விட்டார். இந்த என் வாழ்க்கை ஊசிமுனைத் தவம். கீழே விழப்போகிற சமயம் என்னைத் தூக்கிக் காப்பாற்றிவிட்டார் என்று நான் மகிழும்போது மற்றோர் ஊசி முனையில் நிறுத்தி வைத்து மகிழ்வார் என் ஐயா' என்று நினைத்தான்.

'சரி, அடுத்த ஆளுக்கு இடம் விடுங்கள்'

'பெண்ணுக்கு ஆபத்து ...'

'ஒன்றும் இல்லை. *Ordinary fever. She is all right.* வெளியே எத்தனைபேர் காத்திருக்கிறார்கள் பாருங்கள்.'

அதற்குமேல் அங்கே நிற்க முடியாது. இவ்வளவு பொறுமையாக டாக்டர் பேசியதே ஆச்சரியம். வருகிறவர்களின் கண்ணீரைத் துடைத்துக்கொண்டு இருந்தால் அவர் டாக்டராக எப்படி இருக்க முடியும்?'

'Thanks, Doctor' என்றபடி மகிழ்ச்சியோடு அறையிலிருந்து வெளியே வந்தான்.

'சத்தியமா சொல்றேன். நான் பாக்கிறப்போ பொண்ணு செத்துப்போயிருந்தா. இந்த டாக்டர் பெரிய மந்திரவாதி டோய். மை போட்டு உசிரெ குடுத்திட்டாரு!'

'மந்திரவாதின்னா *Black Magician*ஆ *White Magician*ஆ?'

154 எம்.வி. வெங்கட்ராம்

‘போடா, போடா, பொறுக்கித்தின்னி! எதிலியும் ஜாதி பேதம் நிறபேதம் பாக்கிறதுதான் ஓம்பொழப்பு.’

சொற்களின் அட்டகாசத்தைப் பொருள்படுத்தாமல், அகமுகக்குரலில் அநுபூதியைப் பாடியபடி மகாலிங்கம் மெதுவாகவே நடந்தான்.

❍

இவனுடைய இந்த உறுதி எனக்குத் திருப்தி அளிக்கிறது. கந்தரநுபூதியைப் பாடத் தொடங்கியதும் போராட்டம் முடிந்துவிட்டது என்றோ, புலன்களும் மனமும் இவனுக்கு வசப்பட்டு விட்டன என்றோ நான் சொல்லவில்லை. இதற்கு முன்னரும் இவன் அநுபூதியைப் பாராயணம் செய்தவன்தானே?

சத்தத்தை ஒடுக்க அதைவிடப் பெரிய சத்தம் போட வேண்டும். கொல்லவரும் சொல்லை அதைவிட வலிய சொல்லால் அடித்துக் கொல்லவேண்டும். ஸ்தூலத்தைவிடச் சூக்ஷமம் சக்தி வாய்ந்தது; தாமஸத்தை வெல்ல சத்துவமே சிறந்த ஆயுதம். ஒரு *HALLUCINATION*ஐ மாய்க்க அதைவிடப் பெரிய *HALLUCINATION* தேவை. மாயை என்னும் தோற்றத்தைக் கடக்க அதைவிடப் பெரிய தோற்றம் தேவை – என்ற தெளிவு இவனுக்கு இப்போது உண்டாகியுள்ளது.

பொய்யும் செயற்கையுமான தாமஸ உணர்ச்சிகளை மெய்யாகவும் இயற்கையாகவும் ஏற்கும் மெய்; தன்னிச்சையாகப் பேசும் வாய்; விபரீதக் காமக் களேபரக் காட்சிகளை காணும் விழிகள் இல்லாத நாற்றத்தையும் வாசத்தையும் நுகரும் நாசி; எந்நேரமும் சந்தைச் சந்தடி செய்யும் காது; ஐம்புலன் களாலும் குழப்பப்பட்டு மருளும் மனம் – இவற்றோடு இவன் புத்தியால் போராடுகிறான்; அதாவது இவன் தன்னோடு போராடிக்கொண்டு இருக்கிறான். பிரபஞ்சத்தின் பேராசிரியரே உடனிருந்து இவனுக்குப் போர்முறைகளைக் கற்பித்துக்கொண்டு இருக்கையில் வெற்றி யாருக்கு என்ற கேள்விக்கு இடம் ஏது?

❍

இவன் என் ஆழ்நிலை ஆராய்ச்சிக்கு ஏற்ற அருமையான பாத்திரம்.

இவன் என்னை நான் என்பான்; நான் இவனை நான் என்பேன்.

சோதனைகள் செய்வதற்கு என்னைவிட நல்ல பாத்திரம் எனக்குக் கிடைக்குமா என்ன?

பின்னிணைப்பு

ஏற்புரை

ஒரு நீண்ட யாத்திரைதான். ஆயினும் எனக்குச் சோர்வோ விரக்தியோ ஏற்படவில்லை. அரை நூற்றாண்டுக்கும் மேலாக, சரியாகச் சொன்னால் 57 ஆண்டுகளாய் என் இலக்கியப் பிரயாணம் நிகழ்கிறது. படைப்பாளிக்கு மரபு ஏது? கைகள் எழுத மறுக்கின்றன, சில ஆண்டுகளாய். எனினும், சிருஷ்டி வேட்கை என்னுள் தகித்துக்கொண்டு இருக்கிறது. போன வருடம்கூட என் புத்தகம் ஒன்று வெளிவந்தது.

வாசகர்களையும் விமரிசகர்களையும் பற்றிச் சிறிதும் கவலைப்படாத இலக்கியப் படைப்பாளி நான். என்னைப் புரிந்துகொண்டு, நான் எங்கு இருக்கிறேன் என்பதைக் கண்டுபிடித்து, என் படைப்புகளைச் சுவைத்துப் போற்றுகிற ரசிகர்களை நான் போற்றுகிறேன். ஒரு லட்சம் பேர் கை தட்டியதால் என் இலக்கியப்பணி வளரவில்லை. ஒரு சில ரசிகர்களால் என் படைப்பாற்றல் வலுப் பெறுகிறது.

வாழ்க்கையை, என்னை வாழவைக்கிற இந்தச் சமுதாயத்தை இங்குள்ள உயிரினங்களையும் உயிரற்ற சடப் பொருள்களையும் நான் நேசிக்கிறேன். இந்த மண்ணுக்கு, இந்தச் சுழலுக்கு, சூழலுக்கு, இந்த இன்பதுன்பத்துக்கு என்னை அனுப்பிவைத்தது யார் அல்லது எது என்று கண்டுபிடிக்க நான் ஓயாமல் செய்யும் முயற்சிதான் என்னுடைய இலக்கியப் படைப்பு. அதாவது, என்னைத் தேடிக் கண்டு பிடிக்கவே நான் எழுதுகிறேன்.

மனித சமுதாயம் குற்றம் குறைகள் நிரம்பிய தாகத்தான் இருக்கும். அதைக் கண்டு எந்தக்

கலைஞனுக்கும் ஆற்றாமையும் ஆத்திரமும் உண்டாவது இயற்கை. சமுதாயத்தைக் கண்டிக்கவும் கேலி செய்யவும் இலக்கியப் படைப்பாளி முனைகிறான். சமுதாயத்தைத் திருத்தவும் புரட்சி செய்யவும் தன் எழுத்தாற்றலையும் படைப்புத் திறனையும் பயன்படுத்துகிறான்.

சொல்லுக்குள்ள வசிய சக்தி மகத்தானது. படைப்பாளியின் சொல் முதலில் அவனையே தன்வசப்படுத்திக் கொள்கிறது. பிறகு மக்களைக் கவருகிறது. அவனுடைய சொல்லினால், சொல் வெளியிடுகிற கருத்தினால் மக்கள் மயங்குகிறார்கள். அவனுடைய கருத்தைப் பின்பற்றி அநீதியற்ற சமூகத்தை நிறுவவும் முற்படுகிறார்கள்.

ஆனால், ஒரு நோயைக் குணப்படுத்தும் அரிய மருந்து மற்றொரு நோய்க்கு வித்திடுவதுபோல், ஒரு கருத்தினால் உருவாகும் சமூக அமைப்பை மற்றொரு கருத்து குலைக்கிறது. ஒரு கருத்து மற்றொரு கருத்தைக் கொல்லும்போது புதியதொரு கருத்து முளைவிடுகிறது. பகுத்தறிவில் பிறந்த கருத்துக்களை வைத்துக்கொண்டு மனிதன் என்றைக்கும் சண்டையிட்டுக் கொண்டேயிருப்பான். சமூகத்தில் குற்றம் குறைகளுக்கும் பிரச்சினைகளுக்கும் ஒருபோதும் பஞ்சம் இராது. எனவே கலைஞனுக்கு எல்லாக் காலத்திலும் வேலை இருந்துகொண்டே இருக்கும். இந்த அடிப்படைத் தத்துவ அமைதியைக் கண்டவன் தான் முழுமையான இலக்கியக் கர்த்தாவாக இருக்க முடியும்.

இந்த மனித வாழ்க்கையே என் இலக்கியப் படைப்புகளின் ஊற்றுவாய். என் புற, அகவாழ்க்கையே என் இலக்கியமாகப் பரிணமித்தது. நான் பார்த்ததையும் கேட்டதையும் பேசியதையும் சுவைத்ததையும் தொட்டதையும் விட்டதையும் அறிந்ததையும் சிந்தனை செய்ததையும்தான் சுமார் அறுபது வருடங்களாய் எழுதி வருகிறேன். என் படைப்புகள் எல்லாவற்றிலும் நான்தான் நிரம்பி வழிகிறேன்.

ஐம்பது ஆண்டுகளுக்கு முன்னால் 'நித்தியகன்னி' என்றொரு நாவல் எழுதினேன். அக்கதையின் கருவை மகாபாரதத்திலிருந்து எடுத்தேன். 'பெண் விடுதலை' என்னும் பீஜத்தை அதில் நான் வைத்தேன். பலப்பல நூற்றாண்டுகளாய்த் தெரிந்தோ தெரியாமலோ, ஆண் வர்க்கம் பெண்ணுக்கு இழைக்கும் கொடுமையை அதில் நான் விசாரிக்கிறேன். இன்று பெண் விடுதலை பற்றி நிறையப் பேசுகிறோம். எழுதுகிறோம். சட்டங்கள் இயற்றியுள்ளார்கள். ஆண் மனோபாவம் மாற வேண்டும் என்கிறோம்; நியாயம்தான். பெண் மனோபாவம் மாறியுள்ளதா என்பது கேள்விக்குறியாகவே இருக்கிறது.

திருமண பந்தத்தை மீறி ஆணும் பெண்ணும் உடலுறவு கொள்வது பாவம் என்கிறார்கள். ஆனால், இம்மாதிரி உடலுறவு சோகத்தைச் சுகமாக்கும் சாதனமாகச் சிலருக்கு, பெண் ஆண் இருபாலருக்கும் உதவுகிறது என்பதை 'வேள்வித் தீ' என்கிற என் நாவலில் சுட்டிக் காட்டினேன். பட்டு நெசவாளர்களின் வாழ்க்கையை இந்த நாவல் வருணிக்கிறது. கல்வியறிவு உள்ளவர்களுக்கு விதிக்கப்படும் ஒழுக்கக் கட்டுப்பாடு, அறியாமை வயப்பட்ட மக்களுக்குப் பொருந்தாது என்பதையும் இந்த நாவல் வலியுறுத்துகிறது.

எந்த உடல் நலனும் குணநலனும் உள்ள கணவனும் மனைவியும் மானத்தைக் காத்துக்கொள்வதற்காக, எதிரிகளோடு போரிட்டு மடிவதை, 'ஒரு பெண் போராடுகிறாள்' என்னும் நாவலில் சித்தரிக்கிறேன். பெண் விடுதலை பற்றி மட்டும் அல்ல, எனக்குத் தென்படுகிற வாழ்க்கைப் பிரச்சினைகள் பலவற்றையும் சுட்டிக் காட்டும் பல சிறுகதைகள், நாவல்கள், பல குறுநாவல்கள், ஓரங்க நாடகங்கள் எழுதியிருக்கிறேன்.

பதினாறு வயதில் எழுதத் துவங்கிய நான் இலக்கியப் படைப்பு மட்டும் அல்லாமல் மொழி பெயர்ப்புகள், வாழ்க்கை வரலாறுகள், பொது அறிவு நூல்கள் என சுமார் 200 தமிழ் நூல்கள் படைத்திருக்கிறேன். இன்றைய மனித வாழ்க்கை ஒரு போராட்டமாகக் காட்சி தருகிறது. போராட்டங்களுக்கு இடையில் புதைந்து கிடக்கும் அமைதியைத் தேடுவதாகிறது என் இலக்கியப் படைப்பு.

அகாதெமி விருது பெறும் 'காதுகள்' என்கிற என் நாவல் என் வாழ்க்கை வரலாற்றில் ஒரு சிறிய பகுதி. என் வாழ்க்கை உங்கள் வாழ்க்கை போன்றது அல்ல என்பதே இதன் தனித்தன்மை. பகுத்தறிவையும் அறிவியலையும் நம்புகிறவர்களுக்கு அது திகைப்பு தருகிறது. அதற்கு நான் என்ன செய்ய?

இந்த நாவலின் கதாநாயகன் மகாலிங்கம், ஓர் எழுத்தாளன். செல்வத்தோடும் செல்வாக்கோடும் வாழ்ந்தான். அவனுக்கு 36, 37 வயதாகும்போது திடீரென்று உள்ளிருந்தும் வெட்ட வெளியிலிருந்தும் குரல்கள் ஒலிக்கத் தொடங்கின; ஆபாசமாகவும் பயங்கரமாகவும் 24 மணி நேரமும் கத்திக்கொண்டிருந்தன. அதைத் தொடர்ந்து கற்பனை கூடச் செய்யமுடியாத கோரமான உருவங்களும் அவனைச் சூழ்ந்திருந்தன.

மகாலிங்கம் நிலை குலைந்தான். ஆனால், அவனுடைய புத்தியோ 'நான்' என்னும் உணர்வோ சிறிதும் பிசகவில்லை. தன்னுள்ளும் தன்னைச் சுற்றிலும் நிகழ்வதை ஒரு சாட்சியாக

இருந்து கவனித்து வந்தான். அவன் ஒரு எளிய பக்தன்; திருமுருகன் என்னும் தெய்வத்தையே குருவாக வரித்துக்கொண்டவன். அருவருப்பு தரும் உருவங்கள் ஆபாசமான சொற்களை உமிழ்வதைச் சகிக்க முடியாமல் அவ்வப்போது தன் இஷ்ட தேவதையின் உருவப்படத்தின் முன்னிலையில் சென்று முறையிடுவதைத் தவிர அவனுக்கு வேறு வழி இல்லை.

தாமச சக்தி தன்னைக் காளி என்று கூறிக்கொண்டது. மகாலிங்கம் முருகனை வழிபடக்கூடாது என்றும் தன்னைத்தான் வழிபடவேண்டும் என்பதும் தாமசத்தின் மையக்கருத்து. இந்தக் கருத்தை மகாலிங்கம் ஏற்கவேண்டும் என்பதற்காகவே பல பயங்கரமான அருவருப்பு தருகிற பிரமைக் காட்சிகளை அலை அலையாகத் தோற்றுவித்தபடி இருந்தது.

இந்த அனுபவம் தொடங்கியதைத் தொடர்ந்து அவனுடைய செல்வமும் செல்வாக்கும் சரிந்தன; வறுமையும் அவன் கால்களைக் கவ்விக்கொண்டது. சுமார் 20 ஆண்டுகள் இந்த அதிசுந்தரமான, அதிபயங்கரமான அனுபவம் நீடித்தது. அமானுஷியமான தமஸ்ஸிம், அதிமானுஷ்யமான சத்துவமும் தன்னுடைய அகத்திலும் புறத்திலும் நடத்தும் போராட்டத்தை உதாசீனம் செய்துகொண்டு அவன் சில நாவல்களும் குறுநாவல் களும் பல சிறுகதைகளும் எழுதினான். ஏராளமான மொழிபெயர்ப்பு கள், ஐம்பதுக்கும் அதிகமான வாழ்க்கை வரலாறுகள், பல பொதுஅறிவு நூல்களையும் எழுதிக் குவித்தான்.

தாமச சக்தியின் தாக்குதலில் ஆரம்பித்த ‘காதுகள்’ என்னும் நாவல் அதை வென்று ஒழிக்கவல்ல சத்துவ சக்தியின் தோற்றத்தோடு முடிவு பெறுகிறது. தேடல் தொடருகிறது.

ஆம். தேடல் தொடருகிறது. திரும்பிப் பார்த்தால் ஒரே ஆச்சரியமாக இருக்கிறது. யாரும் இல்லாத இடத்தில் இல்லாத ஒன்றைத் தேடி அலைந்தேனோ என்று சில சமயம் சந்தேகம் தோன்றுகிறது. இந்த என் வாழ்க்கையின் ரகசியம்தான் என்ன?

இந்த என் வாழ்க்கை விளங்க மறுக்கும் ஒரு புதிராகவே தோன்றுகிறது. இதனை எனக்குத் தெளிவுபடுத்தும் தத்துவம்தான் என்ன?

நான் என் ஆசானின் சொல்லுக்காகக் காத்திருக்கிறேன்.

‘காதுகள்’ நாவலுக்கு – 1993ஆம் ஆண்டு – சாகித்ய அகாதெமி விருது பெற்றபோது எம்.வி.வெங்கட்ராம் ஆற்றிய உரை.